# കൂടെ പറക്കാത്തവർ

നോവൽ

# കൂടെ പറക്കാത്തവർ

നിരഞ്ജന മനോമോഹൻ

ഗ്രീൻ ബുക്സ്

green books private limited
gb building, civil lane road, ayyanthole,
thrissur- 680 003, kerala, ph: +91 487-2381066, 2381039
website: www.greenbooksindia.com
e-mail: info@greenbooksindia.com

*malayalam*
**koode parakkathavar**
*novel*
*by*
niranjana manomohan

published december 2020


cover design : mansoor cheruppa

branches:
thrissur 0487-2422515
thiruvananthapuram 0471-2335301
calicut 0495 4854662

isbn : 978-93-90429-61-5

---



GBPL/1165/2020

## മുഖക്കുറി

സ്ത്രീപുരുഷ കുടുംബബന്ധങ്ങളിലെ ലൈംഗികത എന്ന വിഷയത്തെ മുൻനിർത്തി നിരഞ്ജന മനോമോഹന്റെ നോവൽ വളരെ പ്രസക്തവും പുതുമയാർന്നതുമാണ്. ആരോഗ്യപൂർണ്ണമായ കുടുംബജീവിതത്തെക്കുറിച്ചുള്ള ഒരു സംവാദത്തിന് പ്രാധാന്യമുള്ള കൃതി.

**കൃഷ്ണദാസ്**
*മാനേജിങ് എഡിറ്റർ*

# ഞാൻ സെക്സ് വെറുക്കുന്നു

**ഞാ**നവളുടെ മുഖത്തേക്കു കണ്ണുചിമ്മാതെ നോക്കി. അവൾ പറഞ്ഞതോ ഞാൻ കേട്ടതോ അവിശ്വസനീയമായി തോന്നിയതുകൊണ്ടൊന്നുമല്ല. സെക്സ് ഇഷ്ടമില്ലെന്നു പറയുന്ന ഒരുപാടു പെണ്ണുങ്ങളെ ഞാൻ കണ്ടിട്ടുണ്ട്. ഇഷ്ടമില്ലെന്നു വെറുതെ പറയുന്ന (ഞാനതു ആസ്വദിക്കുന്നു എന്നു പറയുന്ന പെണ്ണുങ്ങളേക്കാൾ, എനിക്ക് സെക്സ് വലിയ ഇഷ്ടമില്ലെന്നു പറയുന്ന പെണ്ണുങ്ങൾക്കാണ് സമൂഹത്തിൽ കൂടുതൽ സ്വീകാര്യത എന്നു വിചാരിച്ചിട്ടായിരിക്കും) പെണ്ണുങ്ങളെയും എനിക്കറിയാം. എന്നിട്ടും അവളുടെ മുഖത്തേക്കു തന്നെ ഞാൻ നോക്കിയിരുന്നത് അതിനെന്തു കാരണമായിരിക്കും അവൾ പറയുക എന്ന ആകാംക്ഷകൊണ്ടായിരുന്നു. വെറുതെ സമൂഹത്തിന്റെ കണ്ണിൽ സ്വീകരിക്കപ്പെടാൻ വേണ്ടി മാത്രം എന്തെങ്കിലും പറയുന്ന ഒരാളല്ല എന്റെ മുൻപിലിരിക്കുന്നത്.

നാല്പത്തിനാലു വർഷമായി എനിക്കു നീനയെ അറിയാം.

അവളെന്റെ ചേച്ചിയുടെ മകളാണ്. എനിക്കു എട്ടു വയസ്സുള്ളപ്പോഴാണ് അവൾ ജനിച്ചത്. പണ്ടത്തെ കുടുംബങ്ങളിൽ കാണാറുള്ളതു പോലെ ഞാനെന്റെ ചേച്ചിയുടെ മോളെ നന്നായി കൊണ്ടു നടന്നു നോക്കിയിട്ടുണ്ട്. കൗമാരത്തിലെത്തിയപ്പോൾ തൊട്ട് അവളുടെ അടുത്ത സുഹൃത്തും ഞാൻ തന്നെയായിരുന്നു. ഇരുപത്തിയഞ്ചാം വയസ്സിൽ നടന്ന എന്റെ വിവാഹശേഷവും ഞങ്ങളുടെ ബന്ധത്തിനു ഉലച്ചിലൊന്നും തട്ടിയില്ലെങ്കിലും അധികസമയം ഒരുമിച്ചു ചെലവിടാൻ സാധിച്ചിരുന്നില്ല.

"എളേമ്മ എന്താ ആലോചിക്കുന്നത്?"

അവൾ പ്രതീക്ഷിച്ച ഞെട്ടൽ എന്നിൽ കാണാത്തതുകൊണ്ട് 'ഞാൻ സെക്സ് വെറുക്കുന്നു' എന്നവൾ പറഞ്ഞത് ആലോചനയ്ക്കിടയിൽ ഞാൻ ശ്രദ്ധിച്ചില്ലെന്ന് അവൾ വിചാരിച്ചു കാണും.

"ഒന്നുമില്ല, നീ പറയൂ."

"ഞാൻ പറയുന്നതെല്ലാം കേൾക്കാൻ എളേമ്മ തയ്യാറാണോ?"

"തീർച്ചയായും. നീ പറയൂ."

അവൾ പറയുന്നതു മുഴുവൻ ഞാൻ കേൾക്കണമെന്നു മാത്രമല്ല, അവളുടെ മനസ്സിലുള്ളതു മുഴുവൻ പറയിപ്പിക്കേണ്ട ഒരു ചുമതലയും കൂടി അവളുടെ അമ്മയോടു സമ്മതിച്ചിട്ടാണ് ഞാനിവിടെയിരിക്കുന്നത്. അതുകൊണ്ടുമാത്രമാണ് അവളേയും കൂട്ടി ഒരു long breakfastനു വേണ്ടി ക്ഷേത്രദർശനത്തിന്റെ പേരും പറഞ്ഞ്, ഈ ഗാർഡൻ റെസ്റ്റോറന്റിൽ എത്തിയിരിക്കുന്നത്.

"ഞാൻ പറഞ്ഞിട്ട് എളേമ്മ?"

"നീ പറഞ്ഞ ഈ വെറുപ്പ് അല്ലെങ്കിൽ താത്പര്യമില്ലായ്മ അനുഭവിക്കുന്ന ഒരുപാടു സ്ത്രീകളുണ്ടീ സമൂഹത്തിൽ."

നീ പറഞ്ഞ കാര്യം എനിക്ക് പുതുമയൊന്നുമല്ല. കാരണമാണ് എനിക്കു കേൾക്കേണ്ടത് എന്ന മട്ടിൽ ഞാൻ പറഞ്ഞു.

"എളേമ്മയും അതിലൊരാളാണോ?"

അപ്രതീക്ഷിതമായിട്ടായിരുന്നു നീനയുടെ ചോദ്യം.

ഞാൻ എന്നോടു പോലും ഇതുവരെ ചോദിക്കാത്ത ചോദ്യം. ഇതിനുത്തരം ചിന്തിച്ചെടുക്കാൻപോലും സമയം വേണം. അമ്പതുകളിലെത്തിനിൽക്കുന്ന, മക്കളില്ലാത്ത ഞങ്ങളുടെ രതി എത്രത്തോളം ആസ്വാദ്യകരമായിരുന്നു? കല്യാണശേഷമുള്ള ആദ്യവർഷങ്ങളിൽ.

"എളേമ്മ വിഷമിക്കേണ്ട, പറയാനുള്ളതെല്ലാം പറഞ്ഞതിനുശേഷം ഈ ചോദ്യം വീണ്ടും ചോദിക്കാം. അപ്പോൾ ഉത്തരം തന്നാൽ മതി."

ആലോചിക്കാതെ എന്തെങ്കിലും പറഞ്ഞ് പിന്നീട് കുറ്റബോധം തോന്നിയേക്കാവുന്ന ഒരവസ്ഥയിൽനിന്നും രക്ഷപ്പെട്ടതിലുള്ള ആശ്വാസത്തിൽ ഞാൻ പുഞ്ചിരിച്ചു.

"എളേമ്മ പറഞ്ഞ ഈ ഒരുപാടു സ്ത്രീകളാരും എന്തുകൊണ്ടാണ് താത്പര്യമില്ലാത്തതെന്നു പറഞ്ഞില്ലേ?"

സെക്സ് ഇഷ്ടമില്ലെന്നു പറഞ്ഞിട്ടുള്ള ലതികയേയും മോഹിനിയേയും മിസ്സിസ് ഖന്നയേയും പിങ്കിയേയും ഒക്കെ ഒന്നൊന്നായി ഓർത്തുവെങ്കിലും അതിന് അവർ പറഞ്ഞ കാരണമെന്തെന്ന് ഓർക്കാൻ എനിക്കു സാധിച്ചില്ല.

"കാരണമെന്തെന്ന് അവർ പറഞ്ഞിട്ടില്ല." സംശയം ഉറപ്പാക്കികൊണ്ടു ഞാൻ പറഞ്ഞു.

"ആരും ചോദിച്ചിട്ടുമില്ല, അറിയാൻ ശ്രമിച്ചിട്ടുമില്ല എന്നുള്ളതല്ലേ സത്യം?"

"അതും ശരിയാണ്."

"ഇതൊക്കെ കുടുംബത്തിൽ പിറന്ന ആരെങ്കിലും ഡിസ്കസ് ചെയ്യുമോ അല്ലേ?"

നീന അർത്ഥവത്തായി ചിരിച്ചു.

"എളേമ്മ കഴിച്ചു തുടങ്ങൂ."

ഒരു സ്പൂൺ സാമ്പാർ എടുത്ത് പ്ലേറ്റിലെ ഊത്തപ്പത്തിനു മീതെ ഒഴിച്ചു. ചൂടു പോയി തുടങ്ങിയിരിക്കുന്നു. പക്ഷേ അതിന്റെ രണ്ടിരട്ടി ചൂടിലായിരുന്നു പറയുന്ന അവളുടെയും കേൾക്കുന്ന എന്റെയും മനസ്സ്. പൊന്തി വരുന്ന വെയിലിനെ തടുക്കാൻ വലിയൊരു മരത്തണലും അതിന്റെ താഴേയായി കട്ടിയുള്ള ഒരു ഗാർഡൻ കുടയും ഞങ്ങൾക്കു മീതെ ഉണ്ടായിരുന്നു.

നീന ഒരു കഷണം ഊത്തപ്പം ഫോർക്കു കൊണ്ടെടുത്ത് ചട്നിയിൽ മുക്കി വായിലിട്ടു.

"എളേമ്മയ്ക്കറിയോ? സെക്സിനോടുള്ള സ്ത്രീകളുടെ വെറുപ്പിനും താത്പര്യമില്ലായ്മയ്ക്കും സമൂഹം കല്പിച്ചിട്ടുള്ള ചില കാരണങ്ങളുണ്ട്, നമുക്കു ചുറ്റും."

നീന കൈകൾ പ്ലേറ്റിൽ നിന്നെടുത്ത് മടിയിൽ വെച്ച് കസേരയിൽ ചാഞ്ഞിരുന്നു.

"ഭർത്താവിന്റെ മദ്യപാനം, ശേഷിക്കുറവ്, torturous sex, premature ejaculation, penteration without foreplay, sexനു ശേഷം തിരിഞ്ഞു കിടന്നുറങ്ങുന്നു, പരസ്ത്രീഗമനം, പിന്നെ ചിലർക്ക് വായ്നാറ്റം, കൂർക്കം വലി. ഇതൊന്നുമല്ലെങ്കിൽ ബാല്യകാലപീഡനത്തിന്റെ നടുക്കുന്ന ഓർമ്മകൾ."

ഒന്നു നിർത്തി നീനയെന്നെ അല്പം സംശയത്തോടെ നോക്കി.

"ഈ പറഞ്ഞതിൽ എന്തു പ്രശ്നമായിരിക്കും ജയകൃഷ്ണന്റേതെന്നായിരിക്കും എളേമ്മയിപ്പോൾ ആലോചിക്കുന്നുണ്ടാവുക... അല്ലേ?"

ഞാൻ പുഞ്ചിരിക്കാൻ ശ്രമിച്ചു.

"ഇതെല്ലാം നമ്മൾക്കറിയുന്നതും കേൾക്കുന്നതും മാത്രം. But it's more than what we know or talk."

നീന വീണ്ടും ഊത്തപ്പത്തിലേക്കു വന്നു. ഞാനും. നിശ്ശബ്ദരായി ഞങ്ങൾ കുറച്ചു കഷണങ്ങൾ കൂടി കഴിച്ചു.

ഇപ്പോൾ അവളുടെ മനസ്സ് പൂർണ്ണമായും തുറക്കുമെന്നെനിക്കുറപ്പായി. അതു മുഴുവൻ കേട്ടു കഴിഞ്ഞതിനുശേഷം വേണം എനിക്കെന്റെ ജോലി തുടങ്ങാൻ. ചേച്ചി എന്നെ ഏല്പിച്ച ചുമതല.

നാല്പത്തിനാലു വയസ്സുള്ള, സർവ്വഗുണസമ്പന്നനായ ഭർത്താവുള്ള, സാമ്പത്തിക ഭദ്രതയുള്ള, മിടുക്കരായ മുതിർന്ന ഒരു മോനും മോളും ഉള്ള, ഒരു അധ്യാപിക കൂടിയായ എന്റെ ചേച്ചിയുടെ മകൾ (സെക്സിനെ വെറുക്കുന്ന) ഒരു പരപുരുഷബന്ധത്തിൽ വന്നുപെട്ടോ എന്ന സംശയം

സത്യമാണോ എന്നറിയേണ്ട ജോലി. അങ്ങനെ ആണെങ്കിൽ അവളെ ഏതുവിധേനയും അതിൽ നിന്നും പിന്തിരിപ്പിക്കേണ്ട ചുമതല. പക്ഷേ ചേച്ചി ഏല്പിക്കാതിരുന്ന മറ്റൊരു കാര്യം കൂടി എനിക്കറിയണമായിരുന്നു. ചേച്ചി പറഞ്ഞതു സത്യമാണെങ്കിൽ, നീനയെ പോലുള്ള ഒരു പെണ്ണ് എങ്ങനെ, എന്തുകൊണ്ട് അത്തരം ഒരു ബന്ധത്തിൽ എത്തിപ്പെട്ടു എന്ന്.

"സമൂഹത്തിന്റെ ലെൻസിലൂടെ നോക്കിയാൽ കിട്ടുന്ന ഫ്രെയിമിൽ, നല്ല പ്രായത്തിൽ പ്രേമത്തിൽപ്പെട്ട് ചീത്തപ്പേരു കേൾപ്പിക്കാതിരുന്ന, അടക്കവും ഒതുക്കവുമുണ്ടായിരുന്ന പെൺകുട്ടിയാണ് നീന. കാഴ്ചയിലും വിദ്യാഭ്യാസത്തിലും തൊഴിലിലും വരുമാനത്തിലും യോഗ്യനായ ഭർത്താവുണ്ട്. അവൾ നല്ലൊരു ഭാര്യയാണ് (കാരണം 'അവളുടെ ഭർത്താവ് വളരെ സന്തുഷ്ടനാണ്'.); നല്ലൊരു വീട്ടമ്മയാണ്. (തെളിവുകൾ: അടക്കിയൊതുക്കി വെച്ചിരിക്കുന്ന സുന്ദരമായ ഭവനം. പണിക്കാരുടെ സഹായവും കിട്ടിയിരുന്നില്ല. note the point) പഠനത്തിലും സ്വഭാവത്തിലും സമർത്ഥരായ രണ്ട് കുട്ടികളുടെ അമ്മ. മികച്ച അദ്ധ്യാപിക. അവളുടെ കഴിവുകളും പക്വതയും എല്ലാവരും എടുത്തുപറയുന്ന ഒരു കാര്യമാണ്. അങ്ങനെയുള്ള ഒരു പെണ്ണാണ് 'ഞാൻ സെക്സ് വെറുക്കുന്നു' എന്നു പറയുന്നത്. ഇത്രയും ബഹുമാനിക്കപ്പെടുന്ന, കുടുംബങ്ങളിൽ ആരാധിക്കപ്പെടുന്ന സ്ത്രീകൾ അസന്തുഷ്ടരാകുമോ? അവർക്കതിനുള്ള അവകാശമുണ്ടോ? 'ഭർത്താവുമായിട്ടുള്ള സെക്സ്' വെറുക്കാമോ? ഈ സമൂഹം കേൾക്കണ്ട.

പക്ഷേ ചേച്ചിയുടെ സംശയങ്ങൾ അവളോടു ചോദിക്കും മുൻപ് അവൾക്ക് പറയാനുള്ളതെല്ലാം കേൾക്കേണ്ടത് അത്യാവശ്യമാണെന്ന് ബോദ്ധ്യപ്പെട്ടതിനാൽ അതിനു തയ്യാറായി ഞാനിരുന്നു.

# പകലും രാത്രിയും

"എളേമ്മയ്ക്കോർമ്മയുണ്ടോ, നമ്മുടെ വടക്കേലെ ഭാനുമതിയേച്ചിയുടെ കല്യാണം കഴിഞ്ഞ ആ സമയം? ഞാനന്ന് എട്ടാം ക്ലാസ്സിലാണ്."

ഒരു കുസൃതിച്ചിരിയോടെ നീന എന്നേയും ആ കാലത്തിലേക്കു കൊണ്ടുപോയി.

"പുതുപ്പെണ്ണിന്റെ നാണവും സന്തോഷവുമായി ഭാനുമതിചേച്ചി ഭർത്താവിനൊപ്പം ആദ്യത്തെ കുറച്ചു ദിവസം വിരുന്നുപോക്കു മാത്രമായി കഴിഞ്ഞിരുന്ന ആ ദിവസങ്ങൾ."

സുഖമുള്ള ഓർമ്മകൾ പോലെ അവൾ തുടർന്നു.

"ചേച്ചിയുടെ സിന്ദൂരപ്പൊട്ടിൽനിന്നും കുറച്ചു ചെറിയ പൊടികൾ പൊട്ടിനു ചുറ്റിലും മൂക്കിനു മുകളിലുമായി എപ്പോഴും പറന്നു വീണു കിടക്കുമായിരുന്നു. ഭാനുമതിചേച്ചി കുളിക്കുമ്പോൾ കുളിമുറിക്കരികിലെ ഞാനും വന്നാൽ കേൾക്കാം. സോപ്പ് തേയ്ക്കുന്നതിനും തോർത്തുന്നതിനും അനുസരിച്ച് പുതിയ സ്വർണ്ണവളകൾ കിലുങ്ങുന്ന ആ ശബ്ദം. എന്തോ എനിക്കാ ശബ്ദം വലിയ ഹരമായിരുന്നു."

നീന അതാലോചിച്ച് ഉറക്കെ ചിരിച്ചു.

"It sounded so sexy."

"ചെറുപ്പത്തിലേ നിനക്കു വളകളോടു വല്ല്യ ഇഷ്ടമായിരുന്നല്ലോ."

"എളേമ്മയ്ക്കറിയോ, ഒരിക്കൽ ഞാൻ സീമന്തരേഖയിൽ കുറച്ചു സിന്ദൂരമിട്ടു നോക്കി. എന്നെ കാണാൻ എങ്ങനെയുണ്ടെന്നറിയാൻ വേണ്ടിയായിരുന്നു. ആരും കാണാതെ, ലീലമ്മായിയുടെ shingar kumkum കൊണ്ടായിരുന്നു പ്രയോഗം. പക്ഷേ കണ്ണാടിയിൽ കണ്ടു കഴിഞ്ഞ് കഴുകിയിട്ടും അതു മുഴുവൻ പോയില്ല. കല്യാണം കഴിയാത്ത ചെറിയ പെൺകുട്ടികൾ സിന്ദൂരം വെയ്ക്കരുതെന്നു പറഞ്ഞു ലീലമ്മായി ചീത്തയും പറഞ്ഞു."

"എന്നാലെന്താ, കല്യാണം കഴിഞ്ഞപ്പോൾ ഇഷ്ടമുള്ളതൊക്കെ കിട്ടിയില്ലേ? സ്വർണ്ണവളകളും സിന്ദൂരവും ഒക്കെ."

അവളെ കാര്യത്തിലേക്കു പെട്ടെന്നെത്തിക്കാൻ ഞാനൊരു ചൂണ്ട യെറിഞ്ഞു.

“കിട്ടിയപ്പോഴാണറിഞ്ഞത്, കല്യാണത്തിനു മുൻപ് ഒരു പെൺകുട്ടി ആഗ്രഹിച്ചിരുന്ന കാര്യങ്ങളല്ല കല്യാണശേഷം ഒരു ഭാര്യയ്ക്കു actually ശരിക്കും വേണ്ടതെന്ന്.”

“വേണ്ടതു കിട്ടാൻ നീ ശ്രമിച്ചില്ലേ?”

“വേണ്ടതെന്താണെന്നന്നു മനസ്സിലാക്കാൻ തന്നെ സാധിച്ചെങ്കിലല്ലേ? എന്താണെനിക്കു കിട്ടാത്തത്, എന്തുകൊണ്ടാണ് കിട്ടാത്തത് എന്നു തിരിച്ചറിയാൻ തന്നെ പറ്റുന്നുണ്ടായിരുന്നില്ല. കാരണം ഒരു ഭാര്യയുടെയും മരുമകളുടെയും കടമകളെപ്പറ്റി മാത്രമാണ് അമ്മയും അമ്മമ്മയും പഠിപ്പിച്ചു തന്നിരുന്നത്. ഭാര്യയുടെ സ്വകാര്യ അവകാശങ്ങളെപ്പറ്റി ബോധവതിയാക്കിയാൽ ഒരു നല്ല ഭാര്യയെന്ന പേരു നേടാൻ നമ്മുടെ വീട്ടിലെ പെൺകുട്ടിക്കു കഴിഞ്ഞില്ലെങ്കിലോയെന്നു പേടിച്ച് തലമുറകളായി അതാരും ചെയ്യില്ല.”

“നീ പഠിപ്പും കഴിവുമുള്ള കുട്ടിയല്ലേ? സന്ദർഭത്തിനനുസരിച്ച് പെരുമാറാനുള്ള വിദ്യാഭ്യാസം നിനക്കില്ലായിരുന്നോ?”

“College syllabusൽ hus and wife relationsipനെപ്പറ്റി പഠിപ്പിക്ക്യോ, എളേമ്മേ?”

“എല്ലാവർക്കും അങ്ങനെ തന്നെയല്ലേ?എന്നിട്ടും ജീവിക്കുന്നില്ലേ?”

“പക്ഷേ അവരെല്ലാവരും എങ്ങനെ ജീവിക്കുന്നുവെന്ന് ആർക്കറിയാം? നമ്മളതിനെക്കുറിച്ചു സംസാരിക്കുന്നുണ്ടോ? നല്ലൊരു കുടുംബിനിയെന്ന പേരുപോകുമെന്ന പേടിയാണ് മിക്കവർക്കും. Atleast friend circleൽ ചർച്ച ചെയ്യാനോ വീടുകളിൽ സംസാരിക്കാനോ പലരും മുതിരാറില്ല.”

“പക്ഷേ, നീ പറഞ്ഞ statement?”

“Yes, I meant that. I don’t enjoy sex. എനിക്കത് രാത്രി ഉറങ്ങുന്നതിനു മുൻപ് ചെയ്യേണ്ട ഒരു വഴിപാട് മാത്രമാണ്.”

“കല്യാണം കഴിഞ്ഞ് കുറച്ചു കൊല്ലങ്ങൾ കഴിഞ്ഞാൽ ഒട്ടുമിക്ക വീടുകളിലും ഇതൊരു വഴിപാടു തന്നെ.”

ഞാൻ നിസ്സാരഭാവത്തോടെ വെള്ളത്തിന്റെ ഗ്ലാസ്സെടുത്ത് ചുണ്ടോടടുപ്പിച്ചു.

“കുറച്ചു വർഷങ്ങൾക്കുശേഷമല്ല, കുറച്ചു ദിവസങ്ങൾക്കുള്ളിൽ തന്നെ ഞാനീ വഴിപാട് ചെയ്യാൻ തുടങ്ങിയിരുന്നു.”

വെള്ളം കുടിക്കാൻ തുടങ്ങുമ്പോഴേക്കും അവൾ തുടർന്നു.

"Now it's a punishment for me."

ഗ്ലാസ് വീണ്ടും താഴ്ന്നു.

"I hate weekend nights anticipating the punishment."

വെള്ളം കുടിച്ചില്ലെന്നുതന്നെ മറന്നു ഞാൻ ഗ്ലാസ് തിരിച്ചു മേശമേൽ വെച്ചു.

"അതെന്താ മോളെ, ജയകൃഷ്ണൻ നിന്നെ ഉപദ്രവിക്കാറുണ്ടോ?"

വിഷമത്തോടെ, സ്വരം താഴ്ത്തിയാണ് ഞാൻ ചോദിച്ചത്.

"ഒരിക്കലുമില്ല എളേമ്മേ വളരെ സ്നേഹത്തോടെയും കരുതലോടെയും സഹകരണത്തോടെയും സമയമെടുത്തുമാണ് ജയേട്ടൻ ചെയ്യാറുള്ളത്."

"പിന്നെന്താ പെണ്ണേ നിന്റെ പ്രശ്നം?"

എന്റെ അസഹ്യത പ്രതീക്ഷിച്ചിരുന്നതുപോലെ വളരെ ശാന്തതയോടെ അവൾ തുടർന്നു.

"ആ സ്നേഹവും കരുതലും സഹകരണവും ധൃതിയില്ലായ്മയും രാത്രിക്കിടക്കയിൽ മാത്രമേ ഉള്ളൂ എന്നതാണെളേമ്മേ എന്റെ പ്രശ്നം."

ഒന്നു മൂളുകപോലും ചെയ്യാതെ ഞാൻ കസേരയിലേക്കു ചാഞ്ഞു. പെട്ടെന്നൊരു പ്രതികരണം കൊടുക്കാവുന്ന ഒരു കാര്യമല്ല അവൾ പറഞ്ഞത്. ഞാൻ കേട്ടതിന് ഒരുപാട് അർത്ഥങ്ങളുണ്ടെന്നെനിക്കു തോന്നി.

"രാത്രികളാണു സുന്ദരമാക്കേണ്ടതെന്നു ജയേട്ടനും നല്ല പകലുകളുടെ പ്രതിഫലനമാണ് രാത്രികളെന്ന് ഞാനും വിശ്വസിച്ചു."

ഇവളെപ്പോഴാണിത്ര നന്നായി സംസാരിക്കാൻ പഠിച്ചത്? സയൻസും മാത്സും മാത്രമായിരുന്നു കല്യാണം വരെ അവളുടെ തല മുഴുവൻ.

"എന്റെ പകലുകൾ സുന്ദരമാക്കാൻ കഴിയാത്ത ഒരാളുടെ രാത്രികൾ സുന്ദരമാക്കാൻ എന്റെ ശരീരത്തിനു മാത്രമേ കഴിഞ്ഞുള്ളൂ. നമ്മുടെ മനസ്സിനു വേണ്ടാതെ മറ്റൊരാൾക്കു വേണ്ടി ശരീരത്തിനു ചെയ്യേണ്ടി വരുന്ന കാര്യങ്ങളെ നമ്മൾ Punishment എന്നു തന്നെയല്ലേ പറയേണ്ടത്?"

"നീയിതൊന്നും മുൻപൊരിക്കലും?"

ഞാൻ നിന്നിരുന്ന തുരങ്കത്തിൽനിന്നും പുറത്തുനിന്നുള്ള വെളിച്ചം കണ്ടു തുടങ്ങിയിരിക്കുന്നു.

"ഇതെന്റെ ജീവിതത്തിലെ അത്ര വലിയതെന്നല്ല ഒരു ചെറിയ പ്രശ്നം പോലുമായിരുന്നില്ല എളേമ്മേ. കാരണം ഇതിനേക്കാൾ സുഖവും Satisfactionഉം തരുന്ന ഒരുപാടു കാര്യങ്ങൾ എന്റെ routineൽ ഉണ്ടായിരുന്നു. എന്റെ കുട്ടികൾ, അവരുടെ പഠിപ്പ്, എന്റെ ജോലി. ഇതൊരു പ്രശ്നമാണെന്നു പോലും ഞാൻ തിരിച്ചറിഞ്ഞത് അടുത്തിടെയാണ്. കുട്ടികളെ

വളർത്തി മിടുക്കരാക്കുന്ന തിരക്കിൽ ഇതൊന്നും ഓർക്കാൻ പോലും എനിക്കു സമയം കിട്ടിയിരുന്നില്ല."

എത്ര composed but serious ആയാണ് അവൾ സംസാരിക്കുന്നത്. Maths പഠിച്ച് History പഠിപ്പിക്കുന്ന ഇവളുടെ ക്ലാസ്സുകളും ഇങ്ങനെ തന്നെയാണോ?

"എളേമ്മ പറഞ്ഞതുപോലെ എത്രയോ സ്ത്രീകൾ നമുക്കു ചുറ്റും ഉണ്ട്... ഇതേ Situationൽ വർഷങ്ങളായി ജീവിക്കുന്നവർ. പക്ഷേ കാലക്രമേണ രതിയുടെ ആസ്വാദ്യത കുറയുന്നതിനേക്കാൾ കഷ്ടമല്ലേ, ജീവിതകാലം മുഴുവൻ ചെയ്തിട്ടും ആ സുഖവും അനുഭൂതിയും ഒരിക്കൽ പോലും അറിയാൻ കഴിയാതെ പോയവരുടെ കാര്യം."

ഞാൻ തലയാട്ടി. ശരിയെന്നു തോന്നിയതുകൊണ്ടുതന്നെ.

"ഇത് എന്റെ മാത്രം കാര്യമല്ല എളേമ്മേ, സമൂഹത്തിലെ പ്രശ്നമാണ്. ഇതിനേക്കാൾ ഗുരുതരമായ പ്രശ്നങ്ങൾ സമൂഹത്തിൽ ഇല്ലാഞ്ഞിട്ടല്ല. പക്ഷേ ഇതും ചർച്ച ചെയ്യപ്പെടേണ്ട ഒരു കാര്യമല്ലേ? ഫുട്ബോളും ക്രിക്കറ്റും രാഷ്ട്രീയവും അഴിമതിയും തൊഴിലില്ലായ്മയും ഓൾഡ് ഏജ് ഹോമും വിവാഹവും വന്ധ്യതയും വിദ്യാഭ്യാസവും ബലാത്സംഗവും ലൈംഗികതയും കൊലപാതകങ്ങളും അപകടങ്ങളും പാചകവും സിനിമയും സംഗീതവും ഫാഷനും പ്രകൃതിയും പ്ലാസ്റ്റിക്കും പുഴകളും നമ്മൾ നിത്യേനയെന്നോണം ഘോരഘോരം മീഡിയകളിൽ അവലോകനം ചെയ്യുന്നുണ്ടെങ്കിൽ, ഞാനീ പറഞ്ഞ സ്ത്രീപ്രശ്നങ്ങളും നമ്മൾ പെണ്ണുങ്ങൾക്കിടയിലെങ്കിലും ഇടയ്ക്കൊക്കെ തുറന്നു പറയേണ്ടതല്ലേ?"

"തീർച്ചയായും."

ഞാനിതുവരെ അങ്ങനെ ചിന്തിച്ചിട്ടില്ലല്ലോയെന്ന തിരിച്ചറിവ് ഒരു നിശ്വാസമായി പുറത്തുവന്നു.

"മേഡം, പ്ലേറ്റെടുക്കട്ടെ?" വെയ്റ്ററാണ്.

"എല്ലാം എടുത്തോളൂ." നീന പറഞ്ഞു.

ഗ്ലാസ്സുകളും കൊണ്ടുപോയാലോന്ന് വിചാരിച്ച് നേരത്തെ കുടിക്കാതെ തിരികെ വെച്ച വെള്ളമെടുത്ത് വേഗം കുടിച്ചു.

"എളേമ്മയ്ക്കൊരു Coffee പറയട്ടെ?"

"വേണ്ട, ചായ മതി."

"ദുബായിലെത്തിയപ്പോൾ തൊട്ട് ഞാൻ Coffee addict ആയി."

ഒരു ചായയ്ക്കും അവളുടെ ഫ്ളേവറിൽ പെട്ട ഒരു സ്പെഷൽ കോഫിക്കും ഓർഡർ കൊടുത്ത് വെയ്റ്ററെ വിട്ടു.

"40 + ആവുമ്പോഴാണ് നമ്മൾ സുഹൃദ്ബന്ധങ്ങളുടെ വിലയറിയുക. ഈ പ്രായത്തിൽ നമുക്കു കിട്ടുന്ന പല തിരിച്ചറിവുകളാണ് നമ്മുടെ ജീവിതം കൂടുതൽ അർത്ഥമുള്ളതാക്കുന്നത്. എല്ലാം തുറന്നു പറയാനുള്ള ഈ ധൈര്യം പോലും നമുക്കിപ്പോഴല്ലേ ഉണ്ടായത് എളേമ്മേ?"

"എത്ര ശരിയാണ്."

ഞാൻ വാച്ചിൽ നോക്കി.

"വീട്ടിലേക്കു പോവാനേ തോന്നുന്നില്ല."

"തോന്ന്യാലും ഞാൻ വിട്ടിട്ടു വേണ്ടേ? എത്ര വർഷങ്ങൾ കഴിഞ്ഞാണ് നമ്മൾ രണ്ടുപേരു മാത്രമായി ഇതുപോലൊരു Privacyയിൽ ഇരിക്കുന്നത്. എനിക്ക് ഇനിയും പലതും പറയാനും അറിയാനും ഉണ്ട്."

അതുതന്നെയാണ് എനിക്കും വേണ്ടിയിരുന്നത്. എല്ലാം പറയട്ടെ. അതിനുവേണ്ടി ആദ്യം തന്നെ, ഞാൻ ഈ സമൂഹത്തിന്റെ ഒരു ഭാഗമാണെന്നും അവളുടെ എളേമ്മയാണെന്നതും മറന്ന്, യാതൊരു മുൻവിധികളുമില്ലാത്ത ഒരു കേൾവിക്കാരിയാകേണ്ടിയിരിക്കുന്നു.

# അനാഘ്രാത കുസുമങ്ങൾ

“തുടക്കത്തിലൊക്കെ നീ നല്ല Happyയായിരുന്നല്ലോ. മലേഷ്യയിലേക്കു നീ പോയതു തന്നെ നാലു മാസം കഴിഞ്ഞാണ്. അതിൽ അവസാനത്തെ മൂന്നര മാസം നീ ഒറ്റയ്ക്കായിരുന്നു. എനിക്കോർമ്മയുണ്ട്, പ്രൈവറ്റായി MA Historyക്കു ജോയിൻ ചെയ്യുന്നതിന്റെ ഫോർമാലിറ്റീസ് തീർക്കാനും വിസയ്ക്കും മറ്റുമായി.”

“അതേ.”

“അപ്പോൾ പിന്നെ ആ പതിനഞ്ചോ ഇരുപതോ ദിവസങ്ങൾക്കുള്ളിൽ തന്നെ നീ വഴിപാടു ചെയ്യാൻ തുടങ്ങിയിരുന്നു എന്നു പറഞ്ഞതിന്റെ അർത്ഥം?”

“സത്യമാണ് ഞാൻ പറഞ്ഞത്. അതിനൊരുപാട് കാരണങ്ങളുണ്ട്. ജയേട്ടന്റെ മാത്രം തെറ്റൊന്നുമല്ല. എന്റെയുമാണ്. നമ്മൾ വളർന്നു വന്ന സമൂഹത്തിന്റെ കൂടിയാണ്. വായിച്ച പുസ്തകങ്ങൾ, സിനിമകൾ, ഫ്രണ്ട്സുമായി നടത്തിയിരുന്ന ഡിസ്കഷൻസ്, പലരിൽനിന്നും പല യിടത്തു നിന്നുമായി അറിഞ്ഞിട്ടുള്ള സമൂഹത്തിന്റെ കാഴ്ചപ്പാട്, അങ്ങനെ പലതും.”

“നിനക്കു കിട്ടിയ അറിവുകളെല്ലാം തെറ്റായിരുന്നു എന്നാണോ നീ പറയുന്നത്?”

“അല്ല, പുരുഷന്റെ ശരികൾ മാത്രമേ അറിഞ്ഞിരുന്നുള്ളൂ എന്നാണു ദ്ദേശിച്ചത്. കുറെ കളിയാക്കലുകളും സ്വകാര്യം പറച്ചിലുകളും അടക്കി ച്ചിരികളുമല്ലാതെ വേറെയെന്താണ് ഒരു കല്യാണപ്പെണ്ണിനു കിട്ടാറുള്ളത്?”

“ഫ്രണ്ട്സ് ഒന്നും പറയാറില്ലേ?”

“നന്നായി. അവരും അൺമാരീഡ്. അതേ പ്രായം. അന്ന് ശരീരമല്ല, അനുരാഗമാണ് ചർച്ച ചെയ്യപ്പെട്ടിരുന്നത്. പിന്നെ സിനിമകൾ.”

അവൾ ചിരിച്ചു.

“എന്താ നീ ചിരിക്കുന്നത്?”

"ഇന്നത്തെ സിനിമകളാണോ അന്നത്തെ സിനിമകൾ? കെട്ടിപ്പിടിക്കുന്നതും ഉമ്മ വെയ്ക്കുന്നതും മാറും തുടയും കണ്ട് വികാരാധീനനാകുന്നതും നായകൻ മാത്രം. അതിനനുസരിച്ച് നായിക നാണിക്കുകയും ചുണ്ടു കടിക്കുകയും നായകന്റെ പുറത്ത് ശക്തിയായി വിരലുകളമർത്തുകയും മാത്രം ചെയ്താൽ മതി. നായകനെ ഉമ്മ വെയ്ക്കുകയോ പിന്നിൽനിന്നും കെട്ടിപ്പിടിക്കുകയോ അയാളുടെ ശരീരം കണ്ട് വികാരാധീനയാകുകയോ പരമോന്നതിയിൽ സീൽക്കാരങ്ങൾ പുറപ്പെടുവിപ്പിക്കുകയോ ഒക്കെ ചെയ്യുന്നത് അതേ സിനിമയിലെ അമിതലൈംഗികാഭിനിവേശമുള്ള, ആണുങ്ങളെ വഴിതെറ്റിക്കുന്ന കുലടകളാണ്. തന്റെ ശരീരം ആണിന്റെ ഇഷ്ടങ്ങൾ ഏറ്റുവാങ്ങാൻ മാത്രമുള്ളതാണെന്നും സ്വന്തം ആഗ്രഹങ്ങൾക്കുവേണ്ടി സ്വയം initiative എടുക്കലല്ല മറിച്ച് തന്റെ പുരുഷന്റെ അഭിനിവേശങ്ങൾക്കു സ്വയം സമർപ്പിക്കൽ മാത്രമാണ് ഒരു കുലസ്ത്രീയുടെ ലക്ഷണമെന്നും ഒരു പെൺകുട്ടിക്കു തോന്നാൻ ഇത്രയും പോരേ?"

ചോദ്യഭാവത്തിൽ നീനയെന്നെ നോക്കി.

"ഇതുപക്ഷേ നിന്റെ ജീവിതത്തിലെങ്ങനെയാണ്?"

"മേഡം, കോഫീ." വെയ്റ്റർ വീണ്ടും വന്നു.

"വെച്ചോളൂ."

ഞങ്ങൾ നിവർന്നിരുന്നു.

വലിയൊരു മഗ് കോഫി നീനയ്ക്കു മുൻപിലും ഒരു കപ്പ് ചായ എന്റെ മുൻപിലും വെച്ച് അയാളവിടെ നിന്നു.

"വേറെന്തെങ്കിലും?"

"വേണ്ട, വിളിക്കാം."

ഈ രണ്ടു പെണ്ണുങ്ങൾ ഇപ്പോഴൊന്നും എഴുന്നേൽക്കാൻ പോകുന്നില്ലെന്ന് അയാൾക്കും തോന്നിക്കാണും.

പ്ലാസ്റ്റിക് സ്റ്റിക്കെടുത്ത് നീന കോഫിയിൽ വട്ടത്തിൽ ഇളക്കി. പഞ്ചസാര അങ്ങനെ തന്നെ അടിയിൽ കിടക്കുന്നുണ്ടാകണം. ഞാൻ ചുറ്റുമൊന്നു കണ്ണോടിച്ചു. നല്ല ഭംഗിയിൽ സൂക്ഷിച്ചിരിക്കുന്ന പൂന്തോട്ടം. എല്ലാറ്റിനേയും മെനക്കെട്ടു പരിപാലിക്കുന്നുണ്ട്.

നീന മഗ്ഗുയർത്തി ഒരു സിപ്പെടുത്തു.

"എളേമ്മ കുടിക്കുന്നില്ലേ?"

"കുറച്ചാറട്ടെ. സെൻസിറ്റിവിറ്റി."

"ഓ, ചൂടുള്ളതും തണുത്തതുമായ പദാർത്ഥങ്ങൾ നിങ്ങളെ അസ്വസ്ഥയാക്കുന്നു. അല്ലേ?"

നീന ചിരിച്ചു കൊണ്ട് ചോദിച്ചു.

"ഉണ്ട്. പക്ഷേ പല്ലിനെ മാത്രം."

ചിരിച്ചുകൊണ്ട് ഞാനും പറഞ്ഞു. "മനസ്സിനു പ്രശ്നമില്ല. അതു കൊണ്ട് ബാക്കി പോരട്ടെ."

"എന്നെ ബാധിച്ചതെങ്ങനെയെന്നല്ലേ, പറയാം."

നീന ഒരു നിമിഷം ആലോചിച്ചുകൊണ്ടിരുന്നപ്പോൾ പെട്ടെന്നെന്തോ ഓർത്ത് ഞാൻ ചോദിച്ചു.

"നിന്നെയാരും കല്യാണത്തിനു മുൻപേ? എന്തെങ്കിലും experience?"

അവളുടെ പ്രീഡിഗ്രി കഴിഞ്ഞ ഉടനെ ആയിരുന്നു എന്റെ കല്യാണം. ബറോഡയിൽ പോയതിനുശേഷം വിശാലമായി അവളുമായി സംസാരിക്കാനുള്ള അവധികൾ ബാലേട്ടനു കിട്ടാറില്ല. കുട്ടികളില്ലാത്തതുകൊണ്ട് പ്രസവത്തിന്റെ പേരിലും പിന്നീട് തറവാട്ടിൽ വന്ന് അധികം താമസിക്കാൻ കഴിഞ്ഞിട്ടുമില്ല.

"എളേമ്മ ഉദ്ദേശിച്ചത് ഒന്നാണെങ്കിലും എനിക്കത് രണ്ടു വ്യത്യസ്ത ചോദ്യങ്ങളാണ്."

പുരികം ചുളിച്ച് ഞാൻ അവളെ നോക്കി.

"എന്നെയാരും എന്നു ചോദിച്ചാൽ എന്റെ സമ്മതമില്ലാതെ ആരെങ്കിലും എന്തെങ്കിലും ചെയ്തോ എന്നാണ് ഞാൻ അർത്ഥമാക്കുന്നത്. എന്തായാലും അതിനും ഉത്തരം തരാം. ഉണ്ട്. ആദ്യത്തെ അനുഭവം നാലു വയസ്സിലായിരുന്നു. അമ്മ രാജേഷിനെ പ്രസവിച്ച സമയമാണ്. എന്റെ അടുത്ത് കിടന്നിരുന്ന ആൾ രാത്രി ഉറക്കത്തിനിടെ എന്റെ സ്വകാര്യ ഭാഗങ്ങളിൽ തലോടുന്നതായി തോന്നി ഞാൻ പെട്ടെന്നുണർന്നു. അസ്വസ്ഥയായി. എല്ലാവരും ചുറ്റും ഉറങ്ങുകയാണ് ആ മുറിയിൽ തന്നെ. പക്ഷേ പേടി കാരണം അനങ്ങാനോ ശബ്ദിക്കാനോ പറ്റിയില്ല."

"ആരാ അത് ചെയ്തത്? നമ്മുടെ വീട്ടിൽ വെച്ചോ?"

"അതെ, തറവാട്ടിൽ വെച്ച്."

സിനിമയിൽ പൊലീസിന്റെയും വാദിയുടെയും മുൻപിൽ തിരിച്ചറിയൽ പരേഡിനു നിൽക്കുന്ന പോലെ വീട്ടിലെ സകല പുരുഷന്മാരും എന്റെ മനസ്സിൽ അണിനിരന്നു.

"പിന്നീടൊരിക്കൽ അയാളുടെ വീട്ടിൽ വെച്ചും. ഉറക്കത്തിൽ തന്നെ."

"അപ്പോ വേറെ വീട്ടിലെ ആളാണോ?"

"അതെ. നമ്മുടെ അടുത്തൊരു ബന്ധു."

പരേഡിലെ ആൾക്കാരിൽനിന്നും വീട്ടിലെ ആണുങ്ങൾ മാറി ആ സ്ഥാനത്ത് അടുത്ത ബന്ധുക്കളായ പുരുഷന്മാർ നിരന്നു നിന്നു.

“അന്നയാൾ college student ആയിരുന്നു. അയാളുടെ കൂടെ കിടക്കേണ്ടെന്നു പറഞ്ഞിട്ടും വേറെ സ്ഥലമില്ലെന്ന് പറഞ്ഞ് മുതിർന്നവർ തന്നെ എന്നെ അയാളുടെ കൂടെ ഉറങ്ങാൻ വിടുകയായിരുന്നു.”

പരേഡിലെ അംഗസംഖ്യ പകുതിയിൽ കുറഞ്ഞു. ഇപ്പോൾ അതിൽ നീനയ്ക്കു നാലു വയസ്സുള്ളപ്പോൾ കോളേജിൽ പഠിച്ചിരുന്ന പുരുഷന്മാർ മാത്രമായി. ഇവരിലാരായിരിക്കും?

ഞാൻ മനസ്സിൽ ചോദിച്ചത് കേട്ടപോലെ നീന പറഞ്ഞു.

“ആരെന്നറിയാതിരിക്കുകയാണ് നല്ലത്. കാലം കുറെ കഴിഞ്ഞില്ലേ? മുപ്പത്തിയഞ്ചു വർഷങ്ങൾക്കുശേഷം ഞാനയാളെ ലിസി ഹോസ്പിറ്റലിൽ വെച്ചു കണ്ടു.”

“എന്നിട്ട്?”

അയാളുടെ സ്ഥിതി കഷ്ടമായിരുന്നു. സത്യത്തിൽ അതിനു മുൻപു തന്നെ ഞാനയാൾക്കു മനസ്സുകൊണ്ട് മാപ്പു കൊടുത്തിരുന്നു. കാരണം, ഒന്ന് അയാളുടെ അന്നത്തെ പ്രായം. പിന്നെ ഇന്നു നടക്കുന്ന പല കാര്യങ്ങളും കേട്ടപ്പോൾ തോന്നി, ദൈവാനുഗ്രഹംകൊണ്ട് ഒരു തലോടലിൽ ഒതുക്കിയല്ലോ. വിരൽ കടത്തുകയോ വേദനിപ്പിക്കുകയോ ഒന്നും ചെയ്തില്ലല്ലോയെന്ന്.”

ഞാൻ നിശ്ശബ്ദയായി അവളെ കണ്ടും കേട്ടുമിരുന്നു.

“പിന്നെയുള്ളത് ഇന്ത്യയിലെ ഭൂരിഭാഗം സ്ത്രീകളും കടന്നു പോകുന്ന രണ്ട് അനുഭവങ്ങളാണ്. ബസ്സിൽ വെച്ചൊരാൾ തിരക്കിനിടയിൽ മാറിൽ പിടിച്ചമർത്തിയതറിഞ്ഞു. ആളെ മനസ്സിലാവാത്തതിനാലും അതിലുപരി ധൈര്യക്കുറവുകൊണ്ടും പ്രതികരിച്ചില്ല. പെട്ടെന്നിറങ്ങി പോന്നു. ആ നടുക്കം ഒരുപാടു ദിവസങ്ങൾക്കു ശേഷമാണു മാറിയത്. ഒരിക്കൽ ഒരാൾ എന്റെ പിൻഭാഗത്ത് അയാളുടെ ശരീരമുരസികൊണ്ടിരുന്നു. ആദ്യം അയാളുടെ കയ്യിലുള്ള ഉറപ്പുള്ളൊരു സാധനം എന്റെ അരക്കെട്ടിനു പിന്നിൽ അമരുമ്പോൾ വേദനിക്കുന്നുവെന്നേ തോന്നിയുള്ളൂ. അതയാളുടെ sex organ ആയിരുന്നുവെന്ന് മാറി നിൽക്കുന്നതിനിടയിൽ മനസ്സിലായി. ഇങ്ങനെയൊക്കെ ആൾക്കാർ ചെയ്യുമോന്നു അത്ഭുതപ്പെട്ടു.”

ഒന്നു നിർത്തി നീന തുടർന്നു.

“എന്തായാലും ഈ മൂന്നു കാര്യങ്ങളും എന്റെ സമ്മതം കൂടാതെ നടന്നതായതുകൊണ്ട് അതു ചെയതത് ‘ആണുങ്ങളാ’ണെന്നു ഞാൻ കണക്കാക്കുന്നില്ല.”

“ശരിയാണ്.”

“ഇനി എളേമ്മയുടെ രണ്ടാമത്തെ ചോദ്യം എന്റെ എക്സ്പീരിയൻസിനെക്കുറിച്ചായിരുന്നല്ലോ. അതായത് എന്റെ സമ്മതത്തോടെയുള്ള

അനുഭവങ്ങൾ. അതിനുത്തരം No ആണ്. കാരണം എനിക്കു പ്രണയം മാത്രമേ ഉണ്ടായിരുന്നുള്ളൂ. പ്രണയബന്ധങ്ങളില്ലായിരുന്നു. ഉണ്ടെങ്കിലല്ലേ ഞങ്ങൾക്കിടയിലെന്തെങ്കിലും നടക്കൂ. മാത്രമല്ല അമ്മയേയും അമ്മമ്മ യേയും മാമന്മാരെയും വിഷമിപ്പിക്കുന്ന ഒരു ബന്ധത്തിനും ഞാൻ പോവി ല്ലെന്നു മുൻപേ തന്നെ മനസ്സിലുറപ്പിച്ചിരുന്നു. അതിനുള്ള ധൈര്യവും ഉണ്ടായിരുന്നില്ല, സമയവും."

നീന അന്നും ഇന്നും സുന്ദരിയാണ്. നല്ല മുടിയുമുണ്ട്. വെണ്ണ തോൽക്കു മുടലും വാഴപ്പോളയുടെ നിറവും മഴവില്ലിനൊത്ത പുരികവും മയിൽ ക്കണ്ണുകളും പവിഴാധരങ്ങളും ആലിലവയറും ഒക്കെ ഉണ്ടെന്നല്ല. പക്ഷേ സ്ത്രീകളും പുരുഷന്മാരും ഒരുപോലെ ഇഷ്ടപ്പെട്ടിരുന്ന എന്തോ ഒരു ഭംഗി നീനയ്ക്കുണ്ട്. ഇപ്പോഴും.

"ആരോടാണു നിനക്കു പ്രണയം തോന്നിയിട്ടുള്ളത്?"

"വല്യ പ്രണയമൊന്നുമല്ല. ഭംഗിയും പൗരുഷവുമുള്ള ആണുങ്ങളെ കാണുമ്പോൾ ഒരു പെൺകുട്ടിക്കു തോന്നുന്ന ഒരാകർഷണം. അത്ര തന്നെ. വീടിനടുത്തുണ്ടായിരുന്ന റഷീദിനോടായിരുന്നു ആദ്യ പ്രണയം. പിന്നെ കോളേജിൽ ഉണ്ടായിരുന്ന രണ്ടോ മൂന്നോ സീനിയേഴ്സിനോടും തോന്നീട്ടുണ്ട്. പക്ഷേ കുറച്ചെങ്കിലും ടു വേ പ്രണയം ഉണ്ടായിരുന്നത് ഫൈനലിയറിൽ എന്റെ ജൂനിയറുമായിട്ടായിരുന്നു."

"ജൂനിയറോ?"

"അതെ, ഒരു വർഷം താഴെയായിരുന്നു. ഒരുതരം നിശ്ശബ്ദ പ്രണയം. ക്ലാസിനു മുന്നിലൂടെ എന്നെ കാണാൻ വേണ്ടി മാത്രം എന്ന പോലെ അവൻ പല തവണ കടന്നുപോകുമായിരുന്നു. മെല്ലെ മെല്ലെ ആ കടന്നു പോവലുകൾക്കായി ഞാനും കാത്തിരിക്കാൻ തുടങ്ങി. എത്ര രസകര മായ ക്ലാസാണെങ്കിലും പുറത്തൊരനക്കം കേട്ടാൽ എന്റെ നോട്ടം പുറ ത്തോട്ടു പോകുമായിരുന്നു. അതുപോലെ തന്നെ കൂട്ടുകാരൊത്ത് എത്ര സീരിയസ് ഡിസ്കഷൻ നടത്തി പോവുകയാണെങ്കിലും എന്റെ ക്ലാസ് റൂമിനു മുൻപിലെത്തുമ്പോൾ, ഉള്ളിൽ ഞാനിരിക്കുന്ന സ്ഥലത്തേക്കു നോക്കാതിരിക്കില്ല. ഒരു reflex action പോലെ തിരിച്ചങ്ങോട്ടു ഞാനും."

നീന മധുരമായി ചിരിച്ചു. ദീർഘമായി നിശ്വസിച്ചു.

"പിന്നെ?"

"കോളേജ് വിട്ടപ്പോൾ ആരിൽ നിന്നോ അഡ്രസ് വാങ്ങി എനിക്കൊരു കാർഡ് അയച്ചു. എന്നെ ദൂരെ നിന്ന് ഒന്നു കാണുന്നതുപോലും അവ നേറ്റവും സന്തോഷമുള്ള കാര്യമായിരുന്നെന്നും പറഞ്ഞ്. എനിക്കും അങ്ങനെ തന്നെയായിരുന്നുവെന്ന് മനസ്സിൽ തോന്നിയെങ്കിലും തിരിച്ചു പറഞ്ഞില്ല. അപ്പോഴേക്കും എന്റെ കല്യാണമുറപ്പിച്ചിരുന്നു.

# വിധേയ

എത്ര നിഷ്കളങ്കമായ ആകർഷണങ്ങളായിരുന്നു അവയെന്ന് അന്ന് ഞാൻ അത്ഭുതപ്പെട്ടു. ഇക്കാലത്ത് സ്കൂളിൽ വെച്ചുതന്നെ പല ഇണക്കുരുവികളെയും ഞാനടക്കമുള്ള അദ്ധ്യാപകർ പിടികൂടാറുണ്ട്. ഏതെങ്കിലും ഒഴിഞ്ഞ ക്ലാസ്സ്റൂമിൽവെച്ചോ കോണിപ്പടികളിൽ വെച്ചോ നടത്തുന്ന ചുംബനമോ കെട്ടിപ്പിടുത്തമോ ആയിരിക്കും മിക്കപ്പോഴും കാരണം.

"നിനക്കൊന്നും അറിഞ്ഞുകൂടായിരുന്നു എന്നാണോ പറയുന്നത്?"

"ഇല്ലെന്ന് മുഴുവനായിട്ടും പറയാൻ പറ്റില്ല. പക്ഷേ ഒന്നിനും ഒരു പൂർണമായ ചിത്രമില്ലായിരുന്നു. ഞാൻ അധികം കഥകളൊന്നും വായിച്ചിരുന്നില്ല. വായിച്ചിരുന്ന കഥകളാകട്ടെ ദാസ്മാമന്റെ കളക്ഷനിൽ ഉണ്ടായിരുന്ന ചില ക്ലാസ്സിക്കുകൾ മാത്രം. എളേമ്മ കുറെ നോവലുകൾ വായിക്കുന്നത് ഞാൻ കണ്ടിട്ടുണ്ട്. എനിക്ക് അത്ര ക്ഷമയൊന്നും ഉണ്ടായിരുന്നില്ല. ചിത്രം വരയായിരുന്നല്ലോ മെയിൻ പരിപാടി. എന്നാലും എസ്.കെ. പൊറ്റക്കാട്ടിന്റെ ഒരു ചെറുകഥാസമാഹാരം വളരെ ആസ്വദിച്ചു വായിച്ചത് ഓർമ്മയുണ്ട്. ഇരുപത്തിയാറു കൊല്ലങ്ങൾക്കു ശേഷവും ഞാൻ അതിലെ ചില കഥകൾ ഓർക്കുന്നു."

"എന്റെ പുസ്തകങ്ങളെല്ലാം നാട്ടിൽ വെച്ചിട്ടാണ് ഞാൻ ബറോഡയിലേക്കു പോയത്. അതിലൊന്നും വായിച്ചില്ലേ?"

"എളേമ്മ പോയതിനുശേഷം തറവാട്ടിൽ വരുമ്പോൾ ബോറടി കാരണം ഞാൻ കുറച്ചൊക്കെ വായിക്കാൻ തുടങ്ങിയിരുന്നു. ഒരിക്കൽ പ്രീഡിഗ്രി കഴിഞ്ഞ സമയമാണ്. എളേമ്മ ബറോഡയിലേക്കു പോയിട്ടേയുള്ളൂ. ദാസ്മാമന്റെ ക്ലാസ്സിക്കുകൾക്കിടയിൽനിന്നും ഒരു സെക്സ് ബേസ്ഡ് ബുക്ക് കിട്ടി. ഒരു ശാസ്ത്രീയ ഗ്രന്ഥം. ഏതോ ഡോക്ടർ എഴുതിയതാണ്. സത്യം പറഞ്ഞാൽ വായിച്ചിട്ട് ഒന്നും മനസ്സിലായില്ല. തട്ടിൻമുകളിൽ പോയി ഒളിച്ചുവെച്ചാണ് വായന. കാരണം പുറംചട്ടയിൽ തന്നെ ലൈംഗികപാഠങ്ങൾ എന്നോ മറ്റോ എഴുതിയിരുന്നു. അന്നത്തെ കാലത്തെ

ഒരു പതിനേഴുകാരിക്കു മനസ്സിലാവുന്ന ഒന്നും അതിൽ ഇല്ലായിരുന്നു. അത്ഥമറിയാത്തതും കടിച്ചാൽ പൊട്ടാത്തതുമായ ചില വാക്കുകളും. ഉദ്ധാരണം, സ്ഖലനം, പിന്നെ ഒരു ഭഗ്നശശിയോ അങ്ങനെ എന്തോ."

ഞാൻ പെട്ടെന്നുറക്കെ ചിരിച്ചു.

"ഇപ്പോൾ അതെന്താ സാധനമെന്നെനിക്ക് നന്നായി അറിയാം. പക്ഷേ ഇപ്പോഴും ആ അവസാനം പറഞ്ഞ സംഗതി പറയാൻ എനിക്കറിയില്ല. പറയേണ്ടി വരാത്തതുകൊണ്ടായിരിക്കാം."

"മനുഷ്യരിതൊന്നും വർത്തമാനത്തിനിടയിൽപോലും പറയരുതെന്നാഗ്രഹിച്ച ഏതോ ദ്രോഹികളായിരിക്കണം ഈ പേരുകളൊക്കെ ഇട്ടത്."

ഞങ്ങൾ രണ്ടുപേരും പൊട്ടിച്ചിരിച്ചു.

"എന്തായാലും ആരും കാണാതെ ബുക്ക് തിരിച്ചു കൊണ്ടു ചെന്നു വെച്ചു. മൂന്നുനാലു തവണ അവസരം കിട്ടിയപ്പോഴൊക്കെ ഞാൻ ബുക്ക് വായിച്ചുനോക്കിയെങ്കിലും ഒരു ക്ലിയർ പിക്ചർ കിട്ടിയില്ല. Actually it was meant for married couple. നിരാശ തോന്നി."

"പറ്റിയ ചില കഥകളും അക്കൂട്ടത്തിലുണ്ടായിരുന്നു." ഞാൻ ഓർമ്മപ്പെടുത്തി.

"എളേമ്മയ്ക്കറിയോ, കല്യാണത്തിന് മുൻപ് ഞാൻ ഒരൊറ്റ ഇംഗ്ലീഷ് നോവൽ പോലും വായിച്ചിട്ടില്ല. വായിച്ചിട്ടുള്ള മലയാളം കഥകളിലെ ലൈംഗികതയെല്ലാം ഒരു പെണ്ണിന്റെ ചുണ്ടുകളേയും മാറിനേയും ചുറ്റിപ്പറ്റി മാത്രമായിരുന്നു. ചിലപ്പോഴെല്ലാം തുടകളേയും. ആ പരിലാളനകൾക്കുശേഷം ആണും പെണ്ണും പിന്നെന്തായിരിക്കും ചെയ്തിട്ടുണ്ടാകുകയെന്ന് എനിക്കു മനസ്സിലായിരുന്നില്ല. That reminds me... ബി.എസ്. സി സെക്കൻഡ് ഇയർ കഴിഞ്ഞ സമയമാണ്. തറവാട്ടിലെ ബുക്ക് ഷെൽഫിൽ നിന്നും എനിക്ക് 'വിലാസിനി' യുടെ 'ഊഞ്ഞാൽ' കിട്ടി. എളേമ്മ വായിച്ചിട്ടുണ്ടോ അത്?"

"ഉണ്ട്, കുറെ മുൻപാണ്."

"വിനോദിനി എന്ന വിനുവിന്റെയും അവളെ ഭ്രാന്തമായി സ്നേഹിക്കുന്ന ആ ചെറുപ്പക്കാരന്റേയും... പേരോർമ്മയില്ല. അനശ്വര പ്രണയം ഓർമ്മയുണ്ടോ?

Their love scenes really aroused me.

ആദ്യമായിട്ടായിരുന്നു എന്റെ ശരീരത്തിൽ എന്തോ സംഭവിക്കുന്നതായി എനിക്കു തോന്നിയത്. നെഞ്ചിടിപ്പു വല്ലാതെ കൂടി. രണ്ടു മൂന്നു തവണ കൂടി ആവർത്തിച്ചു വായിച്ചു. എന്തോ ഒരു വലിയ തെറ്റ് ചെയ്തു എന്ന തോന്നലായിരുന്നു അപ്പോൾ. രാത്രി ഉറങ്ങാൻ കിടന്നപ്പോൾ ആ വരികൾ വീണ്ടും വീണ്ടും ഓർത്തു.

“പല പ്രണയങ്ങളും അനശ്വരമാകുന്നത് അവർ ഒന്നിച്ചു ജീവിക്കാത്തതുകൊണ്ടാണ്. Famliarity breeds contempt എന്നാണല്ലോ. സ്വന്തമായിക്കഴിഞ്ഞാൽ പിന്നെ അതിനെന്ത് വില?”

വെയ്റ്റർ വരുന്നതറിഞ്ഞ് ഞങ്ങൾ നിശ്ശബ്ദരായി.

“മേഡം, വേറെയൊന്നും വേണ്ടെങ്കിൽ ബില്ല് എടുക്കട്ടെ?”

“ഷുവർ, പ്ലീസ്.”

“ഓക്കെ മേഡം.” പരിശീലിച്ച വിനയവും പുഞ്ചിരിയും പ്രകടിപ്പിച്ച് അയാൾ നീങ്ങി.

“കല്യാണം കഴിഞ്ഞ ആദ്യനാളുകളിൽ ജയകൃഷ്ണൻ എങ്ങനെയായിരുന്നു?”

ഞാൻ വീണ്ടും പ്രധാന ഉദ്യമത്തിലേയ്ക്കടുക്കാൻ തുടങ്ങി.

“ജയേട്ടനെ തീരെ സ്നേഹമില്ലാത്തവനായിട്ടോ ദുഷ്ടനായിട്ടോ തോന്നിയിട്ടില്ല. പക്ഷേ ചില കാര്യങ്ങൾ എത്ര ശ്രമിച്ചിട്ടും എനിക്ക് ഉൾക്കൊള്ളാൻ സാധിച്ചിരുന്നില്ല.”

“Like?”

“സെക്സ് എനിക്ക് വഴിപാടാകാൻ തുടക്കത്തിൽ ഒരു കാരണവും കുറച്ചു വർഷങ്ങൾക്കു ശേഷം കൂടുതൽ മടുക്കാൻ മറ്റൊരു കാരണവുമുണ്ടായിരുന്നു.”

എവിടെ നിന്നു തുടങ്ങണമെന്ന് ആലോചിക്കുംപോലെ നീന നിർത്തി.

“നിനക്ക് എന്നോട് തുറന്നുപറയാൻ ബുദ്ധിമുട്ടുണ്ടോ?”

“ഞാൻ മൂന്നു വർഷം മുൻപു വരെയുണ്ടായിരുന്ന നീനയല്ലിപ്പോൾ. പ്രായവും പക്വതയും അനുഭവങ്ങളും നമ്മളെ എത്രയോ മാറ്റിയിരിക്കുന്നു.”

“ചിലപ്പോൾ സോഷ്യൽ സർവീസിന്റെ ഭാഗമായി ‘വിമൻസ് ടോക്ക്’ ഉണ്ടാകാറുണ്ട്. ഇപ്പോഴും ചില പെൺകുട്ടികളുടെ സ്ഥിതി നിന്റെ അപ്പോഴത്തെ സ്ഥിതിയിൽനിന്നും വ്യത്യസ്തമല്ല. നിന്റെ അനുഭവങ്ങളിൽ നിന്നും അവർക്ക് പഠിപ്പിച്ചുകൊടുക്കാവുന്ന എന്തെങ്കിലും കിട്ടിയാലോ...?”

“നമ്മുടെ പ്രായത്തിലുള്ള പല സ്ത്രീകൾക്കും ഇതൊക്കെ മനസ്സിലായി തുടങ്ങിയിരിക്കുന്നു. കേട്ടിരിക്കാനും മനസ്സിലാക്കാനും പക്വതയുള്ള സ്ത്രീകളോടു മാത്രമേ അവർ ഇതൊക്കെ ഷെയർ ചെയ്യാറുള്ളൂ എന്നു മാത്രം. ഭർത്താവിനെ മറ്റുള്ളവരുടെ മുൻപിൽ തരംതാഴ്ത്താൻ ഒരു സ്ത്രീയും ആഗ്രഹിക്കുകയില്ലല്ലോ.”

“അതിനർത്ഥം ആണുങ്ങൾക്കാണ് കൂടുതൽ പാഠങ്ങൾ നൽകേണ്ടതെന്നല്ലേ?”

"അവർക്കും വേണ്ടതാണ്. പതിനെട്ടു വയസ്സുള്ള എന്റെ മോനോട് ഞാൻ ഏറ്റവും കൂടുതൽ ആവശ്യപ്പെട്ടിട്ടുള്ള കാര്യം അവനു ചുറ്റുമുള്ള സ്ത്രീകളെ മനസ്സിലാക്കണമെന്നും ബഹുമാനിക്കണമെന്നുമാണ്. ഇനി എന്റെയും ജയേട്ടന്റെയും തുടക്കത്തെപ്പറ്റി പറയുകയാണെങ്കിൽ, ഇതിൽ നാട്ടിൽനിന്ന ആദ്യത്തെ പതിനഞ്ചു ദിവസം ഞാൻ ജയേട്ടനുമായി ഇമോഷണലി അറ്റാച്ച്ഡ് ആയിരുന്നു. കുറ്റപ്പെടുത്തലുകളൊക്കെ ചെറുതായി ആള് തുടങ്ങിയിട്ടുണ്ടായിരുന്നുവെങ്കിലും രാത്രികളെ അക്കാര്യം മാനസികമായി ബാധിച്ചിരുന്നില്ല. പിന്നെ ആദ്യരാത്രി തൊട്ടുതന്നെ എനിക്കങ്ങോട്ട് ചെയ്യാൻ വലിയ റോൾ ഒന്നും ഇല്ല എന്നും എന്നോട് ചെയ്യുന്ന കാര്യങ്ങൾക്ക് വഴങ്ങി കൊടുക്കേണ്ട, തറവാട്ടിൽ പിറന്ന ഒരു പെൺകുട്ടിയുടെ കടമ മാത്രമല്ലേ ഉള്ളൂ എന്ന സമാധാനവും ഉണ്ടായിരുന്നു. അതേസമയം മുതിർന്ന ഒരാണിന്റെ പ്രൈവറ്റ് പാർട്സ് കാണുമ്പോൾ പേടിയോ അറപ്പോ ഉണ്ടാകുമോയെന്ന സംഭ്രമവും ശക്തമായി. പെനിട്രേഷൻ ചെയ്യേണ്ടി വരുമെന്ന് ആലോചിച്ചപ്പോൾ തന്നെ എനിക്കു നെഞ്ചിടിപ്പ് കൂടി. ആദ്യത്തെ രണ്ടു ദിവസവും എന്നെ കംഫർട്ടബിൾ ആക്കാൻ ഫോർ പ്ലേയിൽ മാത്രം ഒതുക്കി. ഓരോ വസ്ത്രവും അഴിച്ചു മാറ്റപ്പെടുന്നതിനൊപ്പം എന്റെ വിഷമവും നാണവും കൂടി വന്നെങ്കിലും എന്തായിരിക്കും എന്റെ ശരീരത്തിൽ ചെയ്യാൻ പോകുകയെന്നാലോചിച്ച് ഒരു കൗതുകവും കുറച്ചൊക്കെ സന്തോഷവും എന്റെ മനസ്സിലും ഉണ്ടായിരുന്നു. എന്നാൽ എല്ലാം ചെയ്തു കഴിഞ്ഞപ്പോൾ പണ്ട് 'ഊഞ്ഞാലി'ലെ വിനുവിന്റെ പ്രണയ ലീലകൾ വായിച്ചപ്പോൾ പോലും ഞാൻ ഇതിലേറെ aroused ആയിരുന്നല്ലോ എന്ന് അത്ഭുതപ്പെട്ടു.

"ശരിക്കും?"

"യെസ്. മൂന്നാം ദിവസം ഒരു പുരുഷന്റെ pleasureനുവേണ്ടി ഞാൻ ചെയ്യേണ്ട കാര്യങ്ങൾ പഠിപ്പിച്ചു തന്നു. ക്ഷമയോടെ തിരുത്തി. ശരിയായി ചെയ്യുന്നുവെന്നു ഉറപ്പു വരുത്തും വരെ. ഞാൻ വായിച്ചിട്ടുണ്ട് പുരുഷനും സ്ത്രീയും കരയും കടലും പോലെയാണെന്ന്. എത്ര ശരിയാണത്. മെല്ലെ മെല്ലെ ഉത്തേജിതയായി വരുന്ന എന്നിലെ സ്ത്രീയെ കാണും മുൻപേ തന്നെ ആ പുരുഷൻ പരമോന്നതിയിൽ എത്തിയാൽ പിന്നെ അവൾക്ക് സ്വയം തണുക്കുകയല്ലേ വഴിയുള്ളൂ. ശ്രീകോവിലിന്റെ കൽപടവിൽ തൊട്ടു നെറുകിൽ വെച്ച് തൊഴുത് സായൂജ്യമടയാൻ പോയിട്ട് ചുറ്റമ്പലത്തിന്റെ വാതിൽക്കലിൽ നിന്നു മാത്രം തൊഴുത്, പുറത്തു കണ്ട ചന്ദനവും ചാർത്തി തിരിച്ചു വരേണ്ടി വരുന്ന ഒരവസ്ഥയായിരുന്നു എനിക്കുണ്ടായിരുന്നത്. ഓർഗാസത്തിന്റെ ആനന്ദത്തിൽ ആറാടിക്കൊണ്ടിരിക്കുന്ന ആ മുഖത്തേക്കു ഞാൻ ആശ്ചര്യത്തോടെ നോക്കി. അണ്ടർവെയറിൽ ചുരുട്ടിവെച്ചിരിക്കുന്ന ആ നനവിലേക്കും. പത്തിരുപത് മിനിറ്റ് പലതും ചെയ്തിട്ടും എനിക്ക് കിട്ടാത്ത എന്തു സുഖമാണാ വ്യക്തിക്കു കിട്ടിയത് എന്ന് ഞാൻ ചിന്തിച്ചുകൊണ്ടിരുന്നു, നഗ്നമായിരുന്ന എന്റെ മാറിൽ എന്റെ

നൈറ്റ് ഡ്രസ്സ് വന്നു വീഴുംവരെ. 'ഇനി ഇതെടുത്തിട്ടോ. കഴിഞ്ഞില്ല്യേ, ഇന്യൊന്നൂല്ല' എന്നും വ്യക്തമാക്കി."

നീന ഒരു നിമിഷം നിർത്തി. പിന്നെ തുടർന്നു.

"അന്നായിരിക്കണം രതിയോടുള്ള വെറുപ്പിന്റെ വിത്ത് എന്റെ മനസ്സിൽ ആദ്യമായി വന്നുവീണത്. ഞാൻ വിചാരിച്ചു സെക്സ് എന്നാൽ അത്രേയുള്ളൂ. ഈയൊരു ചെറിയ സുഖത്തിനെയാണോ എല്ലാവരും ഇത്രയ്ക്കും ഇംപോർട്ടൻസ് കൊടുത്തു പാടിപ്പുകഴ്ത്തുന്നത്? ഞാൻ കട്ടിലിലേക്കു നോക്കി. എന്റെ സൈഡിൽ കിടന്നുറങ്ങുന്ന അയാളോട് എനിക്ക് അസൂയ തോന്നി."

"ഞാനൊരു കാര്യം ചോദിക്കട്ടെ നീനേ? ഇപ്പറഞ്ഞ സിറ്റ്വേഷൻ നോക്കുമ്പോൾ നീ നേരത്തെ പറഞ്ഞ, സമൂഹം കല്പിച്ചിട്ടുണ്ടെന്നു പറഞ്ഞ ചില കാരണങ്ങളുമായി ബന്ധമുണ്ടല്ലോ. അപ്പോൾ അതു ജയകൃഷ്ണന്റെ പ്രശ്നമല്ലേ?"

"ഇക്കാര്യത്തിൽ മുഴുവനായും ഞാൻ ജയേട്ടനെ കുറ്റപ്പെടുത്തില്ല. പറഞ്ഞത് സത്യമാണെങ്കിൽ ഞാൻ ജയേട്ടന്റെ ആദ്യത്തെ സെക്സ് പാർട്നർ ആണ്. അതു വിശ്വസിക്കാമെങ്കിൽ ഒരു പെണ്ണിന് വേണ്ടതെന്താണെന്ന് ആദ്യതവണ തന്നെ ഒരു പുരുഷന് അറിയുന്നതെങ്ങനെ? അയാളും ആദ്യമായി ഭർത്താവായതല്ലേ? ഭാര്യയെ പോലെ ഭർത്താവിനും അറിവുകേടുള്ളത് ഒരു കുറ്റമൊന്നുമല്ല. ജയേട്ടൻ എന്നോട് തെറ്റാണ് ചെയ്തതെന്ന് തോന്നിയിട്ടുള്ള ഒരുപാട് കാര്യങ്ങളുണ്ട്. അതെല്ലാം മലേഷ്യയിൽ എത്തിയതിനുശേഷമുള്ള, പിന്നീടങ്ങോട്ടുള്ള ജീവിതത്തിൽ ആയിരുന്നു. എന്നാൽ ആ രാത്രിയിലെ കാര്യത്തിൽ ഇപ്പോൾ എനിക്ക് എന്നോടുതന്നെയാണ് കൂടുതൽ ദേഷ്യം തോന്നുന്നത്. സെക്സിന്റെ സമയത്ത് ഒട്ടും റിലാക്സ്ഡ് ആവാൻ പറ്റാതിരുന്ന എന്റെ മനസ്സിനോടാണ്. ആത്മവിശ്വാസവും ധൈര്യവും ഇല്ലാതിരുന്ന എന്റെ വ്യക്തിത്വത്തോടാണ്. എന്റെ അവകാശങ്ങളെപ്പറ്റി എന്നെ ബോധവൽക്കരിക്കാൻ ഉത്തരവാദിത്തപ്പെട്ടിരുന്നവരോടാണ് എനിക്കു ദേഷ്യം തോന്നുന്നത്. സ്ത്രീകളോട്, അവർ പവിത്രതയുടെയും ക്ഷമയുടെയും സഹനത്തിന്റെയും കൊടുമുടിയിൽ നിൽക്കേണ്ടവളാണെന്ന് പറഞ്ഞു പഠിപ്പിച്ചു ബോദ്ധ്യപ്പെടുത്തി അവരുടെ human rightsനെ തന്നെ നിഷേധിച്ച സമൂഹത്തിനോടാണ് പുച്ഛം തോന്നുന്നത്."

"ങ് ഊം... അതെന്തുകൊണ്ടാണെന്നു നീ ഓരോന്നും വ്യക്തമായി പറയണം. I want to know."

ഇന്റർവ്യൂ ചെയ്യാൻ വന്ന ഒരു പത്രപ്രവർത്തകയുടെ ആവേശത്തോടെ ഞാൻ മുന്നോട്ടാഞ്ഞിരുന്നു.

## വിഗ്രഹങ്ങൾ

**ഞ**ങ്ങൾക്കു പോകാൻ തിരക്കൊന്നുമില്ലെന്നു തോന്നിയതുകൊണ്ടായിരിക്കണം വെയ്റ്റർ സമയമെടുത്തു തന്നെയാണ് ബില്ല് കൊണ്ടുവന്നത്. കാർഡ് പേമെന്റ് പൂർത്തിയാക്കി കാർഡ് തിരിച്ചു ബാഗിൽ വെച്ചു.

"പറഞ്ഞു തുടങ്ങിയാൽ തീരില്ല. എളേമ്മയ്ക്കു തിരക്കുണ്ടോ?"

"ഒട്ടുമില്ല. എളേച്ഛൻ തിരിച്ചുപോയതുകൊണ്ട് ഞാൻ ഫ്രീയാണ്. ബുധനാഴ്ച വരെ എന്റെ സമയം നിനക്കുവേണ്ടി മാത്രമാണ്."

"ബുധനാഴ്ച തന്നെ പോകണമെന്നുണ്ടോ?"

"വേണം. തേഴ്സ്ഡേ ജോയ്ൻ ചെയ്യണം."

"വർക്കിങ്ങ് ആകുമ്പോൾ അങ്ങനെയും പ്രശ്നങ്ങളുണ്ടല്ലോ." നീന ചുറ്റും നോക്കി. "നമുക്കിറങ്ങണ്ടേ?"

"വേറെ വഴിയില്ല. വീട്ടിൽ ചെന്നാൽ ഇത്ര സൗകര്യം കിട്ടില്ല. നമുക്ക് മെല്ലെ ഡ്രൈവ് ചെയ്തു പോവാം."

ഞങ്ങൾ കാറിൽ കയറി. ഞായറാഴ്ചയായതുകൊണ്ട് റോഡിൽ തിരക്കു കുറവായിരുന്നു. രണ്ടുകിലോമീറ്ററോളം കഴിഞ്ഞപ്പോൾ വശങ്ങളിൽ പാടവും മരങ്ങളുമുള്ള തിരക്കില്ലാത്ത റോഡിലെത്തി. നീന മെല്ലെയാണ് വണ്ടി ഓടിച്ചത്. ഞങ്ങളുടെ വിഷയം തുടരാനുള്ള അന്തരീക്ഷമായി എന്നു തോന്നിയപ്പോൾ ഞാൻ ചോദിച്ചു.

"നീയെന്തുകൊണ്ടാണ് ജയകൃഷ്ണനെ മാത്രം കുറ്റപ്പെടുത്താതെ നിന്റെയും സമൂഹത്തിന്റെയും തെറ്റുണ്ട് എന്നു പറഞ്ഞത്? വിശദമായി പറയൂ."

"ജയേട്ടന്റെയടുത്ത് തെറ്റില്ലെന്നല്ല. പക്ഷേ ആ തെറ്റുവരുത്താനുള്ള ധൈര്യം ജയേട്ടനുണ്ടായത് എന്റെ സ്വഭാവം കണ്ടിട്ടല്ലേ?"

നീന എന്റെ മുഖത്തേക്കു നോക്കി.

'ഞാൻ പറയാം' എന്നു പറഞ്ഞെങ്കിലും കുറച്ചു നേരം അവളൊന്നും മിണ്ടാതെ ഡ്രൈവിംഗിൽ ശ്രദ്ധിച്ചു മുന്നോട്ടു പോയി. പിന്നിലും സൈഡിലും നോക്കിയ ശേഷം ഇടതുവശത്തുള്ള മരച്ചുവട്ടിലേക്കു കാർ കയറ്റിയിട്ടു മറ്റു വാഹനങ്ങൾക്കു തടസ്സമാകാത്ത വിധത്തിൽ. പിന്നെ വിൻഡോ ഗ്ലാസ് മുഴുവൻ താഴ്ത്തി എൻജിൻ ഓഫ് ചെയ്തു.

"നമുക്ക് നേച്ചറിലേക്കുതന്നെ തിരിച്ചുപോകാം. സെയിം മൂഡ് കണ്ടിന്യൂ ചെയ്യാലോ."

കാറ്റിൽ പറന്ന മുടിയിഴകൾ കൈകൊണ്ടൊതുക്കി നീന തുടർന്നു.

"ഒരുപാടു കണ്ണികളുള്ള ഒരു ചങ്ങലയാണ് ജീവിതത്തിലെ ഓരോ സംഭവങ്ങളും. ഭർത്താവിന്റെ ഇഷ്ടത്തിനനുസരിച്ച് ജീവിക്കണമെന്ന് വീട്ടുകാരും സമൂഹവും നമ്മളെ പഠിപ്പിച്ചപ്പോൾ അത് ന്യായമല്ലെങ്കിലോ ബുദ്ധിമുട്ടുണ്ടാക്കുന്നുവെങ്കിലോ തുറന്നു പറയണമെന്ന് ആരും പഠിപ്പിച്ചില്ല. വിഷമങ്ങൾ നല്ല രീതിയിൽ തുറന്നു പറയാനുള്ള ധൈര്യം ഏതൊരാൾക്കും ഉണ്ടാകണം. അത് ആണായാലും പെണ്ണായാലും.

ഒന്നാമതായി സെക്സ് എന്നാൽ അത് സ്നേഹത്തിന്റെ മൂർദ്ധന്യത്തിലും അതിലൂടെ ശരീരത്തിന്റെ ഉത്തേജനത്തിലും രണ്ടു വ്യക്തികൾ കൂടിച്ചേർന്ന് പരസ്പരാഭിനിവേശത്തോടെ ചെയ്യേണ്ട ആനന്ദകരമായ ഒരു കാര്യമാണെന്ന് ആൺകുട്ടിക്കും പെൺകുട്ടിക്കും പറഞ്ഞു കൊടുക്കേണ്ടതാണ്. വഴങ്ങിക്കൊടുക്കലല്ല അതിൽ പെൺകുട്ടിയുടെ റോൾ എന്നും ejaculation മാത്രമല്ല ഒരാണിന്റെ ലക്ഷ്യമെന്നും അവർക്കു ബോദ്ധ്യപ്പെടേണ്ടതാണ്. രണ്ടാമതായി എത്ര തന്നെ പറഞ്ഞു കൊടുത്താലും പ്രേമവും സ്വാതന്ത്ര്യവും തോന്നിപ്പിക്കുന്ന വിധത്തിൽ ഭർത്താവിന് പെരുമാറാൻ കഴിഞ്ഞില്ലെങ്കിൽ, പെൺകുട്ടികൾക്കും സെക്സ് ആസ്വദിക്കാൻ കഴിയില്ല.

ഭർത്താവിനെ ദൈവത്തെ പോലെ കാണണമെന്ന് അമ്മമ്മയും കളമശ്ശേരിയിൽ പോയപ്പോൾ വാസുട്ടി മുത്തച്ഛനും എന്നോടു പറഞ്ഞതോർമ്മയുണ്ട്. "ഭർത്താവ് എന്ന സ്ഥാനത്തൊരാളെ കിട്ടിയാൽ പിന്നെ അയാളെ ബഹുമാനിക്കണം. കുടിയനാണെങ്കിലും കുടുംബം നോക്കുന്നവനല്ലെങ്കിലും സ്വാർത്ഥനാണെങ്കിലും മടിയനാണെങ്കിലും മുരടനാണെങ്കിലും മുൻകോപിയാണെങ്കിലും ഭാര്യയെ തൃപ്തിപ്പെടുത്താത്തവനാണെങ്കിലും അയാളെ ദൈവത്തെപ്പോലെ കാണണം. കാരണം അയാൾ നിന്റെ കഴുത്തിൽ താലി കെട്ടിയവനാണ്."

സത്യം പറഞ്ഞാൽ പല സ്ത്രീകളും ഭർത്താവിനെ ദൈവത്തെ പോലെ പൂജിച്ചു. ഒരു വിഗ്രഹത്തെ പോലെ അതിനെ കുളിപ്പിച്ചും

വെളുപ്പിച്ചും അണ്ടർവെയറടക്കമുള്ള തുണികൾ കഴുകിയും കൃത്യസമയത്ത് ഭക്ഷണം നിവേദിച്ചും നേരാനേരങ്ങളിൽ നടയടച്ച് മറ്റൊരു ശല്യവുമില്ലാതെ റെസ്റ്റെടുക്കാനും പത്രം വായിച്ചും ന്യൂസ് ഡിബേറ്റ്സ് കണ്ടും അറിവു കൂട്ടാനും (പല സദസ്സുകളിലും ജ്ഞാനം വിളമ്പാൻ അവരെ സഹായിക്കേണ്ടതും ഭാര്യയുടെ കടമയാണ്) സ്പോർട്സ് ചാനൽസ് കണ്ട് ആസ്വദിക്കാനും മറ്റു ദൈവങ്ങളുമായി സൊറ പറഞ്ഞ് അമൃതപാനം ചെയ്യാനും സൗകര്യമൊരുക്കി. പക്ഷേ കണ്ടോ കേട്ടോ ശീലമില്ലാത്തതുകൊണ്ടും പ്രത്യേകിച്ചു എടുത്തു പറഞ്ഞു പഠിപ്പിക്കാത്തതുകൊണ്ടും ആ 'ദൈവ'വുമായി മനസ്സു തുറന്ന് സെക്സ് ചെയ്യാൻ മാത്രം പല സ്ത്രീകൾക്കും ബുദ്ധിമുട്ട് തോന്നി."

"അപ്പോൾ അങ്ങനെ സേവിക്കുന്ന ഭാര്യമാരാരും സെക്സ് എൻജോയ് ചെയ്യുന്നില്ലെന്നാണോ?"

ഉത്തരം അറിയാമെങ്കിലും അവളുടെ വാക്കുകളിലൂടെ കേൾക്കാൻ വേണ്ടി ഞാൻ ചോദിച്ചു.

"ആർക്കറിയാം? ഒന്നാമത് യഥാർത്ഥ ഓർഗാസമെന്തെന്നറിയാത്തവർക്ക് തനിക്കു കിട്ടിക്കൊണ്ടിരിക്കുന്നതാണ് പരമാനന്ദമെന്ന് തോന്നുന്നുണ്ടാകാം. ഇനി അതു തിരിച്ചറിഞ്ഞാൽ തന്നെ എത്ര പേർ പുറത്തു പറയും?"

"ങും."

"ഞങ്ങളുടെ കല്യാണം കഴിഞ്ഞ് രണ്ടു ദിവസത്തിനുള്ളിൽ തന്നെ ജയേട്ടനൊരു കാര്യം മനസ്സിലായി. ഞാൻ പൊതുവെ ശാന്തയാണെന്നും പ്രതിഷേധമൊന്നും പ്രകടിപ്പിക്കാത്തവളാണെന്നും. അത് ജയേട്ടന്റെ ആത്മവിശ്വാസവും ഭർത്താവെന്ന മേൽക്കോയ്മയും വർദ്ധിപ്പിച്ചു. പല കാര്യങ്ങളും സ്വന്തമായി ചെയ്യാൻ തുടങ്ങുമ്പോഴേക്കും ഇനിയിതൊക്കെ ചെയ്യാൻ ഭാര്യയുണ്ടല്ലോ എന്നോർമ്മ വന്ന് എന്നോട് ആജ്ഞാപിക്കുന്നതായി തോന്നിയിട്ടുണ്ട്. "ആ ഷർട്ട് മടക്കൂ. ബനിയനെടുക്കൂ. ആ തോർത്തവിടെ വെച്ചു കൂടെ. ഈ പ്ലേറ്റെടുത്ത് അടുക്കളയിൽ കൊണ്ടുപോകൂ" എന്നിങ്ങനെ. കഴിച്ചു കഴിഞ്ഞാൽ അച്ഛന്റെയും അമ്മയുടേതിനുമൊപ്പം ജയേട്ടന്റെയും പ്ലേറ്റും എടുക്കാറുള്ളതാണ്. എന്നാലും ആജ്ഞാപിക്കും. അലമാരിയിൽ നിന്നും ബനിയനും തോർത്തും എടുക്കാൻ ലീവിൽ ഫ്രീയായിരിക്കുന്ന, ആരോഗ്യമുള്ള ഒരു മനുഷ്യന് മറ്റൊരാളിന്റെ ആവശ്യമുണ്ടോ എന്ന് എനിക്കു തോന്നിയെങ്കിലും എതിർപ്പൊന്നും പ്രകടിപ്പിക്കാതെ ഞാൻ ചെയ്തു കൊടുത്തു. പക്ഷേ എന്നെക്കൊണ്ടോരോന്നും പറഞ്ഞ് പരിചരിപ്പിച്ചപ്പോൾ ജയേട്ടനിൽ എനിക്കു ഒരു ടിപ്പിക്കൽ ഭർത്താവിനേയോ അച്ഛനേയോ വല്യച്ഛനേയോ അമ്മാവനേയോ ഒക്കെയാണ് കാണാൻ കഴിഞ്ഞത്. പ്രായത്തിനു മൂത്തവരും മുതിർന്നവരുമായ

വീട്ടിലെ ആണുങ്ങളോടു കാണിക്കുന്ന ബഹുമാനവും വിധേയത്വവു മാണ് അനുഭവപ്പെട്ടത്. എന്നെ പ്രേമിക്കുന്ന, ലാളിക്കുന്ന, തുല്യയായി കാണുന്ന, കംഫർട്ടബിൾ ആക്കുന്ന ഒരു യഥാർത്ഥ പങ്കാളിയെ കാണാൻ കഴിഞ്ഞില്ല. സ്വാഭാവികമായി അതിനാൽ കിടപ്പറയിൽ എന്റെ അതൃപ്തി പ്രകടിപ്പിക്കാനോ എന്തെങ്കിലും ആവശ്യപ്പെടാനോ ഉള്ള അടുപ്പമോ സ്വാതന്ത്ര്യമോ തോന്നിയില്ല. ഞാൻ പ്രതിഷേധിക്കില്ലെന്നറിഞ്ഞു കൊണ്ടല്ലേ, എന്തായാലും ഇവൾക്കൊന്നും പ്രശ്നമല്ല എന്നും താൻ സംതൃപ്തനാണല്ലോയെന്നുമുള്ള തോന്നലിൽ നിന്നും എന്റെ നൈറ്റ് ഡ്രെസ്സ് എന്റെ നെഞ്ചിലേക്കെറിഞ്ഞ് അത് മൂടിവെയ്ക്കാൻ പറയാനുള്ള ധൈര്യം ജയേട്ടനുണ്ടായത്.

I felt so insulted. Wasn't he indirectly telling me that I shouldn't wait for anything more as things were done from his side and he got what he had wanted.

അന്ന് ഞാനത്, നിഷ്കളങ്കതയോടെയാണെങ്കിലും ചോദ്യം ചെയ്തി രുന്നുവെങ്കിൽ...

I mean, 'ഇത്രേയുള്ളൂ?' എന്നോ 'over' എന്നോ ശാന്തമായി, മനസ്സി ലപ്പോൾ തോന്നിയ അത്ഭുതത്തോടെ, ആത്മാർത്ഥതയോടെ ചോദിച്ചിരു ന്നെങ്കിൽ, എന്റെ ജീവിതത്തിലെ പിന്നീടുള്ള പല കാര്യങ്ങളിലും വലിയ വ്യത്യാസം വന്നേനേ എന്നെനിക്ക് തോന്നിയിട്ടുണ്ട്."

"എത്ര കാലം ഇങ്ങനെയുണ്ടായിരുന്നു?"

"മലേഷ്യയിൽ എത്തിയതിനുശേഷം രാത്രിയിൽ ബെറ്റർ കെയർ ആ ഭാഗത്തു നിന്നു തുടങ്ങി, പക്ഷേ അത് പകലുകളെ നശിപ്പിച്ചു കൊണ്ടാ യിരുന്നുവെന്നു മാത്രം."

"ഓ."

"എളേമ്മേ, നമുക്കൊരു ഇളനീർ കുടിച്ചാലോ? ദാ, അവിടെ മുന്നോട്ടു കുറച്ചു നീങ്ങി വിൽക്കാൻ വെച്ചിട്ടുണ്ട്."

മുന്നോട്ടേയ്ക്ക് ചൂണ്ടിക്കാണിച്ച് നീന പറഞ്ഞു. അവൾ പറഞ്ഞിടത്ത് രണ്ടുമൂന്ന് ബൈക്കുകളും കാറുകളും ഉണ്ടായിരുന്നു. തണലുമുണ്ട്. കാർ റോഡിലേക്കെടുത്ത് കരിക്ക് വില്പനയ്ക്കു വെച്ചിരുന്ന സ്ഥലത്തിന് കുറച്ചു മുൻപായി സൈഡിൽ പാർക്ക് ചെയ്തു.

"ഞാൻ വാങ്ങിച്ചു വരാം."

അവൾ ബാഗെടുത്ത് പുറത്തു കടന്ന് മുന്നോട്ടു നടന്നു. അഞ്ചു മിനിറ്റു കാത്തു നിന്നിട്ടാണ് ഇളനീർ കിട്ടിയത്. ഞാനവളെ തന്നെ നോക്കി ക്കൊണ്ടിരിക്കുകയായിരുന്നു. അവളുടെ ഭംഗിക്കും മുടിക്കുമൊന്നും ഒരു

കുറവുമില്ല. പുതിയ ഫാഷനനുസരിച്ച് മുറിച്ചിരിക്കുന്നതിനാൽ നീളം ബ്ലൗസിന്റെ താഴേക്കില്ലെന്നു മാത്രം. അഞ്ചാറുവെള്ളി വരകൾ കണ്ടു. കുറച്ചു വയറും പ്രകടമാകാൻ തുടങ്ങിയിരിക്കുന്നു. എന്നാലും അവളെനിക്കു സുന്ദരി തന്നെ. അന്നും ഇന്നും സംസാരത്തിനിടയിൽ അവളുടെ ആകൃതിയൊത്ത ചുണ്ടുകളെ അറിയാതെ ശ്രദ്ധിച്ചു പോകും. പെട്ടെന്നാണ് ഒരു ചിന്ത മനസ്സിൽ വന്നത്.

ആരായിരിക്കും അവളുടെ ജീവിതത്തിൽ വന്ന മറ്റൊരു പുരുഷൻ? അയാളിതെല്ലാം അനുഭവിച്ചിരിക്കുമോ? അവളും അതെല്ലാം ആസ്വദിച്ചു കാണുമോ? എങ്ങനെയാണ് ഇതെല്ലാം അറിയുക? ജയകൃഷ്ണന്റെ കാര്യങ്ങൾ പറഞ്ഞതുപോലെ ഇതും അവൾ തുറന്നു പറയുമോ?

“ഇതാ പിടിക്കെളേമ്മേ.”

കരിക്കു നീട്ടിയപ്പോഴാണ് അവൾ തിരിച്ചുവന്നതുപോലും ഞാൻ അറിഞ്ഞത്. ഡോർ തുറന്ന് അകത്തിരുന്നു, ബാഗ് ഒരിടത്തുവെച്ച് അവൾ സ്ട്രോയിലൂടെ ഇളനീർ കുടിക്കാൻ തുടങ്ങി. ഞാനും.

# കാര്യേഷു മന്ത്രി

"സ്വന്തം സ്ഥലവും രാജ്യവും ഭാഷയും വിട്ട് മലേഷ്യയിലെത്തിയപ്പോൾ എനിക്കു ചെറിയൊരു പേടിയുണ്ടായിരുന്നു. ആദ്യമായിട്ടാണ് നമ്മുടെ നാട് വിട്ടു നിൽക്കുന്നത്. ജയേട്ടന്റെ ഫ്രണ്ട്സും അവരുടെ കുടുംബങ്ങളും മാത്രമായിരുന്നു അവിടെ എനിക്കു ഇടപഴകാവുന്നവർ. ഒരു വീട് കൊണ്ടു നടന്നിട്ടുള്ള പരിചയമില്ല. കുക്കിങ്ങും ബേസിക്കായി മാത്രമേ അറിയൂ. എന്നാലും എല്ലാം പഠിക്കണമെന്ന ആഗ്രഹംകൊണ്ട് എല്ലാം ചെയ്തു നോക്കാൻ തുടങ്ങി. ഇത് എന്റെ വീടാണെന്നും ഇവിടെ എന്തെങ്കിലും കുറവുവന്നാൽ അത് എന്റെ കഴിവു കുറവുമാകുമെന്ന തോന്നലിൽ എല്ലാം ഭംഗിയായി ചെയ്യാൻ ശ്രമിച്ചു.

ജയേട്ടൻ ബാങ്കിൽ നിന്നും വന്നു ചായയും കുടിച്ച് നേരെ കട്ടിലിൽ കിടന്ന് ടിവി കാണാൻ തുടങ്ങും. രണ്ടു മണിക്കൂറിനുള്ളിൽ ബാച്ചിലർ ഫ്രണ്ട്സെത്തും. അതിനുള്ളിൽ ജയേട്ടന് ടിവി കണ്ട് കഴിയുന്നത്ര റിലേക്സ് ചെയ്യണം. അവർക്കുവേണ്ടി ചൂടോടെ ഡിന്നർ ഉണ്ടാക്കേണ്ടതു കൊണ്ട് എനിക്കു കൂടെയിരുന്ന് കൂട്ടുകൂടാനും പറ്റില്ല. ജയേട്ടനതിൽ വിഷമ വുമില്ലായിരുന്നു. എന്റെയൊപ്പമിരുന്ന് സംസാരിക്കുകയോ കിച്ചണിൽ പണിയെടുക്കുമ്പോൾ ഒരു ചെയറിട്ട് ഇരുന്നോ നിന്നോ എനിക്കൊരു കൂട്ടു തരുകയോ ചെയ്തിരുന്നുവെങ്കിൽ എന്ന് ഒരുപാടാഗ്രഹിച്ചിട്ടുണ്ട്. അത് ജയേട്ടനോട് സൂചിപ്പിക്കുകയും ചെയ്തിട്ടുണ്ട്. 'കിച്ചണിൽ നിന്നാൽ എനിക്കു ബോറടിക്കും, ഞാനടുത്തു വേണമെന്നുണ്ടെങ്കിൽ അടുത്തി രുന്ന് ടിവി കണ്ടൂടെ' എന്നായിരുന്നു ജയേട്ടന്റെ മറുപടി. കൂട്ടു ചേർന്നുള്ള പുകവലിയും ചില ദിവസങ്ങളിലെ മദ്യപാനവും പുതിയൊരറിവായിരുന്നു. അച്ഛനെയോ മാമന്മാരെയോ ആ വിധത്തിൽ കണ്ടിട്ടില്ലാത്തതുകൊണ്ടാ യിരിക്കും. ചെറിയൊരനിഷ്ടം കാണിച്ചെങ്കിലും അത് ഒരു വഴക്കാക്കി നിർബന്ധമായി അടിച്ചേൽപ്പിക്കാൻ എനിക്കു താത്പര്യമില്ലായിരുന്നു."

"ജയകൃഷ്ണൻ വലിക്കുകയും കുടിക്കുകയും ചെയ്യുമെന്ന് എനിക്ക് അറിയില്ലായിരുന്നു."

"നാട്ടിൽ ആരോടും ഇതൊന്നും പറയരുതെന്ന് എന്നോട് പ്രത്യേകം ആവശ്യപ്പെട്ടിരുന്നു, which I could't appreciate."

"പാചകമൊക്കെ നീ എങ്ങനെ ഒപ്പിച്ചു?"

"ഒരുപാടു റെസിപ്പി ബുക്സ് കൊണ്ടുപോയിട്ടുണ്ടായിരുന്നു. അന്നത്തെക്കാലത്ത് നാട്ടിലേക്കു ഫോൺ വിളിച്ചു ചോദിക്കലും എളുപ്പ മല്ലല്ലോ. എങ്ങനെയൊക്കെ ചെയ്താലും അതിൽ ജയേട്ടൻ കുറ്റം കണ്ടു പിടിക്കും. ഉപ്പോ മുളകോ കൂടുകയോ കുറയുകയോ ചെയ്താൽ അത് എന്റെ ശ്രദ്ധക്കുറവായി ചിത്രീകരിച്ച് ഒരു സ്പീച്ച് തരും. എത്ര സ്നേഹ ത്തോടെയും ഉത്സാഹത്തോടെയും തയ്യാറാക്കി കൊണ്ടുവെച്ചാലും. എന്നിട്ട് ഒരു അടിക്കുറിപ്പും 'നീ perfect ആയി കാണാൻ വേണ്ടിയാണ് ഞാൻ പറയുന്നത്.' ഒരിക്കലെങ്കിലും ഇതു നന്നായിട്ടുണ്ടല്ലോ എന്ന് പറഞ്ഞു കേൾക്കാൻ എത്ര കൊതിച്ചിട്ടുണ്ട്. പലപ്പോഴും എന്തെങ്കിലും ഉണ്ടാക്കിയതിനു ശേഷം ജയേട്ടന് സമർപ്പിക്കുന്നതിനു വരെയുള്ള സമയ ത്തിനുള്ളിൽ ഞാൻ മനസ്സിൽ കാണാറുള്ള ഒരു സീനുണ്ട്. രുചിച്ചു നോക്കി അതു കൊള്ളാമെന്നും എങ്ങനെ പഠിച്ചു എന്നും ചോദിക്കുമ്പോൾ റെസിപ്പി ബുക്ക് നോക്കി ചെയ്തതാണെന്നും പാചകബുക്കുകൾ കൊണ്ടു വന്നത് എത്ര നന്നായെന്നും ഞാൻ മറുപടി പറയുന്ന സീൻ. ഒരിക്കലും സംഭവിക്കാതിരുന്ന ഒരു സീൻ."

"നിന്നെ ഒട്ടും കെയർ ചെയ്യുമായിരുന്നില്ലേ?"

"എന്താണ് കെയറിങ്? സിനിമയിൽ കാണുന്നതുപോലെ വായിൽ ഭക്ഷണം വെച്ചുകൊടുക്കുന്നതോ ഐസ്ക്രീം പരസ്പരം കോരി കൊടു ക്കുന്നതോ വൈകുന്നേരം സർപ്രൈസ് ഗിഫ്റ്റുമായി വരുന്നതോ എടുത്തു പൊക്കി വട്ടം കറക്കുന്നതോ ആണോ? മറ്റൊരാളെ വേദനിപ്പിക്കുന്ന രീതി യിൽ സംസാരിക്കാതിരിക്കുന്നതല്ലേ സത്യത്തിൽ ഏറ്റവും വലിയ കെയ റിങ്? അതും വീടും നാടും വിട്ട് ദിവസങ്ങൾ മാത്രമായി തന്നെ വിശ്വ സിച്ച് തന്നോടൊപ്പം ജീവിക്കുന്ന ഇരുപതു വയസ്സു മാത്രം കഴിഞ്ഞ ഒരു പെൺകുട്ടിയോട്? ഞാൻ നടക്കുന്നതിലും ഇരിക്കുന്നതിലും സംസാരി ക്കുന്നതിലും ടൈം മാനേജ്മെന്റ് ചെയ്യുന്നതിലും പെരുമാറ്റത്തിലും പാചകത്തിലും ഉള്ള കുറ്റങ്ങൾ കണ്ടുപിടിച്ചെന്നോടു പറഞ്ഞ് അവസാനം കൂട്ടിച്ചേർക്കുന്ന ഒരു വാചകമുണ്ട്. നീ പെർഫെക്റ്റ് ആവാൻ വേണ്ടി പറയുകയാണ് എന്ന്. അത് കേൾക്കുമ്പോൾ എനിക്കു തോന്നുന്ന ഒരു ഫീലിംഗ് ഉണ്ടല്ലോ. Don't know what to say. ഞാൻ perfect എന്ന വാക്കിനെത്തന്നെ വെറുക്കാൻ തുടങ്ങി, ജയേട്ടൻ ബാങ്കിൽ നിന്നും തിരിച്ചു വരുന്ന സമയത്ത് പരിഭ്രമിക്കാനും."

"രാത്രിയിൽ എങ്ങനെയായിരുന്നു?"

"അതാണ് രസം. ആ നേരത്ത് അസാധാരണ ക്ഷമയാണ്. അവിടെ ഒന്നിനും തിടുക്കപ്പെടേണ്ട. വീണ്ടും വീണ്ടും ചെയ്തു നോക്കാം. തെറ്റി ച്ചാലും സാരമില്ല. പരിചയമില്ലാത്തതു കൊണ്ടല്ലേ, പഠിച്ചെടുക്കാലോ, ഒന്നും തുറന്നു പറയാൻ മടിക്കരുത്, എന്തിനാണ് inhibitions? എല്ലാം അറിഞ്ഞിട്ടാണോ നമ്മളൊക്കെ കല്യാണം കഴിക്കുന്നത്? ഹൊ, എന്തൊരു പക്വത! എന്തൊരു സഹനം!

കാരണം നവവധുവിന് അക്കാര്യത്തിൽ പെർഫെക്ഷൻ കണ്ടാലാ ണല്ലോ ഇന്ത്യയിലെ ഭർത്താക്കന്മാർക്കു പ്രശ്നം. ഇവൾക്ക് ഇത് എങ്ങനെ അറിയാം, മുൻപ് ചെയ്തിട്ടുണ്ടാകുമോ എന്നു സംശയിക്കും. Imperfect ആണെങ്കിൽ സമാധാനിക്കും. അഭിമാനിക്കും. എന്റെ ഭാര്യ അനാഘ്രാത കുസുമം തന്നെ. ഞാൻ മുൻപ് മണത്തു നോക്കിയ പൂക്ക ളൊന്നും തന്നെ വീട്ടിൽ കൊണ്ടുവെയ്ക്കാൻ പറ്റാത്തതാണ്. What an irony! കിടപ്പറയിലെ പരിചയക്കുറവ് ഒരു നവവധുവിന്റെ പാചകത്തിലും വീട്ടുഭരണത്തിലും മറ്റു ബന്ധപ്പെട്ട കാര്യങ്ങളിലും കൂടി ഉണ്ടാകാം എന്ന് അവർക്ക് എന്തുകൊണ്ട് ചിന്തിക്കാൻ പറ്റുന്നില്ല? ആ വിവേചനബുദ്ധി യില്ലായ്മ എന്നെ വളരെ അസ്വസ്ഥയാക്കി.

പകൽ മുഴുവൻ എന്നിൽ തെറ്റുകൾ കണ്ടുപിടിക്കുകയോ ഉള്ള ചെറിയ തെറ്റുകളെ പെരുപ്പിച്ചു കാണിക്കുകയോ ചെയ്യുന്ന ആൾ രാത്രി യിൽ എന്നോടു കാണിക്കുന്ന കെയറിലും ക്ഷമയിലും സ്നേഹത്തിലും സഹകരണത്തിലും ആവേശത്തിലും എനിക്ക് ആശ്വാസമല്ല അമ്പരപ്പും വെറുപ്പുമാണ് തോന്നിയത്. ഇതെല്ലാം പകൽ കൂടി കാണിച്ചിരുന്നു വെങ്കിൽ എന്ന് എത്രയോ തവണ ഞാൻ ആശിച്ചിട്ടുണ്ട്."

അവൾ തുടർന്നു.

"കല്യാണം കഴിഞ്ഞ് ആദ്യത്തെ മാസത്തെ ശമ്പളം എന്റെ കയ്യിൽ തന്നെ ഏൽപ്പിച്ചപ്പോൾ എനിക്കാദ്യം സന്തോഷവും അത്ഭുതവും തോന്നി. എന്നോടുള്ള സ്നേഹത്തിലും വിശ്വാസത്തിലും അഭിമാനം തോന്നി. എന്നാൽ പിന്നാലെ പലതവണയായി വന്ന ആവശ്യങ്ങൾ കേട്ട പ്പോൾ എനിക്കൊന്നു മനസ്സിലായി കംപ്ലീറ്റ് എക്കൗണ്ട് എന്നെ ഏൽ പ്പിച്ച് അത്തരം നൂലാമാലകളിൽനിന്നും ഉള്ള ഒരു രക്ഷപ്പെടലായിരുന്നു യഥാർത്ഥ ആവശ്യമെന്ന്. മറ്റുള്ളവരുടെ വീടുകളിൽ പോയി അവർ വീട് വെച്ചിട്ടുള്ളതുപോലെ വെയ്ക്കണം എന്ന് പറഞ്ഞു. ഞാൻ സമ്മതിച്ചു. ഓഫീസിൽ കൊണ്ടുപോകുന്ന ഉച്ചഭക്ഷണത്തിലും രാത്രി സൽക്കാര ങ്ങളിലും വെറൈറ്റി വേണം എന്നും പറഞ്ഞു. ഞാൻ സമ്മതിച്ചു. മറ്റുള്ള വരുടെ ഭാര്യമാരെ പോലെ ഭർത്താവിനെപ്പറ്റി ആളുകളുടെ മുന്നിൽ വെച്ച് ഒന്നും പറയുന്ന സ്വഭാവം എനിക്ക് ഉണ്ടാവരുതെന്ന് പറഞ്ഞു. ഞാൻ സമ്മതിച്ചു.

എന്റെ മുടിയിലും ലുക്സിലും ജയേട്ടന് വലിയ അഭിമാനം ആയിരുന്നു. എനിക്ക് ഇത്രയും ഭംഗിയുള്ള ഒരു വൈഫിനെ കിട്ടുമെന്ന് ഞാൻ ഒരിക്കലും പ്രതീക്ഷിച്ചിരുന്നില്ല എന്നൊക്കെ തുടക്കത്തിൽ പറഞ്ഞത് കേട്ടപ്പോൾ എനിക്കു സന്തോഷം തോന്നിയിട്ടുണ്ട്. ഭാര്യയെപ്പറ്റിയുള്ള പ്രതീക്ഷകൾക്കും ആഗ്രഹങ്ങൾക്കും ജയേട്ടന്റെ മനസ്സിൽ ഒരു പരിധിയുമില്ലെന്ന് തിരിച്ചറിയും വരെയെന്നുമാത്രം.

എനിക്കെന്തെങ്കിലും ആഗ്രഹം ഉണ്ടോ എന്നും അതിനനുസരിച്ച് എന്തെങ്കിലും സ്വന്തം കാര്യത്തിൽ മാറ്റണമെന്നോ ജയേട്ടന് ഒരിക്കലും തോന്നിയിട്ടില്ല. ചെറിയ ഒരു മാറ്റം ജയേട്ടന്റെ സ്വഭാവത്തിൽ സജസ്റ്റ് ചെയ്യുന്നതുപോലും ഞാൻ ജയേട്ടനെ വല്ലാതെ എഗ്രസീവ് ആക്കി. ദിവസേന എന്റെ പത്തു കുറ്റങ്ങളും കുറവുകളും എങ്കിലും പറയുന്ന ആളാണീ ചെറിയ സൂചനകളെപോലും ഒഫെൻസീവായി എടുക്കുന്നതെന്നാലോചിക്കണം. പിന്നെ ഒന്നോ രണ്ടോ ദിവസം മിണ്ടാതെ മുഖം കനപ്പിച്ച് ദേഷ്യത്തോടെ നടക്കും, ആകെ വിഷമിച്ച് പിന്നാലെ നടന്ന് ഞാൻ സോറി പറഞ്ഞു കരച്ചിൽ ആവും വരെ."

"നീയെന്തിനാ അത്രയ്ക്കൊക്കെ താഴ്ന്നു കൊടുത്തത്?"

"എനിക്ക് ആ പുതിയ രാജ്യത്ത് വേറെ ആരാ ഉണ്ടായിരുന്നത് എളേമ്മേ? വിഷമം തോന്നുമ്പോൾനാട്ടിലേക്ക് ഫോൺ ചെയ്യാൻ പോലും സൗകര്യമന്നുണ്ടോ? വഴക്കുണ്ടായാൽ ജയേട്ടന് ബാങ്കും ഫ്രണ്ട്സുമായി സമയം പോക്കാം. ഇരുപത്തിനാലു മണിക്കൂറും വീട്ടിൽ തന്നെ ഇരിക്കുന്ന, ഒരു ക്ലോസ് ഫ്രണ്ടുപോലുമില്ലാത്ത ഞാനാരോടു ഒന്നു മിണ്ടുക പോലും ചെയ്യും? പിന്നാലെ നടന്നു സോറി പറഞ്ഞു തണുപ്പിക്കുകയല്ലാതെ വേറെ വഴിയൊന്നും ഉണ്ടായിരുന്നില്ല. ജയേട്ടന്റെ ബാങ്കിൽ ഉള്ളവരും ഫ്രണ്ട്സും വീട്ടിൽ വരുമ്പോൾ ലഞ്ചിലും വീട്ടിലുമായി അവർ കഴിച്ചിട്ടുള്ള എന്റെ പാചകത്തെപ്പറ്റിയും കഴിവിനെപ്പറ്റിയുമൊക്കെ പ്രശംസിക്കുമായിരുന്നു. എന്റെ മുൻപിലും അല്ലാതെയുമായി എന്നെപോലെ ഒരു ഭാര്യയെ കിട്ടിയത് ജയേട്ടന്റെ ഭാഗ്യമാണെന്ന് മറ്റുള്ളവർ പറഞ്ഞത് എന്നോട് വന്ന് നെഞ്ചുവിരിച്ചു പറയുമ്പോഴും അത് ജയേട്ടന്റെ ഒരു നേട്ടമായിട്ടാണ് അവതരിപ്പിച്ചിരുന്നത്. എന്റെ സംഭാവനകളൊന്നുമില്ലാതെ സ്വന്തമായി നേടിയെടുത്ത നേട്ടം.

എനിക്ക് എന്റെ ഭർത്താവിനെപ്പറ്റിയും എന്തെങ്കിലും പ്രതീക്ഷകളുണ്ടാകാമെന്ന് ജയേട്ടന് ഒരിക്കലും തോന്നിയില്ല. എന്തിനേറെ, കുടിച്ചു വരുന്ന ദിവസം രാത്രിയിൽ അതെനിക്കു ബുദ്ധിമുട്ടുണ്ടാക്കുന്നു എന്ന് പറഞ്ഞിട്ടും അറ്റ്ലീസ്റ്റ് ബന്ധപ്പെടണമെന്ന് തീരുമാനിച്ചിട്ടുള്ള ദിവസങ്ങളിൽ പോലും അതൊഴിവാക്കാൻ ജയേട്ടൻ തയ്യാറായിരുന്നില്ല. അതിനു ജയേട്ടൻ പറഞ്ഞ കാരണം എന്താണെന്നോ, ഞാൻ വേണ്ടെന്നു പറഞ്ഞാൽ എനിക്കു ഭാര്യയെ പേടി ആണെന്ന് എന്റെ ഫ്രണ്ട്സ് എല്ലാം

വിചാരിക്കും എന്ന്. രാത്രിയിൽ കൂടെ കിടന്ന് അവരെ സന്തോഷിപ്പിക്കാൻ ബാധ്യസ്ഥരാണെന്നു അവർ വിശ്വസിക്കുന്ന ഭാര്യയുടെ ബുദ്ധിമുട്ടിനേക്കാൾ വലുതാണോ ഫ്രെണ്ട്സിന്റെ മുൻപിൽ ഭാര്യയെ പേടിയില്ലാത്തവനെന്ന ഇമേജ് ഉണ്ടാക്കേണ്ട ആവശ്യം?"

"എന്നിട്ട് നീ സമ്മതിക്കുമായിരുന്നോ രാത്രിയിൽ?"

"മുഖം തിരിച്ചാണെങ്കിലും സഹകരിച്ചു. എന്തോ ഭാഗ്യത്തിന് ഫ്രെഞ്ച് കിസ് ഒഴിവാക്കി തന്നു."

"എന്നാലും എന്തിനാ മോളെ...?" ഞാൻ അല്പം നീരസത്തോടെ ചോദിച്ചു

"ആകപ്പാടെ എനിക്കന്നു കിട്ടിയിരുന്ന സ്നേഹവും കെയറും കുറച്ചെങ്കിലും രാത്രിയിലായിരുന്നു. ആഴമില്ലാത്തതാണെങ്കിലും. അതു കൂടി എനിക്കു വേണ്ടാന്നു വെയ്ക്കാൻ പറ്റുന്നുണ്ടായിരുന്നില്ല. ആരെയും സ്നേഹിക്കാതെയും സ്നേഹിക്കപ്പെടാതെയും എത്രനാൾ ഞാനാ പുതിയ സ്ഥലത്ത് ഒറ്റയ്ക്കു കഴിയും? പിന്നെ നിരാകരിച്ചാൽ ദേഷ്യം വന്നു തുടർന്നുള്ള പകലുകൾ കൂടുതൽ ദുഷ്കരമാക്കിയാലോ എന്നുള്ള പേടിയും."

എന്റെ മനസ്സിലൊരു നീറ്റൽ തോന്നി.

"എളേമ്മ എന്നോട് പറഞ്ഞല്ലോ ഇതൊന്നും ഞാൻ മുൻപ് പറഞ്ഞില്ലല്ലോയെന്ന്. ഇതെല്ലാം ഞാൻ ആരോട് എങ്ങനെ പറയും? ഇതൊന്നും ഒരിക്കലും സമൂഹം അംഗീകരിക്കുന്ന തെറ്റല്ല. തുടർച്ചയായി പെണ്ണു പിടിക്കുന്നവനോ മദ്യപിച്ച് ഭാര്യയെ തല്ലിയൊടിക്കുന്നവനോ രാത്രിയിൽ പീഡിപ്പിക്കുന്നവനോ സ്ത്രീധനത്തിനു വേണ്ടി ഉപദ്രവിക്കുന്നവനോ അല്ലെങ്കിൽ പിന്നെ ഒരു ഭർത്താവിന് എന്താണ് കുറവ്? സമ്പാദിക്കുന്നില്ലേ? ഒരു റാണിയെ പോലെ ഒരു കുറവും വരാതെ അവളെ കൊണ്ടുനടക്കുന്നില്ലേ? രണ്ടു കുട്ടികളെ കൊടുത്തില്ലേ? നല്ലൊരു മരുമകൻ അല്ലേ? പിന്നെന്തിനാ അവൾക്കു മുറുമുറുപ്പ്? ഒന്നു ക്ഷമിച്ചു കൂടെ? ശരിയാണ് ഞാൻ ക്ഷമിച്ചു. ഭാര്യമാരെപ്പറ്റി പാടി നടക്കുന്ന ശ്ലോകങ്ങൾക്കനുസരിച്ച് ഭാര്യയിൽ നിന്നും ആഗ്രഹിക്കുകയും പ്രതീക്ഷിക്കുകയും ചെയ്യുന്ന ഭർത്താവിനു വേണ്ടി അതു ഫോളോ ചെയ്യുകയും ചെയ്തു."

"ഏതു ശ്ലോകം?"

"കാര്യത്തിൽ മന്ത്രിയും രൂപത്തിൽ ലക്ഷ്മിയും കർമ്മത്തിൽ ദാസിയും പിന്നെ ശയനേഷു വേശ്യയും."

അവൾ പറഞ്ഞു തുടങ്ങിയപ്പോൾ എനിക്കും പെട്ടെന്ന് ആ ശ്ലോകം ഓർമ്മ വന്നു.

"ജയേട്ടന്റെ ജീവിതത്തിലെ പി.എ. ആയിരുന്നു ഞാൻ. എല്ലാം ഓർമ്മിപ്പിക്കാൻ.. ചെയ്തുകൊടുക്കാൻ... കണക്കുകൂട്ടാൻ... പ്ലാൻ ചെയ്യാൻ... ഒരു മന്ത്രി തന്നെ.

രൂപത്തിൽ ലക്ഷ്മി അല്ലാത്ത ഭാര്യമാരുള്ളവരോട് ജയേട്ടന് സഹതാപം.

എല്ലാ സാധനങ്ങളും അടുപ്പിച്ചു കൊടുക്കാനും ടി.വിയുടെ മെയിൻ സ്വിച്ച് ഓൺ ചെയ്യിക്കാനും കാണാൻ കിടന്നു കഴിഞ്ഞാൽ ഒന്നൊന്നായി കട്ടിലിൽനിന്നു തരുന്ന ഓർഡർ കേൾക്കാനും ബെല്ലടിച്ചാൽ ഡോർ തുറന്നു നോക്കാനും ഫോൺ എടുക്കാനും ഒരു ദാസിവേണം.

കഴിഞ്ഞില്ല, രണ്ടെണ്ണം പറയാൻ ഞാൻ വിട്ടുപോയി. ക്ഷമയാൽ ധരിത്രിയും സ്നേഹംകൊണ്ട് മാതാവും കൂടി ആവണം.

അവർ എന്തു പറഞ്ഞാലും ഭാര്യമാർ ക്ഷമിക്കണം. Because he is your husband. പറയുന്നത് ന്യായമാണോ ലോജിക്കൽ ആണോ എന്നൊന്നും നീ ചിന്തിക്കേണ്ട ആവശ്യമില്ല. ഇത്രയും പോരാതെ അയാൾ ചെയ്യുന്ന സകല തെറ്റുകളും ഒരു കുഞ്ഞിനോടെന്ന പോലെ പൊറുത്ത് ഒരമ്മയെ പോലെ സ്നേഹിക്കുകയും വേണം. ഇതെല്ലാം എത്ര ചെറുപ്പമായാലും ലോക പരിചയമില്ലാത്തവരാണെങ്കിലും ആദ്യനാൾ തൊട്ടു തന്നെ അങ്ങനെ തന്നെ ആയിരിക്കണം. പക്ഷേ ഒരു കാര്യത്തിൽ അവർ വിശാലമനസ്കരാണ്. ശയനേഷു വേശ്യയാവാൻ അവർ തീർച്ചയായും സമയം തരും. പരിശീലനവും തരും."

എന്താണെന്നറിയില്ല പെട്ടെന്ന് ഞാൻ കുടിച്ചുകഴിഞ്ഞ് കയ്യിലിരുന്ന കരിക്കെടുത്ത് പുറത്തേക്ക് ഒരേറുകൊടുത്തു.

"എളേമ്മയതു കളഞ്ഞോ? അതും ഇത്ര ദൂരത്തേക്ക്? നല്ല ശക്തി ആണല്ലോ."

ചിരിച്ചു കൊണ്ട് നീന ചോദിച്ചു.

"ഓരോന്നു കേട്ടപ്പോൾ എവിടെന്നോ ഒരു ശക്തിയൊക്കെ വന്നു."

"വേറൊന്നുമല്ല. ഇത് കളയാനുള്ള സ്ഥലം ദാ, അവിടെ വച്ചിട്ടുള്ള തൊട്ടിയാണ്. അല്ലെങ്കിൽ വീട്ടിൽ ചെന്ന് കളയാമായിരുന്നു. സാരമില്ല."

ഞാൻ ചെയ്തതെന്താണെന്ന് അപ്പോഴാണ് ആലോചിച്ചതുതന്നെ. നീന അവളുടെ കയ്യിലെ ഒഴിഞ്ഞ കരിക്ക് എന്റെ സീറ്റിനു മുൻപിൽ കാലിനടുത്തായി വെയ്ക്കാനായി തന്നു. ഒരു പേപ്പർ നാപ്കിൻ എടുത്തു. ചുണ്ടുകൾ ഒപ്പി കൈ തുടച്ച് അവൾ തുടർന്നു.

"സത്യത്തിൽ ആണായാലും പെണ്ണായാലും മാനസികമായും ശാരീരികമായും ആരോഗ്യമുള്ള ഒരു വ്യക്തിക്ക് ഇത്രയും ഡിപെൻഡൻസ് മറ്റുള്ളവരുടെ മീതെ വേണോ? ജയേട്ടൻ ജോലിക്കു പോകുകയും ഞാൻ വീട്ടിലിരുന്ന് ആ അദ്ധ്വാനത്തിന്റെ ഒരു പങ്കുപറ്റുകയും ചെയ്യുമ്പോൾ ജയേട്ടനു വേണ്ടി തുണി കഴുകുകയും ഭക്ഷണം ഉണ്ടാക്കി കൊടുക്കുകയും ചെയ്യേണ്ടത് കൂടെ താമസിക്കുന്ന, ധാരാളം ഫ്രീ ടൈം ഉള്ള ഒരു

വ്യക്തി എന്ന നിലയിൽ എന്റെ കടമയാണ്. എനിക്കതിൽ സന്തോഷമേയുള്ളൂ. പക്ഷേ എന്തിനാണ് ഇന്നത്തെ കാലത്ത് ഒരാൾക്ക് മന്ത്രിയും ദാസിയും? എല്ലാ പെണ്ണുങ്ങളും രൂപത്തിൽ ലക്ഷ്മിയാവണം എന്നു വിചാരിക്കുന്നതു തന്നെ അന്യായമല്ലേ? പൊറുക്കാനാവുന്ന ചെറിയ തെറ്റുകളിൽ നമ്മുടെ വാക്കുകളും പ്രവർത്തികളും ഒതുക്കാനല്ലേ നമ്മൾ ശ്രദ്ധിക്കേണ്ടത്? എല്ലാം ക്ഷമിക്കുന്ന ധരിത്രിയെ പ്രതീക്ഷിക്കുന്നതിനേക്കാൾ നല്ലത് അത്തരം വലിയ തെറ്റുകൾ ചെയ്യാതിരിക്കുന്നതല്ലേ? സ്വന്തം അമ്മയ്ക്ക് കൊടുക്കുന്ന സ്നേഹവും ആദരവും ഭാര്യയ്ക്കും കൊടുത്താൽ ഭാര്യയിൽനിന്നും ഒരു മാതാവിന്റെ സ്നേഹം സ്വാഭാവികമായും തിരിച്ചു കിട്ടില്ലേ? പിന്നെ വേശ്യാ...”

എന്നു പറഞ്ഞു നീന ഒന്ന് ചിരിച്ചു. ഞാനവളുടെ മുഖത്തേക്ക് സൂക്ഷിച്ചു നോക്കി.

“ഈ പഴയ ശ്ലോകം പാടിനടന്ന് ഇതുവരെ എത്തിച്ച വിഡ്ഢികൾ ഒരു കാര്യം അറിഞ്ഞില്ല, പകൽ മുഴുവൻ അവൾ മന്ത്രിയായും ലക്ഷ്മിയായും ദാസിയായും ധരിത്രിയായും മാതാവായും മാറി മാറി ജീവിച്ചു വരുമ്പോഴേക്കും രാത്രിയിൽ അവൾ ഒരു വേശ്യ ‘മാത്ര’മായി ഒതുങ്ങും എന്ന സത്യം. ശരീരം മാത്രം ആവശ്യക്കാരന് പങ്കിട്ട്, അവനെ സുഖിപ്പിച്ച് പണിതീർക്കുമെങ്കിലും മനസ്സുകൊണ്ട് അയാളെ സ്നേഹിക്കാൻ കഴിയാത്ത ഒരു വേശ്യ.

## യന്ത്രമനുഷ്യർ

**“അ**ർച്ചനയും ആദർശും ജനിച്ചശേഷം എന്റെ ലോകം പ്രധാനമായും അവരെ കേന്ദ്രീകരിച്ചായിരുന്നു. അവരുടെ വളർച്ചയിലും പഠനത്തിലും സ്വഭാവരൂപീകരണത്തിലും മാത്രമായിരുന്നു എന്റെ പ്രധാന ശ്രദ്ധ.

കുട്ടികളെ ജീവനായിരുന്നു ജയേട്ടന്. എന്നെയും ഇഷ്ടമില്ലാഞ്ഞിട്ടല്ല. പക്ഷേ തനിക്ക് ഇഷ്ടമുള്ളവരെ എന്തു വേണമെങ്കിലും പറയാം എങ്ങനെ വേണമെങ്കിലും ട്രീറ്റ് ചെയ്യാം. അവരുടെ മുമ്പിൽ എങ്ങനെ വേണമെങ്കിലും പെരുമാറാം എന്നൊക്കെയുള്ള തെറ്റായ ഒരു ധാരണ ഉണ്ടായിരുന്നു ജയേട്ടന്.

നമ്മളിൽ പലരും മറന്നുപോകുന്ന ഒരു കാര്യമുണ്ട്. വല്ലപ്പോഴും കാണുന്ന രണ്ടു പേരുടെ റിലേഷൻഷിപ്പ് നിലനിൽക്കാൻ സ്നേഹം മാത്രം മതി . പക്ഷേ രണ്ടുപേർ ഒരുമിച്ച് ജീവിക്കുമ്പോൾ ആ ബന്ധം നിലനിൽക്കണമെങ്കിൽ സ്നേഹത്തേക്കാളുപരി വേറെയും പല സ്വഭാവഘടകങ്ങളും ആവശ്യമാണ്.

നമ്മുടെ ജീവിതത്തെ ഒന്ന് അനലൈസ് ചെയ്താൽ നമുക്ക് കാണാം... കുട്ടിക്കാലം തൊട്ട് ഇന്നുവരെ നമ്മൾ ഇഷ്ടപ്പെട്ട വ്യക്തികളെല്ലാം നമുക്ക് പ്രിയരായിത്തീർന്നത് അവർ നമ്മുടെ മനസ്സിനെ വേദനിപ്പിച്ചിട്ടില്ല എന്നതുകൊണ്ടും അവരുടെ സാമീപ്യത്തിൽ നമ്മൾ കംഫർട്ടബിൾ ആയിരുന്നു എന്നതുകൊണ്ടുമാണ്. അത് നമ്മുടെ മാതാപിതാക്കളോ സഹോദരരോ സഹപാഠിയോ സുഹൃത്തോ റിലേറ്റീവ്സോ പഠിപ്പിച്ചിരുന്ന ടീച്ചറോ കൊളീഗ്സോ അയൽവാസിയോ പതിവായി കണ്ടുമുട്ടുന്നവരോ ആരുമാകട്ടെ.

പല മാതാപിതാക്കളുടെയും ത്യാഗവും സ്നേഹവും കഠിനാദ്ധ്വാനവും മക്കളുടെ മുൻപിൽ നിഷ്പ്രഭമാകുന്നതിന്റെ പ്രധാന കാരണം അവരുടെ കുറ്റപ്പെടുത്തുന്ന, കുത്തിനോവിക്കുന്ന, പരിഹസിക്കുന്ന വാക്കുകളും അമിതമായ പ്രതീക്ഷകളുമാണ്.

മുറിവേൽപ്പിക്കാത്ത വാക്കുകൾകൊണ്ടാണ് നമ്മൾ ഒരാളെ കംഫർട്ടബിൾ ആക്കേണ്ടത്. നമ്മുടെ ഫാമിലിയിൽ നമ്മൾ കംഫർട്ടബൾ ആകുമ്പോൾ അവരുടെ കുറ്റങ്ങളും കുറവുകളും നമുക്ക് പ്രശ്നമല്ലാതാകും. അല്ലെങ്കിൽ പലപ്പോഴും ഒപ്പം ജീവിക്കുന്നത് സ്നേഹത്തെക്കാളുപരി കടമ നിർവ്വഹിക്കാൻ വേണ്ടി മാത്രമാകും.

ജയേട്ടന്റെ പ്രെസെൻസിൽ ഞാൻ ഒട്ടും കംഫർട്ടബിൾ ആയിരുന്നില്ല. എനിക്ക് മീതെ ഒരു ലെൻസുണ്ടെന്നും അതിലൂടെ ഞാനെപ്പോഴും നിരീക്ഷിക്കപ്പെട്ടുകൊണ്ടിരിക്കുകയാണെന്നും എനിക്കു തോന്നിക്കൊണ്ടിരുന്നു. ഏതു നിമിഷവും എനിക്കു വേണ്ട അടുത്ത തിരുത്തൽ വരും എന്ന തോന്നൽ എന്നിൽ ഭയം ഉളവാക്കി. ജയേട്ടനിൽ നിന്നും ഉണ്ടായേക്കാവുന്ന വേദനിപ്പിക്കുന്ന വാക്കുകളെയും കുറ്റപ്പെടുത്തുന്ന പരാമർശങ്ങളേയും ഓർത്ത് ആവശ്യത്തിനും അനാവശ്യത്തിനും ഞാൻ കോൺഷ്യസ് ആവാൻ തുടങ്ങി. അത് എന്റെ പെരുമാറ്റത്തിൽ അഭിനയം കലർത്തി.

ഒരു നല്ല കുടുംബജീവിതത്തിന് വിട്ടുവീഴ്ച മാത്രമല്ല അഭിനയവും ഒഴിവാക്കാനാവാത്തതാണെന്നു തിരിച്ചറിഞ്ഞ നാളുകൾ. ഭർത്താവിന്റെ മുൻപിൽ പല കാര്യങ്ങളിലും തനിക്ക് വലിയ അറിവില്ലെന്ന് കാണിച്ച് അയാളെ സ്വയം വലിയവനാണെന്ന് തോന്നിപ്പിച്ച് സന്തോഷിപ്പിക്കുന്നത് തൊട്ട് കിടപ്പറയിൽ ഇല്ലാത്ത ആവേശവും കിട്ടാത്ത ഓർഗാസവും വരെ അഭിനയിച്ച് കുടുംബത്തിന്റെ പൊതുസമാധാനം നിലനിർത്താൻ ശ്രമിക്കുന്ന സ്ത്രീകളിൽ ഒരാളായി ഞാനും മാറാൻ തുടങ്ങി. ജീവിതത്തിലെ അഭിനയം വീർപ്പുമുട്ടിക്കുന്നതായതുകൊണ്ട് ആ സമയങ്ങളെ അതായത് ജയേട്ടൻ കൂടുതലായും വീട്ടിലുള്ള ദിവസങ്ങളെ ഞാൻ വെറുക്കാൻ തുടങ്ങി."

"എല്ലാറ്റിനും ഒരു മാറ്റം വേണമെന്ന് നിനക്ക് തോന്നിയിട്ടില്ലേ? അതിനു വേണ്ടി നീ ഒന്നും ചെയ്തില്ലേ?"

"തീർച്ചയായും തോന്നി. ഒരുപാട് കാര്യങ്ങൾ മാറ്റി. പക്ഷേ ജയേട്ടനെ അല്ല. എന്നെ തന്നെ. ജയേട്ടനെ സംബന്ധിച്ചിടത്തോളം താൻ 100% ശരിയായ ഒരു വ്യക്തിയാണെന്നും അതിൽനിന്ന് ഒന്നും തന്നെ മാറ്റേണ്ട ആവശ്യമില്ല എന്നും വിശ്വസിക്കുന്നയൊരാളെ ഞാൻ എന്തു ചെയ്യണം? അതുകൊണ്ട് ഞാൻ എന്നെ മാറ്റി. എനിക്കു എന്നോടുതന്നെ മത്സരിച്ചു എന്നെ കൂടുതൽ നന്നാക്കണം എന്നായിരുന്നു ആഗ്രഹം. പക്ഷേ ജയേട്ടന് എന്നെ ലോകത്തിനോടൊപ്പം മത്സരിക്കാൻ വിടാനും. അത് എന്നെ എത്ര കുറ്റപ്പെടുത്തിയോ വേദനിപ്പിച്ചിട്ടോ ആണെങ്കിലും എന്നിലൂടെ നേടിയെടുക്കാനും. എന്നാൽ എന്നെ ഇങ്ങനെ പെർഫെക്റ്റ് ആക്കാൻ അഹോരാത്രം കഷ്ടപ്പെടുന്നയാൾ സ്വന്തം കാര്യത്തിൽ ഒരു മാറ്റത്തിനും നേട്ടത്തിനും വേണ്ടിയും കഷ്ടപ്പെടാൻ തയ്യാറായിരുന്നില്ല.

ഞാൻ വോക്കിന് പോകണം. എക്സർസൈസ് ചെയ്യണം. ഡയറ്റിംഗ് ചെയ്യണം. എന്നാൽ സ്വന്തമായി ഇതൊന്നും ചെയ്യുകയില്ല. ജയേട്ടനു ചെയ്യാൻ സാധിക്കാതിരുന്നതും മടി തോന്നുന്നതുമായ കാര്യങ്ങൾ മറ്റുള്ള വരിലൂടെ നേടിയെടുക്കാൻ വേണ്ടി ദൈവം അയച്ചതാണ് എന്നെയും മക്കളേയും ജയേട്ടന്റെ ജീവിതത്തിലേക്ക് എന്ന മനോഭാവമായിരുന്നു ആൾക്ക്. ചെടികളും ഗാർഡനിങ്ങും വളരെ ഇഷ്ടപ്പെടുന്ന ആൾ സ്വന്ത മായി ഒരു മഗ് വെള്ളംപോലും ചെടികൾക്ക് ഒഴിക്കില്ല. എന്നാൽ എന്നെ ക്കൊണ്ട് നിർബന്ധമായും ഗാർഡനിങ് ചെയ്യിപ്പിക്കും, അതിന്റെ ഗുണ ഗണങ്ങൾ ഉരുവിട്ടുകൊണ്ട്. എന്റെ ഭാര്യ എല്ലാം തികഞ്ഞവൾ ആവണ മെന്ന് ഈ ലോകത്തെ കൊണ്ട് പറയിപ്പിക്കാനുള്ള ജയേട്ടന്റെ നെട്ടോട്ട ത്തിൽ തന്റെ ഭാര്യയ്ക്ക് തന്നെപ്പറ്റി എന്താണ് പറയാനുണ്ടാവുക എന്നു ചിന്തിക്കാനുള്ള സമയമില്ലാതെ പോയി. സമയം ഇല്ലാഞ്ഞിട്ടല്ല, അത് ജയേട്ടന് ഒരു പ്രശ്നമല്ലായിരുന്നു എന്നതായിരുന്നു സത്യം. അങ്ങനെ ചിന്തിക്കേണ്ട ആവശ്യമോ അറിയേണ്ട ആവശ്യമോ തിരുത്തേണ്ട ആവശ്യമോ ഒരിക്കലും ജയേട്ടന് തോന്നിയിട്ടില്ല."

"എന്നാലും ഉർവശി ശാപം ഉപകാരം എന്നപോലെ നിനക്കു ഗുണ മുള്ള ചില കാര്യങ്ങളും ഉണ്ടായി." ഞാൻ അവളെ ഓർമ്മപ്പെടുത്തി.

"ശരിയാണ് എനിക്ക് പുറത്തു നല്ല സ്വാതന്ത്ര്യം കിട്ടിയിരുന്നു. ഡ്രൈ വിംഗ് പഠിച്ചതും PG ചെയ്തതും B.Ed ചെയ്തതും ദുബായിൽ വന്ന പ്പോൾ തൊട്ട് ജോലി ചെയ്യാൻ തുടങ്ങിയതും ഒക്കെ അങ്ങനെ കിട്ടിയ ഉപകാരങ്ങൾ തന്നെയായിരുന്നു. പക്ഷേ അതിന് പറഞ്ഞ റീസൺ കേൾ ക്കണം. ജയകൃഷ്ണന്റെ ഭാര്യ വളരെ ഫ്ളെക്സിബ്ൾ ഏൻഡ് എഫി ഷ്യന്റ് ആണെന്ന് പറഞ്ഞ് അറിയുന്നവരെല്ലാം അസൂയപ്പെടണമത്രേ. ഞാൻ ഒരു വർക്കിംഗ് വുമൻ ആവണം എന്നാണ് ജയേട്ടന്റെ ആഗ്രഹ മത്രെ. അതെല്ലാം ജയേട്ടന്റെ ആഗ്രഹങ്ങൾ ആയതുകൊണ്ട് മാത്രമാണ് നടന്നത്, അല്ലാതെ എന്റെ ആഗ്രഹങ്ങൾ ആയതുകൊണ്ടല്ല എന്നറിഞ്ഞ പ്പോൾ ആ ഉപകാരങ്ങളുടെ മാധുര്യം കുറഞ്ഞു.

എല്ലാ സുഖസൗകര്യങ്ങളും നിറഞ്ഞ ഒരു വീട്ടിൽ ജീവിക്കുന്ന എനിക്ക് ആ വീട്ടിൽ മറ്റൊരു ഉപകരണത്തിന്റെ സ്ഥാനം മാത്രമായി രുന്നു. ഭർത്താവിനും വീടിനും സുഖവും സൗകര്യവും കൊടുക്കാനുള്ള ഒരു ഉപകരണം. ജോലി കഴിഞ്ഞു തിരിച്ചു വീട്ടിൽ കയറുമ്പോൾ എനിക്ക് എന്നോടു തന്നെ സഹതാപം തോന്നാറുണ്ട് എത്രയോ മതിപ്പുള്ള ഒരു ടീച്ചറായി ഷൈൻ ചെയ്യുന്ന എനിക്ക് വീട്ടിൽ കയറുന്നതോടുകൂടി വിധേയയായ ഒരു സ്റ്റുഡന്റിന്റെ റോളിലേക്ക് മാറേണ്ടി വരുന്നല്ലോ എന്ന് ആലോചിച്ച്."

"എപ്പോഴാണ് ദുബായിലെത്തി വർക്ക് ചെയ്യാൻ തുടങ്ങിയത്?"

“ആദർശ് എൽകെജിയും അർച്ചന രണ്ടാം ക്ലാസും ദുബായിലാണ് തുടങ്ങിയത്. അവർക്കൊപ്പം ഞാനും ഒരു സ്കൂളിൽ ജോലി ചെയ്യാൻ തുടങ്ങി.”

“അപ്പോൾ തൊട്ടേ നീ ഹിസ്റ്ററിയാണോ പഠിപ്പിക്കുന്നത്?” വിഷയം ഒന്നു മയപ്പെടുത്താൻ ഞാൻ ചോദിച്ചു.

“ആദ്യം ചെറിയ ക്ലാസ്സിൽ മാത്സ് പഠിപ്പിച്ചായിരുന്നു തുടക്കം. പിന്നെ ഹയർസെക്കൻഡറിയിൽ ഹിസ്റ്ററി ടീച്ചർ അത്യാവശ്യമായി വേണ്ടിവന്നപ്പോൾ എം.എ. ഹിസ്റ്ററി ചെയ്തതുകൊണ്ട് എന്നോട് പഠിപ്പിക്കാൻ പറഞ്ഞു. ചെയ്തു നോക്കിയപ്പോൾ എനിക്കിഷ്ടമായി. പിന്നെ തിരിച്ചു പോയില്ല.”

“ഹിസ്റ്ററി പഠിച്ചും പഠിപ്പിച്ചും ആയിരിക്കും നീ ഇങ്ങനെ പോയന്റ് ബൈ പോയന്റ് ആയി സംസാരിക്കാൻ പഠിച്ചത്.” പകുതി തമാശയായും പകുതി കാര്യമായും ഞാൻ പറഞ്ഞു.

അതിന് ഉത്തരം പറയാതെ നീന മുൻപ് നിർത്തിയിടത്തുനിന്ന് തുടർന്നു.

“എനിക്കും കുട്ടികൾക്കും വേണ്ട സാധനങ്ങളും ഭക്ഷണങ്ങളും ഞങ്ങൾക്ക് ആവശ്യത്തിലേറെ തരാൻ ജയേട്ടന് ഉത്സാഹമായിരുന്നു. എന്നാൽ ഞങ്ങൾക്ക് അത്യാവശ്യം വേണ്ടതായ ഒരു സപ്പോർട്ടും ശ്രദ്ധയും തരാൻ ഒട്ടും താത്പര്യം ഇല്ലായിരുന്നു. ഒരു കുടുംബമായി ജീവിക്കുമ്പോൾ ചില ബുദ്ധിമുട്ടുകളും ത്യാഗങ്ങളും ഒഴിവാക്കാനാവാത്തതാണ്. അത് മനസ്സിലാവാത്തതുകൊണ്ടാണ് ഞങ്ങൾക്ക് എന്തു വാങ്ങിക്കാനും ജയേട്ടൻ പൈസ മാത്രം തന്നത്. എന്തെങ്കിലും സഹായം ആവശ്യപ്പെട്ടാൽ, ‘ഞാൻ പൈസ തരുന്നുണ്ടല്ലോ... അതെങ്ങനെ ഉപയോഗിക്കണം എന്നുള്ളത് നിന്റെ കഴിവാണ്’ എന്നു പറയും.

വേറൊരു കാര്യമെന്താണെന്നാൽ കുട്ടികൾ വളർന്നു തുടങ്ങിയപ്പോൾ ജയേട്ടൻ പിന്നെ അവരെ പെർഫെക്ട് ആക്കാനുള്ള ശ്രമങ്ങൾ തുടങ്ങി. slowly slowly ജയേട്ടന്റെ പ്രെസെൻസിൽ ഞാനനുഭവിച്ചിരുന്ന ആ വീർപ്പുമുട്ടൽ കുട്ടികളിലും കാണാൻ തുടങ്ങി.”

“കുട്ടികൾക്ക് ജയകൃഷ്ണനോട് അടുപ്പം ഉണ്ടായിരുന്നില്ലേ?”

“ഒരു അച്ഛനെന്ന നിലയിൽ അവർ ജയേട്ടനെ സ്നേഹിച്ചിരുന്നു. എന്നാൽ ഒരു വ്യക്തിയെന്ന നിലയിൽ ജയേട്ടന്റെ പല കാര്യങ്ങളിലും അവർക്കു വിയോജിപ്പുണ്ടായിരുന്നു. കംഫർട്ട് സോൺ ചുരുങ്ങി വരുമ്പോൾ അറിയാതെ കേറി കൂടുന്ന അഭിനയം അവരുടെ സ്വഭാവത്തിലും പ്രകടമാകാൻ തുടങ്ങി.”

“കുട്ടികൾക്കും കണ്ണും കാതും ഉണ്ടല്ലോ. അവർക്കൊന്നും മനസ്സിലാക്കാൻ കഴിവില്ലെന്ന് നമ്മൾ വെറുതെ വിചാരിക്കുകയാണ്.”

"ശരിയാണ്. ഒന്നും അങ്ങോട്ട് പറഞ്ഞു കൊടുക്കാതെ തന്നെ അവർക്ക് കാര്യങ്ങൾ നന്നായി മനസ്സിലാകുന്നുണ്ടായിരുന്നു."

"നിങ്ങളുടെ സെക്സ് ലൈഫ് പിന്നെ എങ്ങനെയുണ്ടായിരുന്നു? തുടക്കത്തിലെ പോലെ തന്നെയായിരുന്നോ പിന്നീടും?"

"അതാണ് അത്ഭുതം. അക്കാര്യത്തിൽ എനിക്കുവേണ്ടി എന്തു ചെയ്യാനും ജയേട്ടൻ തയ്യാറായിരുന്നു. എന്റെ പ്ലെഷറിനു വേണ്ടി വലിയ കരുതൽ ആയിരുന്നു. സ്വന്തം സുഖത്തിനു വേണ്ടിയാണെങ്കിൽ കൂടിയും എന്നെ തൃപ്തിപ്പെടുത്താൻ പരമാവധി ശ്രമിച്ചു. എന്റെ ശരീരത്തിന്റെ ഓരോ ഇഞ്ചിലും ജയേട്ടൻ എനിക്കു സുഖം തരാൻ ശ്രദ്ധിച്ചു. എന്താണ് എന്നെ സന്തോഷിപ്പിക്കാൻ കൂടുതലായി ചെയ്യേണ്ടതെന്ന് എന്നോട് ചോദിച്ചു. എനിക്കെന്നല്ല ഒരു പെണ്ണിനും ഒരു കുറവും കണ്ടെത്താൻ കഴിയാത്ത വിധം ജയേട്ടൻ അക്കാര്യത്തിൽ എക്സ്പേർട്ട് ആയി തീർന്നിരുന്നു."

"എന്നിട്ടും എങ്ങനെയാ മോളെ നിനക്കിതിനോട് ഇത്രയും വെറുപ്പ് തോന്നിയത്?"

"എന്റെ വ്യക്തിത്വത്തെ ആദരിക്കാതെ എന്റെ ശരീരത്തെ പൂജിച്ചിട്ടെന്തു കാര്യം? രാവിലെ നാലര തൊട്ട് വീട്ടിലും സ്കൂളിലും പിന്നെ വീണ്ടും വീട്ടിലുമായി രാത്രി കിടക്കുംവരെ ഒറ്റയ്ക്ക് പണിയെടുത്തു തളർന്നെത്തുന്ന എനിക്ക് രാത്രി വേണ്ടത് സെക്സ് ആയിരുന്നില്ല, നല്ലൊരു ഉറക്കമായിരുന്നു. പണി എന്നു പറയുമ്പോൾ വീട്ടുപണി മാത്രം എന്നു വിചാരിക്കരുത്. വീട്ടുസാധനങ്ങൾ വാങ്ങേണ്ടതും വീട്ടിലുള്ളവർക്കുള്ള പേഴ്സണൽ സാധനങ്ങൾ വാങ്ങേണ്ടതും കുട്ടികളെ പഠിപ്പിക്കേണ്ടതും ഹോംവർക്ക് ചെയ്യിപ്പിക്കേണ്ടതും നാട്ടിലേക്കു ഫോൺ ചെയ്തു വിവരങ്ങൾ അന്വേഷിക്കേണ്ടതും എല്ലാവിധ ബില്ലുകൾ അടയ്ക്കേണ്ടതും കൂട്ടത്തിൽ ജയേട്ടന്റെ സൗഹൃദങ്ങളെ സൽക്കരിക്കേണ്ടതും വീട്ടുച്ചെലവുകളുടെയും സമ്പാദ്യങ്ങളുടെയും അക്കൗണ്ട് നോക്കേണ്ടതും തുടങ്ങി ഫ്രണ്ട് ഡോറും ബാൽക്കണി ഡോറും രാവിലെ തുറന്ന് രാത്രി അടയ്ക്കേണ്ടതു വരെയുള്ള ജോലി എന്റേതായിരുന്നു. അതിനിടയിൽ ലാപ്ടോപ്പിനും ടിവിയുടെയും മുൻപിലേക്ക് ചായ ഓർഡർ ചെയ്തും ബനിയനും ഷഡ്ഡിയും ടീഷർട്ടും അലമാരയിൽ നിന്ന് എടുപ്പിച്ചും പുറത്ത് എണ്ണ തേപ്പിച്ചും തേച്ചു കുളിപ്പിക്കാൻ വിളിച്ചും ഫ്യൂസായ ബൾബ് മാറ്റിയിടാൻ പറഞ്ഞും ആരു കോളിംഗ് ബെൽ അടിച്ചാലും ലാൻഡ് ലൈനിൽ വിളിച്ചാലും തുറന്നും എടുത്തും നോക്കാൻ ഏല്പിച്ചും ജയേട്ടൻ എന്റെ കാര്യക്ഷമത ഉറപ്പുവരുത്തി.

വീക്ക് ഡെയ്സിൽ സ്കൂളിൽനിന്നും ഒന്നു വന്നു കഴിഞ്ഞ് ക്ഷീണം കൊണ്ട് ഉറങ്ങിയാൽ പകലുറക്കത്തിന്റെ ദോഷങ്ങളെപ്പറ്റി എനിക്കൊരു ക്ലാസ് തരുന്നയാൾ അവധി ദിവസം ഉച്ചയ്ക്കുറങ്ങാൻ എന്നെ നിർബന്ധിക്കും. രാത്രിയിലെ പെർഫോമൻസിനെ ബാധിക്കാതിരിക്കാൻ.

അതിനർത്ഥം എന്റെ ശരീരത്തിന്റെ ക്ഷീണത്തിനോ ആവശ്യങ്ങൾക്കോ അവിടെ പ്രസക്തിയില്ലെന്നല്ലേ? സ്വയം ഇഷ്ടം പോലെ ഉറങ്ങുകയും ചെയ്യും. എന്നാലും രാത്രി ഭാര്യ കട്ടിലിൽ എത്തുന്നതുവരെ അവർക്ക് ക്ഷീണമായിരിക്കും. തന്നെപ്പോലെ പുറത്തുപോയി ജോലി ചെയ്തു വന്ന ഭാര്യയെ, രാത്രി താൻ ആഗ്രഹിക്കുന്ന സമയത്തിന് അവരെ കട്ടിലിലെത്തിക്കാൻ വേണ്ടിയെങ്കിലും അതുവരെയുള്ള പണികളിൽ ഒന്നു സഹായിക്കാൻ പോലും പറ്റാത്തത്രയും ക്ഷീണം. എന്നാൽ റൂമിലെത്തി കഴിഞ്ഞ് വാതിൽ അടച്ചുകഴിഞ്ഞാൽ ആ മുഖത്തുനിന്നും പെട്ടെന്ന് ക്ഷീണം പോകും. പിന്നെ അവിടെ സ്നേഹത്തിന്റെയും അലിവിന്റെയും കരുതലിന്റെയും ഒരുമയുടെയും ഭാവങ്ങൾ തുളുമ്പി നിൽക്കും. അതൊക്കെ തിരിച്ചറിഞ്ഞിട്ടും എങ്ങനെ ഞാൻ ഇതൊക്കെ വെറുക്കാതിരിക്കും? I started hating that attitude. I started hating sex itself."

നീനയുടെ ശബ്ദം ആദ്യമായി ഇടറി. ഒരു മിനിറ്റ് ഞങ്ങൾ രണ്ടു പേരും നിശ്ശബ്ദരായി ഇരുന്നു.

"ജയകൃഷ്ണന് അറിയാമോ, നിനക്കിതിനോടിത്രയും വെറുപ്പുണ്ടായിരുന്നു എന്ന്?"

"വലിയ താത്പര്യമൊന്നുമില്ലെന്നറിയാം. ഇതിനെ ചൊല്ലി ചിലപ്പോഴെല്ലാം വഴക്കുകളുണ്ടായിട്ടുള്ളതുകൊണ്ട്. പക്ഷേ എനിക്ക് ഇതിനോട് വെറുപ്പാണെന്ന് തോന്നാനുള്ള ഒരു അവസരമൊന്നും ഞാൻ കൊടുത്തിട്ടില്ല. മനസ്സുകൊണ്ട് ഞാൻ ആസ്വദിച്ചാലും ഇല്ലെങ്കിലും ശരീരം കൊണ്ടെങ്കിലും ജയേട്ടനെ തൃപ്തിപ്പെടുത്താതെ ഒരു പങ്കാളിയുടെ അവകാശങ്ങൾ നിഷേധിക്കുന്നതിനോട് എനിക്ക് യോജിപ്പില്ലായിരുന്നു. പരസ്പരം സുഖിപ്പിക്കാൻ ശരീരത്തെ മലർന്നും കമിഴ്ന്നും ഇരുന്നും കൊടുക്കുമ്പോഴും പിറ്റേ ദിവസത്തേക്കുള്ള കടല വെള്ളത്തിലിട്ടോന്നും അന്നത്തെ ബാക്കി പാൽ ഫ്രിഡ്ജിൽ വെച്ചോന്നും നാളത്തെ ക്ലാസ് ടെസ്റ്റിനുള്ള ക്വസ്റ്റ്യൻ പേപ്പർ തയ്യാറല്ലേയെന്നും മനസ്സിൽ ചോദിച്ചുറപ്പു വരുത്തി. ആ ചുണ്ടുകളും കൈകളും പുരുഷത്വവും എന്റെ ഉത്തേജനത്തിന്റെ വരൾച്ചയിൽ പലപ്പോഴും തട്ടി തടഞ്ഞുനിന്നു. എന്റെ മുഖത്തിനും കൈകൾക്കും അരക്കെട്ടിനും ചെയ്യേണ്ടിവരുന്ന രതിയുടെ വ്യായാമങ്ങൾക്കിടയിൽ, ബാക്കി സമയം കൗണ്ട്ഡൗൺ ചെയ്താശ്വസിച്ച് എന്റെ വഴിപാടുകൾ ഞാൻ ഭംഗിയായി പൂർത്തിയാക്കി.

എളേമ്മയ്ക്കറിയോ, ഒരു ദിവസം എന്താണെന്നറിയില്ല ജയേട്ടൻ പതിവില്ലാതെ എന്നോടൊപ്പം നിന്ന് ഒരു പത്ത് മിനിറ്റോളം എന്നെ ജോലികളിൽ സഹായിച്ചു. ബാക്കിവന്ന ഫുഡ് ഫ്രിഡ്ജിൽ വെയ്ക്കാൻ സഹായിക്കുകയും മഴ പെയ്യുമെന്ന് തോന്നിയതുകൊണ്ട് ബാൽക്കണിയിൽ നിന്നും തുണികളെടുത്തുള്ളിൽ വെയ്ക്കുകയും ചെയ്തു. തീരെ കുറ്റപ്പെടുത്തലുകളില്ലാതെ. അന്നു തോന്നിയ സന്തോഷത്തിനതിരില്ലായിരുന്നു.

എന്നെക്കുറിച്ചാലോചിച്ചല്ലോ. ക്ഷീണം മറന്നു ഞാൻ അന്നു രാത്രി സെക്സിനുവേണ്ടി മുൻകൈയെടുത്തു. എനിക്കെന്തുപറ്റിയെന്നത്ഭുതപ്പെട്ടപ്പോൾ ഞാൻ അന്ന് വളരെ ഹാപ്പിയായതെന്തുകൊണ്ടാണെന്ന് പറയുകയും ചെയ്തു. എന്നിട്ടും പിറ്റേന്ന് തൊട്ട് എല്ലാം പഴയപോലെ തന്നെ. കാരണം എന്റെ ഹാപ്പിനെസ് ഒരിക്കലും ജയേട്ടന്റെ ലക്ഷ്യം പോയിട്ട് മാർഗ്ഗം പോലും ആയിരുന്നില്ല."

"ങ്ഉം."

എനിക്കു തിരിച്ചുപറയാൻ ഒന്നും ഉണ്ടായിരുന്നില്ല. സ്റ്റിയറിങ്ങിൽ രണ്ടു കൈയും നീട്ടി വെച്ച് നിശ്ശബ്ദയായി നീന നിശ്വസിച്ചു. പിന്നെ വാച്ചിൽ നോക്കി.

"നമുക്ക് മെല്ലെ നീങ്ങിയാലോ എളേമ്മേ? ചിലപ്പോൾ അമ്മ പേടിച്ച് കാണും. കാണാതായപ്പോൾ."

"ശരി, നീങ്ങാം."

വീട്ടിലെത്തിയാൽ എങ്ങനെ ഈ ചർച്ച തുടരുമെന്ന് ആകുലത തോന്നിയെങ്കിലും ഞാൻ സമ്മതിച്ചു.

നീന കാർ സ്റ്റാർട്ട് ചെയ്തു. സ്പീഡ് കൂട്ടി.

# വിരക്തി

"സമയം പതിനൊന്നായിരിക്കുന്നു."

"അത് സാരമില്ല. ബ്രേക്ക്ഫാസ്റ്റ് പുറത്തുനിന്ന് കഴിക്കുംന്ന് പറഞ്ഞിട്ടുള്ളതുകൊണ്ട് ലേറ്റ് ആയതാണെന്നു മനസ്സിലായി കാണും."

ലേറ്റായതെന്താണെന്ന് ചേച്ചിക്കു തീർച്ചയായും മനസ്സിലായിക്കാണുമെന്നെനിക്കുറപ്പുണ്ടായിരുന്നു.

"അവിടെ ചെന്നിട്ടിപ്പോൾ പ്രത്യേകിച്ചാവശ്യമൊന്നുമില്ലല്ലോ." നീന സമാധാനിച്ചു. വീടെത്താറായപ്പോഴാണ് ചേച്ചിയുടെ കോൾ വന്നത്.

"അമ്മയാണല്ലോ." ഞാൻ പറഞ്ഞു.

"എടുക്കുന്നില്ലേ?"

"വേണ്ട... വീട് എത്തിയല്ലോ. നേരിട്ട് സംസാരിക്കാം."

ഞങ്ങൾ കാറിൽ നിന്നിറങ്ങിയപ്പോൾ അഭിഷേക് അവന്റെ കാറിന്റെ ഗ്ലാസ് തുടച്ചുകൊണ്ട് മുറ്റത്തുണ്ട്. ദാസേട്ടന്റെയും ലീലേടത്തിയുടെയും മകൻ.

"എന്തായിത്? രണ്ടാൾക്കും ഉദയാസ്തമനപൂജയായിരുന്നോ ഇന്ന്?" അവൻ കളിയാക്കി ചോദിച്ചു.

ഒന്നു പോടാ എന്നർത്ഥത്തിൽ തല വെട്ടിച്ചുകൊണ്ട് ഞാനും നീനയും അകത്തു കയറിയപ്പോൾ ചേച്ചിയും ലീലേടത്തിയും പുറത്ത് പോകാനുള്ള വേഷത്തിൽ റെഡിയായി നിൽക്കുന്നു. ഇതെവിടേക്കാ എന്ന ചോദ്യം ഞങ്ങളുടെ മുഖത്തുനിന്നും വായിച്ചിട്ടാകണം ചേച്ചി പറഞ്ഞു.

"ഞങ്ങൾക്ക് ഒന്നുരണ്ടു ജോലികളുണ്ട് ചെയ്യാൻ. പിന്നെ കളമശ്ശേരിയിൽ പോയി സാവിത്രിഎളേമ്മയെ ഒന്നു കാണണം. തീരെ സുഖമില്ല. മരിക്കാറായി കിടക്കാത്രെ."

"അപ്പോ എളേമ്മ കൂടി വരേണ്ടേ?" നീന ചോദിച്ചു

“അവളും സഹദേവനും കൂടി എയർപോർട്ടിൽനിന്നും വരുന്ന വഴിക്ക് കണ്ടതല്ലേ? അതു മതി. നിങ്ങളിവിടെ ഇരുന്നോളൂ. ഞാനും ലീലയും അഭിഷേകും കൂടി പൊയ്ക്കോളാം. നിങ്ങൾ വന്നിട്ടിറങ്ങാന്നു കരുതി കാത്തിരിക്കുകയായിരുന്നു. അതാ കാണാതായപ്പോൾ വിളിച്ചത്.”

“ദാസേട്ടനോ?”

“ദാസേട്ടൻ എന്തോ തിരക്കിലാണ്. സന്ധ്യ കഴിയും വരുമ്പോൾ. ചിലപ്പോൾ ഞങ്ങളും ആ സമയമൊക്കെ ആയീന്നു വരും തിരിച്ചു വരാൻ.” ലീലേടത്തി പുറത്തേക്ക് നടന്നു. ഒപ്പം ചേച്ചിയും.

രോഗി ഇച്ഛിച്ചതും വൈദ്യൻ കല്പിച്ചതും ഈ പ്രൈവസി ആണല്ലോ എന്ന സന്തോഷം പുറത്തുകാണിക്കാതെ അവരെ ഞാൻ കാർ വരെ അനുഗമിച്ചു. കാറിൽ കയറി ഡോർ അടച്ചതിനുശേഷം എന്തോ ഓർമ്മിച്ചെന്നപോലെ ചേച്ചി വിൻഡോ ഗ്ലാസ് താഴ്ത്തി പറഞ്ഞു.

“ഉച്ചയ്ക്കു കഴിക്കാൻ ഒക്കെ ശരിയാക്കി വെച്ചിട്ടുണ്ട്. കാർത്തൂന്റെ അകംപണിയൊക്കെ കഴിഞ്ഞു. പുറംപണി കഴിയുമ്പോൾ അവൾ തിരിച്ചു പോകും. എന്തായാലും ഒരു മണിയാകുമ്പോൾ ചോറ് കൊടുക്കാൻ മറക്കണ്ട.”

“അതു ഞാൻ നോക്കിക്കോളാം.”

കാർ നീങ്ങിയപ്പോൾ ഞങ്ങൾ ഉള്ളിൽ കടന്നു വാതിലടച്ചു. എനിക്ക് കാര്യങ്ങൾ ചോദിച്ചറിയാൻ വേണ്ടി ചേച്ചി തന്നെ സ്വയം സൗകര്യപ്പെടുത്തിയതാണോ ഈ സ്വകാര്യത എന്നുവരെ എനിക്കൊരു സംശയം തോന്നി.

“ഞാനീ സാരിയൊക്കെ ചേയ്ഞ്ച് ചെയ്തു വരാം.” നീന അവളുടെ ബാഗുമെടുത്ത് മുറിയിലേക്കു പോയി.

ഞാൻ സാരി മാറി വന്നപ്പോൾ നീന പൂമുഖത്തുനിന്ന് പത്രത്തിലെ തലക്കെട്ടുകൾ വായിച്ചുകൊണ്ടിരിക്കുകയായിരുന്നു. എന്നെ കണ്ടപ്പോൾ അത് മടക്കിവെച്ച് സെറ്റിയിൽ ഇരുന്നു. ഒരു കുർത്തിയും സൽവാറുമാണ് അവളുടെ വേഷം. ഒരു മുപ്പത്തിയാറ്-മുപ്പത്തിയേഴു വയസ്സിൽ കൂടുതലൊന്നും അവളെ കണ്ടാൽ തോന്നില്ല. നെറ്റിയിലെ ചന്ദനത്തിൽനിന്നും കുറച്ചു പൊട്ടും പൊടിയും അടർന്നിരിക്കുന്നു. കുർത്തി തലയിലൂടെ ഇറക്കിയതുകൊണ്ടായിരിക്കും.

“എളേമ്മയ്ക്ക് അവിടെ കുറെ ഫ്രണ്ട്സ് ഒക്കെ ഉണ്ടോ?”

“കുറേയുണ്ട്. സ്കൂളിലും വീടിനടുത്തും അങ്ങനെ പലരും. വേറെയിപ്പോ എന്താ ഉള്ളത്? ഇതൊക്കെയല്ലാതെ.”

“ആർ യു റിയലി ഹേപ്പി, എളേമ്മേ?”

"അങ്ങനെ ചോദിച്ചാൽ... കുട്ടികൾ ഇല്ലാത്തതിൽ ചിലപ്പോഴൊക്കെ ഒരു വിഷമം തോന്നാറുണ്ട്. ചിലപ്പോൾ അനുഗ്രഹമാണെന്നും. വേറെ യാരുമില്ലാത്തതിനാൽ മുന്നോട്ടേക്കൊന്നും ചെയ്യാനില്ലെന്നൊരു തോന്നലും ഇടയ്ക്കു വരും. എളേച്ഛനിപ്പോൾ ആത്മീയതയിലേക്കു തിരിഞ്ഞിരിക്കുകയാണ്. ഞാൻ കുറച്ച് സോഷ്യൽവർക്കിലേക്കും. എന്താ യാലും ഞങ്ങളുടേതായ രീതിയിൽ കുറെയൊക്കെ പ്രശ്നങ്ങൾ ഇല്ലെന്നു തന്നെ പറയാം."

"അമ്മയും വലിയ മാനസികപ്രശ്നങ്ങളൊന്നും അനുഭവിച്ചിട്ടി ല്ലാന്ന് തന്നെ പറയാം. അച്ഛൻ എത്ര നല്ല മനുഷ്യനായിരുന്നൂന്ന് എളേമ്മേ ക്കോർമ്മയില്ലേ? അമ്മയെ ഒരിക്കലും വിഷമിപ്പിച്ചിട്ടില്ല. അമ്മയെ എന്നല്ല ആരെയും."

"അത്തരക്കാർ വളരെ റെയർ ആണ്. എന്നാൽ ജയകൃഷ്ണന്റെ നേച്ചർ കുറച്ചു കൺഫ്യൂസിങ്ങ് ആണ്. അത് നിനക്കു മാത്രമേ തിരിച്ച റിയൂ. പുറത്തു നിന്നു കാണുന്നവർക്ക് മനസ്സിലാക്കാൻ പറ്റുന്ന ഒരു തെറ്റും ജയകൃഷ്ണന്റെ പെരുമാറ്റത്തിലില്ല."

"അതും എനിക്കു വിനയായി. കാഴ്ചയിൽ എന്റെ ജീവിതത്തിലെ ന്താണൊരു കുറവ്?" നീന ഒന്ന് നിശ്വസിച്ചു.

"ഓരോരുത്തർക്കും കാണും ഓരോ കഥകൾ."

"പുരുഷന്മാർക്കും ഉണ്ടാകും അവരുടേതായ വിഷമങ്ങളും അനു ഭവങ്ങളും. ചില ബന്ധങ്ങളെ നിരീക്ഷിക്കുമ്പോൾ ഭർത്താക്കന്മാരോട് എനിക്കു സഹതാപം തോന്നിയിട്ടുണ്ട്. പക്ഷേ എന്തു ചെയ്യാൻ? നമ്മുടെ സുശീലമ്മായിയുടെ കാര്യം തന്നെ നോക്കൂ. എത്ര നേഗിങ് വൈഫാണ്. ഭർത്താവിനെ പലപ്പോഴും മയത്തോടെ തന്നെ പരിഹസിച്ചുക്കൊണ്ടി രിക്കും. അല്ലെങ്കിൽ കുത്തിനോവിച്ചുക്കൊണ്ടിരിക്കും. ഭക്ഷണം വിളമ്പി കൊടുക്കുമ്പോൾ പോലും എന്തെങ്കിലും പറഞ്ഞു കുറ്റപ്പെടുത്തി ക്കൊണ്ടിരിക്കുന്നത് കാണാം. രാഘവമാമനു വേണ്ടി എല്ലാം ചെയ്തു കൊടുക്കും. ആരോഗ്യത്തിലും ശ്രദ്ധിക്കും. പക്ഷേ മനസ്സമാധാനം മാത്രം കൊടുക്കില്ല. പുറത്തുനിന്നു നോക്കുമ്പോൾ ഒരു പ്രശ്നവുമില്ല. സമൂഹത്തിനു തോളത്തു കേറ്റാവുന്ന സർവ്വഗുണ സമ്പന്നനായ പതിവ്രത. എത്ര ഇറിറ്റേറ്റിംഗ് നേച്ചർ ആണെന്ന് കൂടെയുള്ളവർക്കല്ലേ അറിയൂ."

"നിനക്കെങ്ങനെ അറിയാം?"

"B.Edന്റെ കോൺടാക്ട് ക്ലാസ്സിനു വേണ്ടി ഒരാഴ്ച ഞാൻ അവരുടെ വീട്ടിൽ കൂടെ നിന്നിട്ടുണ്ട്."

"ഓ, അങ്ങനെ. ശരിയാണ്, ഒരാൾ പാവമായാൽ മറ്റെയാൾ തലയിൽ കയറും."

"നമ്മളിൽ ഭൂരിഭാഗവും എന്തെങ്കിലും ഒരു ദാമ്പത്യപ്രശ്നം എന്നു കേൾക്കുമ്പോഴേക്കും എത്ര പെട്ടെന്നാണ് ഒരു ജഡ്ജ്മെൻറ് നടത്തുന്നത്. ഓരോ വീട്ടിലും നടക്കുന്നത് പറയാതെ പുറത്തറിയുകയില്ലല്ലോ.

വാക്കുകൾകൊണ്ട് മർദ്ദിക്കുന്ന ഭർത്താക്കന്മാരെപ്പറ്റി കേട്ടിട്ടുണ്ടോ? ഭാര്യയല്ലാതെ ആരും അവരെ കാണില്ല. അറിയില്ല. കാരണം ആ മർദ്ദനത്തിന്റെ പാടുകൾ പതിയുന്നത് ശരീരത്തിലല്ല. ശരീരത്തിലെ പാടുകളും വേദനകളും മാഞ്ഞുപോകുമ്പോൾ, ഹൃദയത്തിനേറ്റ പാടുകളും മനസ്സിനേൽക്കുന്ന അപമാനങ്ങളും ഒരു സ്പോഞ്ച് പോലെയാണ്. പുറത്തുനിന്നും വരണ്ടിരിക്കും. പക്ഷേ വീണ്ടും കുറ്റപ്പെടുത്തലുകളുടെയും അപമാനിക്കപ്പെടുന്നതിന്റെയും ചെറിയൊരു ഞെക്ക് കിട്ടിയാൽ മതി. ഉള്ളിലൊളിപ്പിച്ച പഴയ മുറിവിന്റെ ചോര മുഴുവൻ വീണ്ടും പുറത്തുവരും. വീണ്ടും വലിച്ചെടുത്ത് ഉള്ളിൽ ഒളിപ്പിക്കും. അങ്ങനെ പലപ്പോഴായി കിട്ടുന്ന മുറിവുകളുടെ ചോര വലിച്ചെടുത്ത് വലിച്ചെടുത്ത്, ഉള്ളിൽ ഒതുക്കി വെച്ച്, കനം കൂടുമ്പോൾ, ആ സ്പോഞ്ച് ഹൃദയഭാരം കൊണ്ട് നിശ്ചലമാകും. കൂടുതലായി ഒരു തുള്ളി ചോര പോലും ഇനി വലിച്ചെടുക്കാൻ ആവാത്ത സ്ഥിതിയിലെത്തും.

എന്റെ പ്രൈവറ്റ് ലൈഫ് ഞാൻ ഇത്രയും പറഞ്ഞത് തന്നെ ആരെങ്കിലുമൊക്കെ തുറന്നു പറഞ്ഞാലല്ലേ ഒരു സെക്സ് ലൈഫ് തകരുന്നതിന് ഇങ്ങനെയും കാരണങ്ങളുണ്ടാകാം എന്ന് ചിലരെയെങ്കിലും മനസ്സിലാക്കി കൊടുക്കാൻ കഴിയുള്ളൂ എന്നതുകൊണ്ടാണ്. കുറഞ്ഞപക്ഷം എളേമ്മയെങ്കിലും എന്നെപ്പറ്റി എല്ലാം അറിഞ്ഞിരിക്കേണ്ടേ?"

അത് ശരിയാണെന്നർത്ഥത്തിൽ ഞാൻ അവളെ നോക്കി അനുകമ്പയോടെ പുഞ്ചിരിച്ചു.

"ജയകൃഷ്ണൻ മറ്റു സമയത്തൊക്കെ എങ്ങനെയാണ്? പൊതുവേ റൊമാൻറിക് ആണോ? പല ഭാര്യമാർക്കും അതൊരു പരാതിയാണ്."

"തീർച്ചയായും റൊമാൻറിക് ആയിരുന്നു. ഫോർ എക്സാംപിൾ കിച്ചണിൽ പണിയെടുക്കുന്ന ഭാര്യയെ പിന്നിൽനിന്ന് വന്ന് കെട്ടിപ്പിടിക്കുന്ന ഭർത്താവ്. കഴുത്തിലും കവിളിലും കിട്ടുന്ന ഇക്കിളിപ്പെടുത്തുന്ന ഉമ്മകൾ സ്നേഹത്തോടെ തട്ടിമാറ്റി ആരെങ്കിലും കാണും എന്ന് പരിഭവിക്കുന്ന ഭാര്യ. ഇത് സ്വകാര്യതയിൽ നടക്കുന്ന കാര്യമാണെങ്കിലും സിനിമകളിൽ പലപ്പോഴും കണ്ട് എല്ലാവർക്കും അറിയുന്ന ഒരു സീനാണിത്. ജയേട്ടനും ഇതു ചെയ്യാറുണ്ട്. തുടക്കത്തിലൊക്കെ ഞാനും കുറേ കോരിത്തരിച്ചിട്ടുണ്ട്. കാലം പോകെ പിന്നീട് പണികളിൽ ഒറ്റയ്ക്കു നിന്നു ഞാൻ വട്ടം തിരിയുന്ന സമയത്ത്, രാത്രിയും പകലും കട്ടിലിൽ ക്കിടന്നും ഇരുന്നും മടുത്തയാൾ നടുനിവർന്നു നടക്കാൻ മാത്രമായി അടുക്കളയിൽ വന്ന് എന്റെ പിന്നിൽ വന്നു നിൽക്കുമ്പോൾ ഞാൻ അറിയാതെ ആഗ്രഹിക്കാറുണ്ട്, എന്നെ ഒന്നു തൊടാതിരിക്കുകയെങ്കിലും

ചെയ്തിരുന്നുവെങ്കിൽ എന്ന്. പിന്നിലൂടെ എന്റെ കഴുത്തിലും കവിളിലും പതിയുന്ന ചുണ്ടുകളോടെനിക്കറപ്പും നെഞ്ചിലമർന്നിഴയുന്ന കൈകളോടെനിക്ക് വെറുപ്പും തോന്നി. എന്റെ അരിശം ഞാൻ മുഖം തിരിക്കാതെ കണ്ണുകളമർത്തിയടച്ച് ഒതുക്കി. എന്റെ ബുദ്ധിമുട്ടുകളിലും കഷ്ടപ്പാടുകളിലും പങ്കാളിയാകാൻ സാധിക്കാത്ത ഒരാളുടെ സുഖത്തിൽ എനിക്കെങ്ങനെ പങ്കുചേരാൻ കഴിയും? എന്റെ മനസ്സിനെ തൊട്ടറിയാതെ, എന്റെ ആവശ്യങ്ങളെ അറിയാതെ, എന്റെ ശരീരത്തെ താലോലിച്ചിട്ട് എന്തുകാര്യം?"

നീനയെ ഞാൻ ഉറ്റുനോക്കിക്കൊണ്ടിരുന്നു. സെറ്റിയിൽ കാലുകൾ കയറ്റി ഒരുവശത്തേക്ക് മടക്കി വെച്ചുകൊണ്ടാണ് അവൾ ഇരിക്കുന്നത്. അവളുടെ ഭംഗിയുള്ള കൈവിരലുകൾ സെറ്റിയുടെ ആംറെസ്റ്റിൽ അശ്രദ്ധമായ ചിത്രം വരയിലായിരുന്നു. വേണോന്നു സംശയിച്ചെങ്കിലും ഞാനടുത്ത ചോദ്യം ചോദിച്ചു.

"ജയകൃഷ്ണൻ മറ്റുള്ള സ്ത്രീകളുമായി എങ്ങനെയായിരുന്നു? ഏതെങ്കിലും തരത്തിൽ മോശമായി?"

"അങ്ങനെയൊന്നും ഇല്ല എന്നാണ് എന്റെ വിശ്വാസം. ചികഞ്ഞറിയാൻ ശ്രമിക്കാറുമില്ല. He always tries to impress women. അതിൽ വിജയിക്കാറുമുണ്ട്. But I find it harmless. പക്ഷേ ചുറ്റും കാണുന്ന പല പെണ്ണുങ്ങളെയും ഉദാഹരണം കാണിച്ചു അതുപോലെയാവണം എന്നൊക്കെ പറയാറുള്ളത് ഇഷ്ടപ്പെടാറില്ല. ചിലപ്പോൾ മനസ്സിൽ ചിരിയാണ് വരിക. കൂടെ കിടക്കുന്നവർക്കല്ലേ രാപ്പനി അറിയൂ എന്ന് പണ്ടാരോ പറഞ്ഞത് ഓർമ്മ വരും."

അവൾ ടീപ്പോയിൽ കിടന്നിരുന്ന ഒരു മാഗസിൻ എടുത്ത് വെറുതെ കയ്യിലെടുത്തു പിടിച്ചു.

"നിനക്കോ?" ഞാൻ പെട്ടെന്ന് ചോദിച്ചു

"എനിക്കോ? എന്ത്?"

"ചുറ്റും കാണുന്ന ആരോടെങ്കിലും നിനക്കെപ്പോഴെങ്കിലും മോഹം തോന്നിയിട്ടുണ്ടോ?"

"കണ്ടിട്ട് ഒരാളോടും എനിക്കു മോഹം തോന്നിയിട്ടില്ല. കാണുന്നതല്ല ഒരാളുടെ ശരിയായ സ്വഭാവം എന്നറിയാവുന്നതുകൊണ്ടു തന്നെ. പിന്നെ വേറെയാണുങ്ങളെ നോക്കാനുള്ള സമയമോ ഓർമ്മയോ എനിക്ക് ഉണ്ടാവാറുമില്ല. എന്നാലും നല്ലൊരു പൂവോ ഡ്രസ്സോ പെയിൻറിംഗോ വീടോ ഒക്കെ കാണുമ്പോൾ ശ്രദ്ധിക്കുന്നതുപോലെ സൗന്ദര്യമുള്ള മനുഷ്യരെയും കാണുമ്പോൾ ശ്രദ്ധിക്കുകയും മനസ്സിൽ appreciate ചെയ്യുകയും ചെയ്യാറുണ്ട്. അതിനെ ഇഷ്ടം എന്നോ മോഹം എന്നോ വിളിക്കാൻ പറ്റില്ലല്ലോ."

“ശരിയാണ്... മനസ്സിലായി. ഞാൻ ഒന്നുകൂടി ചോദിക്കട്ടെ?”

“എന്തും ചോദിച്ചോളൂ’ എന്ന് മുഖഭാവം കൊണ്ട് നീന എനിക്ക് അനുവാദം തന്നു.

“നീയൊരിക്കലും sexually aroused ആവാറില്ലേ? ജയകൃഷ്ണൻ തന്നെ കാരണമാവണമെന്നില്ല.”

നീന കുറച്ചുനേരം നിശ്ശബ്ദയായി ആലോചിച്ചുകൊണ്ടിരുന്നു. പിന്നെ കയ്യിലിരുന്ന മാഗസിൻ നീളത്തിൽ ഉരുട്ടാൻ തുടങ്ങി.

“ഊഞ്ഞാൽ എന്നെ ഉത്തേജിപ്പിച്ച അവസാനത്തെ ബുക്കൊന്നുമായിരുന്നില്ല. കല്യാണശേഷം മലയാളം കിട്ടാനുള്ള ദൗർലഭ്യം കാരണം വായന മുഴുവനായും ഇംഗ്ലീഷിൽ ആയിരുന്നു. അതിൽ പലതും എന്നെ ഉണർത്തിയിട്ടുണ്ട്. അതിലേറെ അതിൽ വിവരിക്കുന്ന ലൗ മേക്കിംഗ് സീൻസിൽ ഒരു പെണ്ണിന്റെ ആത്മവിശ്വാസം കണ്ട് ഞാൻ അത്ഭുതപ്പെട്ടിട്ടുണ്ട്. അതുപോലെതന്നെയാണ് ജയേട്ടൻ എന്റെ മൂഡ് പോഷിപ്പിക്കാൻ വേണ്ടി കാണിച്ചിട്ടുള്ള വീഡിയോകളിലും ഞാൻ കണ്ടിട്ടുള്ളത്. എത്ര ധൈര്യത്തോടെയും അവകാശബോധത്തോടും കൂടിയാണ് അവർ ഓരോന്നും ചെയ്തിരുന്നതെന്ന് ഞാൻ അസൂയപ്പെട്ടിട്ടുണ്ട്. പക്ഷേ ഒന്നിനും എന്നെ മാറ്റാനായില്ല. ജയേട്ടന്റെ അസാന്നിദ്ധ്യത്തിലും ഞാൻ കണ്ടു നോക്കിയിട്ടുണ്ട്. എന്നെ തന്നെ അറിയാൻ. എവിടെയാണ് എന്റെ പ്രശ്നം എന്ന് അറിയാൻ. ഞാനതെത്രത്തോളം ആസ്വദിക്കുന്നുവെന്നു മനസ്സിലാക്കാൻ. Natural involvement ഉള്ള സീൻസെല്ലാം എന്നെ ഉത്തേജിപ്പിച്ചിട്ടുമുണ്ട്. പക്ഷേ ഇതെല്ലാം കണ്ടിട്ടെന്ത്, ജയേട്ടൻ emotionally മാറാത്തിടത്തോളം എന്റെ ജീവിതത്തിലൊരിക്കലും എനിക്കിങ്ങനെയൊന്നും ജയേട്ടനുമായി ചെയ്യാനോ ആസ്വദിക്കാനോ കഴിയില്ലെന്ന തിരിച്ചറിവുകൊണ്ടോ നിരാശകൊണ്ടോ എനിക്കത്തരം കാഴ്ചകൾ കണ്ടിന്യൂ ചെയ്യാൻ താത്പര്യം തോന്നിയില്ല. പ്രതീക്ഷകൾ കൈവെടിഞ്ഞ് യാഥാർത്ഥ്യവുമായി ഞാൻ പൊരുത്തപ്പെട്ടു കഴിഞ്ഞിരുന്നു. മറ്റുള്ളവരിൽനിന്നും കിട്ടില്ല എന്ന് ഉറപ്പുള്ള കാര്യങ്ങളെപ്പറ്റി ചിന്തിക്കാതിരിക്കുകയും പിന്നാലെ പോവുകയും ചെയ്യാതിരിക്കുക എന്നത് പണ്ടുതൊട്ടേയുള്ള എന്റെ ഒരു ശീലമാണ്.”

“ഒരു സൈക്കോളജിസ്റ്റിന്റെ അടുത്തെങ്കിലും നിനക്ക് പോവായിരുന്നില്ലേ മോളേ? ഒരു കൗൺസലിംഗ് ആവശ്യമുണ്ടെന്നല്ല. പക്ഷേ ആരോടെങ്കിലും ഒന്നു തുറന്നു പറഞ്ഞാലെങ്കിലും ഒരു ആശ്വാസം കിട്ടുമായിരുന്നു. എത്ര കൊല്ലം നീ ഇതെല്ലാം മനസ്സിലൊതുക്കി വീർപ്പുമുട്ടി.”

“സത്യം പറഞ്ഞാൽ ഇതെല്ലാം ഒരളവുവരെ എന്റെ മാത്രം പ്രശ്നമായിരിക്കും എന്നും ഞാൻ വിചാരിച്ചു. കൂട്ടത്തിൽ എനിക്ക് ലൈംഗിക വിരക്തി ഉണ്ടെന്നും. അതും പല സ്ത്രീകൾക്കും ഉണ്ടാവാറുള്ള പ്രശ്നമാണെന്ന് ഞാൻ വായിച്ചിരുന്നു. പക്ഷേ അങ്ങനെയൊരു പ്രശ്നം

ആർക്കും ഉണ്ടാകുമെന്നു പോലും ഇപ്പോൾ ഞാൻ വിശ്വസിക്കുന്നില്ല. യഥാർത്ഥ പ്രശ്നം ഭൂരിഭാഗം കേസുകളിലും തിരിച്ചറിയപ്പെടാതിരിക്കുകയാണ്. ലൈംഗികവിരക്തി അല്ല പങ്കാളിയോടുള്ള വിരക്തിയാണ് പല സിറ്റ്വേഷനുകളിലും ഉണ്ടാകുന്നത് എന്നാണ് എനിക്ക് തോന്നുന്നത്."

"നിനക്ക് ഈ തിരിച്ചറിവെല്ലാം എപ്പോൾ എങ്ങനെയാണ് ഉണ്ടായത്?"

എന്റെ ചോദ്യം വളരെ നിർണായകമായിരുന്നു.

"അർച്ചനയുടെ എം ബി ബി എസിനും ആദർശിന്റെ എൻട്രൻസ് കോച്ചിംഗിനും വേണ്ടി ഞാനും മക്കളും മാത്രമായി ദുബായിൽനിന്ന് ഹൈദരാബാദിലേക്ക് ഷിഫ്റ്റ് ചെയ്തതാണ് എന്റെ ജീവിതത്തിലെ പ്രധാന വഴിത്തിരിവായത്."

എന്റെ ഹൃദയമൊന്ന് ശക്തിയായി മിടിച്ചു. എന്തായിരിക്കും ഹൈദരാബാദിൽ വെച്ച് ഉണ്ടായിട്ടുണ്ടാവുക? പുതിയ ആരെങ്കിലും അവളുടെ ജീവിതത്തിലേക്ക് വന്നിട്ടുണ്ടാകുമോ?

പെട്ടെന്നായിരുന്നു കാർത്തു വിളിക്കുന്നത് കേട്ടത്. ഇത്ര പെട്ടെന്ന് പണി കഴിഞ്ഞോ? ഞാൻ പോയി നോക്കാമെന്ന് പറഞ്ഞു ചെന്ന് തുറന്നപ്പോൾ കാർത്തു സാരി ചുറ്റി തിരിച്ചുപോകാൻ റെഡിയായി നിൽക്കുന്നു. കാർത്തുവിന് ചോറെടുത്തു കൊടുത്ത്, കഴിച്ചു കഴിഞ്ഞാൽ പാത്രം പുറത്തു വെച്ചാൽ മതിയെന്നു പറഞ്ഞ് ഞാൻ വാതിലടച്ചു. തിരിഞ്ഞപ്പോൾ പിന്നിൽ നീന. അടുക്കളയിൽനിന്ന് കുറച്ചു വെള്ളം കുടിക്കാൻ വന്നതാണ്. ഫ്രിഡ്ജിൽ നിന്നൊരു ബോട്ടിലെടുത്ത് ഒരു ഗ്ലാസിലെ വേറൊരു പകുതി വെള്ളവുമായി മിക്സ് ചെയ്തവൾ കുടിച്ചു.

"എളേമ്മയ്ക്കു വേണോ?"

"തണുത്തത് ഒട്ടും വേണ്ട."

തണുക്കാത്ത വെള്ളം കുടിച്ച് ഞാൻ എന്റെ മനസ്സിനെ തണുപ്പിക്കാൻ നോക്കി. മനസ്സു മുഴുവൻ പിന്നെ എന്തു സംഭവിച്ചു എന്നറിയാനുള്ള വ്യഗ്രതയായിരുന്നു.

"നമുക്കു മുകളിൽ പോയിരുന്നു സംസാരിച്ചാലോ?"

"ഓ, പോവാം."

"നിനക്ക് വിശക്കുന്നുണ്ടോ?"

"ഇല്ലേയില്ല. രണ്ടര മൂന്നു മണി വരെയെങ്കിലും പിടിച്ചുനിൽക്കാനുള്ളതുണ്ട്."

വയറിൽ കൈ വെച്ച് അവൾ പറഞ്ഞു.

"എന്നാ വാ. താഴെ എല്ലാ വാതിലുകളും ഒന്നടയ്ക്കട്ടെ ആദ്യം. അല്ലെങ്കിൽ ആരെങ്കിലും അകത്തു കടന്നാൽ അറിയില്ല."

അടുക്കള വാതിലും മുൻവാതിലും തെക്കേ വാതിലും ഒക്കെ അടച്ചു എന്ന് ഉറപ്പു വരുത്തി ഞങ്ങൾ മുകളിലേക്കുള്ള പടികൾ കയറി. കേറി ചെല്ലുന്നയിടം വലിയൊരു ഹാളാക്കി മാറ്റിയിരിക്കുന്നു ദാസേട്ടൻ. പൂമുഖത്ത് ഉണ്ടായിരുന്ന പഴയ സെറ്റിയും ദിവാനും ഇങ്ങോട്ടു മാറ്റി. സ്വർണ്ണ വർണ്ണത്തിലുള്ള ചങ്ങലയോട് കൂടിയ ആട്ടുകട്ടിൽ ഒരു ഭാഗത്ത്.

“നീ അവിടെ ഇരുന്നോളൂ.” ആട്ടുകട്ടിൽ ചൂണ്ടിക്കാട്ടി ഞാൻ നീനയോട് പറഞ്ഞു.

“എളേമ്മയോ?”

“എനിക്കിവിടെ വേണ്ടപ്പോൾ കാലും നീട്ടി ഇരിക്കാലോ.”

ദിവാനിൽ ഇരുന്നു കൊണ്ട് ഞാൻ പറഞ്ഞു.

നീന കാൽവിരലുകൾ നിലത്തു കുത്തി മെല്ലെ കട്ടിലാട്ടി. ഒരു റിലാക്സ്ഡ് മൂഡിൽ. വളരെ സന്തോഷഭാവത്തിൽ.

വർത്തമാനത്തിന് ഇടയിലാണെങ്കിലും ഹൈദരാബാദ് എന്ന് പേരെടുത്തപ്പോൾ തൊട്ടുതന്നെ അവളുടെ മുഖത്ത് ഒരു പ്രകാശം വന്നതു പോലെ എനിക്കു തോന്നി. ഇനി സമയം കളയാതെ ബാക്കിയുള്ളതും കൂടി അറിയണം. ഇതുപോലൊരു സ്വകാര്യ ദിവസം ഇനി കിട്ടില്ല.

“നീ കണ്ടിന്യൂ ചെയ്യ് മോളെ. ഹൈദരാബാദിൽ എത്തിയതുതൊട്ട് എങ്ങനെ, എന്ത് എന്നെല്ലാം പറയൂ.”

“പറയാം എളേമ്മേ.” അവൾ എവിടെ നിന്നു തുടങ്ങണം എന്ന് നിശ്ചയിക്കാനെന്ന പോലെ ആലോചിക്കാൻ തുടങ്ങി. അവളുടെ മുഖത്തെ സുഖവും സന്തോഷവും സംതൃപ്തിയും നിറഞ്ഞ ആ ഭാവത്തിൽ നിന്നും ഒന്നെനിക്ക് മനസ്സിലായി, അല്ലെങ്കിൽ ഒന്ന് ഞാൻ തീർച്ചപ്പെടുത്തി. ഹൈദരാബാദിൽ വെച്ച് അവളുടെ ജീവിതത്തിൽ തെറ്റായതൊന്നും സംഭവിച്ചിട്ടില്ല.

# വിമോചിത

"**അ**ർച്ചനയ്ക്ക് എംബിബിഎസ് തന്നെ ചെയ്യണംന്ന് നിർബന്ധമായിരുന്നൂന്ന് എളേമ്മയ്ക്ക് അറിയാലോ. അതും മെറിറ്റിലൂടെ മാത്രം അഡ്മിഷൻ വേണം താനും. ഒരു കറസ്പോണ്ടൻസ് കോച്ചിംഗ് കോഴ്സിനു ചേർന്നെങ്കിലും അതുകൊണ്ടവൾക്ക് നല്ല റാങ്ക് കിട്ടിയില്ല. അങ്ങനെയാണ് ഹൈദരാബാദിലെ ഒരു ഫേയ്മസ് അക്കാഡമിയിൽ അവൾക്ക് കോച്ചിംഗിന് ചേരണമെന്ന തീരുമാനത്തിലെത്തിയത്. അവൾ ആദ്യം ഒരു കൊല്ലം ഹോസ്റ്റലിൽനിന്ന് കോച്ചിംഗിൽ മാത്രമായി ഫോക്കസ് ചെയ്ത് കഴിയട്ടെ എന്നാണ് വിചാരിച്ചത്. എന്നാൽ ഇന്ത്യയിൽ ഞങ്ങൾക്കൊപ്പമല്ലാതെ ഒരു ദിവസം പോലും കഴിഞ്ഞിട്ടില്ലാത്ത അവൾക്ക് ഹൈദരാബാദ് പോലെയുള്ള പുതിയ ഒരു സ്ഥലത്ത് എങ്ങനെ പിടിച്ചു നിൽക്കാൻ പറ്റുമെന്നതിൽ ജയേട്ടനും എനിക്കും വളരെ ആശങ്കയുണ്ടായിരുന്നു. അങ്ങനെയാണ് ഞാനും മോളും കൂടി അവിടേക്ക് ഷിഫ്റ്റ് ചെയ്യാമെന്ന ഒരു ഐഡിയ തോന്നിയത്.

അപ്പോഴാണ് മറ്റൊരു പ്രശ്നം. ആദർശ് പത്താം ക്ലാസിലാണ്. ജയേട്ടന്റെ അടുത്തു നിർത്തി പോകുന്നത് എത്രമാത്രം പ്രായോഗികമാണെന്ന് അറിയില്ലായിരുന്നു. അങ്ങനെ നിന്നാൽ ആദർശിന് അച്ഛനെ കൈകാര്യം ചെയ്യാനുള്ള ബുദ്ധിമുട്ട് മനസ്സിലായി കിട്ടും. ജയേട്ടനാണെങ്കിൽ എന്റെ അസാന്നിദ്ധ്യത്തിൽ വീടും മകനും മറ്റു ഉത്തരവാദിത്വങ്ങളും കൈകാര്യം ചെയ്യേണ്ട ബുദ്ധിമുട്ടും മനസ്സിലാകും. അതുകൊണ്ടുതന്നെ എല്ലാ സ്ത്രീകളും വിചാരിക്കുന്നതുപോലെ അവർ രണ്ടുപേരും മാത്രമായി ദുബായിൽ നിന്നിട്ടെങ്കിലും എന്റെ വില അറിയട്ടെ എന്ന് ഞാനും ആഗ്രഹിച്ചു. എന്നാൽ ഞാനില്ലാതെ അച്ഛനും മകനും മാത്രമായി ദുബായിൽ നിന്നാൽ ശരിയാവില്ലെന്ന് ജയേട്ടൻ.

എന്തായാലും അവസാനം ഞാനും മോളും കൂടി ഹൈദരാബാദിലേക്ക് മാറുക തന്നെ ചെയ്തു. ഒരു മാസം അച്ഛനും മകനും മാത്രമായി നിന്നതോടെ രണ്ടുപേർക്കും മതിയാവാൻ തുടങ്ങി. വീട്ടുകാര്യങ്ങളുടെ

ഉത്തരവാദിത്തങ്ങൾ ജീവിതത്തിലാദ്യമായി എടുക്കേണ്ടി വന്നതായിരുന്നു ജയേട്ടന്റെ പ്രശ്നമെങ്കിൽ, അച്ഛൻ കൊച്ചു കൊച്ചു കാര്യങ്ങൾ പോലും തന്നോട് ചെയ്യാൻ ആവശ്യപ്പെടുന്നതുകൊണ്ട് തുടർച്ചയായിരുന്നു പഠിക്കാൻ പോലും പറ്റുന്നില്ലെന്നായിരുന്നു മകന്റെ പരാതി. ഒടുവിൽ ജയേട്ടന്റെ അമ്മയെ ദുബായിലേക്കു കൊണ്ടുവന്നു. പാവം അമ്മയ്ക്കും വയസ്സുകാലത്ത് മകന്റെ നിസ്സഹകരണവും മടിയും സഹിച്ചു നിൽക്കുകയെന്നത് വിഷമമായിരുന്നു. എന്തായാലും അമ്മയുടെ വലിയൊരു ‘സംഭാവന’ കൊണ്ടാണ് അമ്മയുടെ മകൻ ഈ ‘സ്ഥിതി’യിൽ എത്തിയതെന്ന് അറിയാവുന്നതുകൊണ്ട് അതിന്റെ ഫലം അനുഭവിക്കാനുള്ള ചെറിയൊരു അവസരം അവർക്കും കിട്ടട്ടെ എന്ന് എനിക്കും തോന്നി.

അതിനിടയിൽ ആദർശിന്റെ ക്ലാസിലെ അവന്റെ ക്ലോസ് ഫ്രണ്ട് ഒരു ആക്സിഡന്റിൽ മരണപ്പെട്ടു. അതവനെ ശരിക്കും ഷേക്ക് ചെയ്തു. സ്കൂളിൽ അവനു ശ്രദ്ധിക്കാനാവാതെയായി. അതേ ക്ലാസ്സിൽ ഇരിക്കേണ്ടെന്നും എന്നെ കാണണമെന്നും എന്റെയടുത്തു നിൽക്കണമെന്നും അവന് തോന്നി. അങ്ങനെ ഒരുപാടു കോംപ്ലിക്കേറ്റഡ് ഫോർമാലിറ്റീസിനു ശേഷം പത്താംക്ലാസിലെ തുടക്കത്തിൽ തന്നെ അവിടെ നിന്നും ടി സി വാങ്ങി ആദർശിനെ ഹൈദരാബാദിൽ കൊണ്ടുവന്നു ചേർത്തു. ആദർശ് എന്റെ അടുത്തു വന്നപ്പോൾ ദുബായിലെ ജയിൽ ജീവിതം മടുത്തുവെന്നും പറഞ്ഞ് അമ്മ നാട്ടിലേക്കു പോയി.

സ്വന്തം പഠനത്തിനുവേണ്ടി മുൻകൂട്ടി പ്ലാൻ ചെയ്തു വന്നതുകൊണ്ടും വേറൊന്നും ചെയ്യാൻ സമയം ഇല്ലാത്തതു കൊണ്ടും അർച്ചന പെട്ടെന്ന് തന്നെ പുതിയ സാഹചര്യങ്ങളുമായി ഇണങ്ങി. പകൽ കോച്ചിംഗ് ക്ലാസും മറ്റു സമയങ്ങളിൽ  പഠനവുമായി അവൾ തിരക്കിലായി. അവിചാരിതമായ ഒരു പറിച്ചു നടലായതുകൊണ്ട് ആദർശിന് അത് കുറച്ചു ബുദ്ധിമുട്ടുണ്ടാക്കി. രണ്ടു മാസത്തോളം എടുത്തു എല്ലാമൊന്ന് സെറ്റാകാൻ. ആ സമയത്തിനുള്ളിൽ തന്നെ ഞാനും എന്നെ പുതിയ സ്ഥലവുമായി പൊരുത്തപ്പെടുത്തി.”

“ഈ മാറ്റം നിനക്കെങ്ങനെയുണ്ടായിരുന്നു?”

“ഹൈദരാബാദിൽ എത്തുന്നതുവരെ എനിക്ക് ചെറിയ പേടിയുണ്ടായിരുന്നു. കല്യാണം കഴിഞ്ഞ ഇരുപത് കൊല്ലത്തോളമായി ഞാൻ ജയേട്ടനോടൊപ്പമല്ലേ താമസിച്ചിട്ടുള്ളൂ. അതും ഇന്ത്യയ്ക്കു പുറത്ത്. ഹൈദരാബാദിലെ ഫ്ളാറ്റ് എടുത്തു തന്നത് അവിടത്തെ ലോക്കലൈറ്റ് ആയ ദുബായിലെ ഞങ്ങളുടെ ഒരു ഫ്രണ്ടിന്റെ ഫാമിലി ആയിരുന്നു. ആദ്യത്തെ വരവിൽ ഞങ്ങൾക്കൊപ്പം ജയേട്ടനും ഉണ്ടായിരുന്നു. ഞാൻ അഡ്മിഷൻ കാര്യങ്ങൾ ശരിയാക്കാൻ ഓടി നടന്നപ്പോൾ ടി ആറിൽ കൊണ്ടുവന്ന സാധനങ്ങൾ ജയേട്ടൻ വീട്ടിലെത്തിച്ചു. ഒറ്റയ്ക്ക് പോയി കാര്യങ്ങൾ നടത്താനായി ഒരു കാറും ബുക്ക് ചെയ്തു തന്ന് ജയേട്ടൻ തിരിച്ചുപോയി.

എല്ലാ സർവീസുകളുടെയും ഫോൺ നമ്പർ ഫ്രണ്ടിന്റെ ഫാമിലിയിൽ നിന്നും ഇന്റർനെറ്റിൽ നിന്നുമായി സംഘടിപ്പിക്കാൻ എന്നെ ഏൽപ്പിച്ചു. പണികൾക്കനുസരിച്ച് ഓരോ നമ്പറിൽ വിളിച്ചു ആളുകളെ വരുത്തി ഫ്ളാറ്റ് റെഡിയാക്കി.

അർച്ചന രാവിലെ പോയി വൈകിട്ട് തിരിച്ചു വരുന്നതുവരെ ഞാൻ വീട് സെറ്റ് ചെയ്യുന്ന തിരക്കിലായിരിക്കും. മലേഷ്യയിൽ നിന്നും ദുബായിലേക്ക് വന്നപ്പോഴും വീട് സെറ്റ് ചെയ്തത് ഞാൻ ഒറ്റയ്ക്ക് തന്നെ ആയിരുന്നു. എല്ലാ 'നിർദ്ദേശങ്ങളും' തരാൻ ജയേട്ടൻ 'മുന്നിലു'ണ്ടാകും. അതുകൊണ്ട് ജയേട്ടനില്ലെന്നു വെച്ച് ഇവിടെയും പ്രത്യേകിച്ച് വ്യത്യാസമൊന്നും പണിയുടെ കാര്യത്തിൽ തോന്നിയില്ല. മാത്രമല്ല ജീവിതത്തിലാദ്യമായി എനിക്കൊരു ഹെൽപ്പറെയും കിട്ടി. It was a great relief.

എങ്ങനെ പറയണം എന്നറിയില്ല. പണികൾക്കിടയിൽ അനാവശ്യമായ ഇടപെടലുകളില്ലാതെ പണി ചെയ്യുന്നതിന്റെ സുഖം ഞാനറിഞ്ഞു. ചെയ്തുകഴിഞ്ഞ് പിന്നീട് അത് നന്നായില്ല എന്ന് ആരെങ്കിലും പറയുമോ എന്നുള്ള പേടിയും ഉണ്ടായില്ല. ഇടങ്ങേടുകളും ബ്രേക്കുകളും ഇല്ലാതെ ചെയ്യുന്ന കാര്യം ആദ്യാവസാനം പൂർണ്ണ ശ്രദ്ധയോടെ ചായ ഉണ്ടാക്കാതെയും ബനിയൻ എടുക്കാതെയും വിമർശനങ്ങൾ കേൾക്കാതെയും ചെയ്യാൻ പറ്റുന്നതിന്റെ സുഖവും ഗുണവും ഞാനറിഞ്ഞു. ആദ്യമായി എനിക്കെന്തെങ്കിലും ആവശ്യമുള്ളത് പറഞ്ഞു ചെയ്യിപ്പിക്കാൻ ഒരു വീട്ടുജോലിക്കാരിയുള്ളതിന്റെ സുഖവുമറിഞ്ഞു.

അതിനെല്ലാം ഉപരിയായി എല്ലാ പണിയും കഴിഞ്ഞ് രാത്രി കിടക്കയിൽ എത്തുമ്പോൾ നീണ്ടുനിവർന്നോ ചെരിഞ്ഞു കിടന്നോ അന്നന്നത്തെ കാര്യങ്ങൾ എല്ലാം ഒന്ന് അവലോകനം ചെയ്തു മെല്ലെ ഉറക്കത്തിലേക്കു മയങ്ങിവീഴാനുള്ള ആ സ്വാതന്ത്ര്യം ഇഷ്ടപ്പെട്ടു. രാത്രികളെ വീണ്ടും പ്രണയിക്കാൻ തുടങ്ങി. എല്ലാ പണികളും കഴിഞ്ഞ് കയ്യും കാലും മുഖവും കഴുകി കട്ടിലിലേക്ക് കയറുന്ന ആ നിമിഷങ്ങൾക്കു വേണ്ടി കാത്തിരിക്കുമായിരുന്നു. എന്റേതു മാത്രമായ ആ നിമിഷങ്ങൾ. വേണമെങ്കിൽ കിടക്കാം. വേണമെങ്കിൽ വായിക്കാം. വേണമെങ്കിൽ ഉറങ്ങാം. പാട്ടുകേൾക്കാം. അല്ലെങ്കിൽ എന്തെങ്കിലും ചിന്തിച്ചു കിടക്കാം. ആ നേരങ്ങളിലൊരിക്കലും എന്റെ ചിന്തകളുടെ പരിസരത്തു പോലും ജയേട്ടൻ വന്നില്ല.

ഒരു മാസം കഴിഞ്ഞ് ആദർശെത്തിയപ്പോൾ പിന്നെ അവന്റെ അഡ്മിഷനും മറ്റു കാര്യങ്ങളുമായി തിരക്കിലായി. സ്കൂൾ മാറിയത് മാത്രമല്ല ഇമോഷണനലായും വലിയൊരു ചേഞ്ച് അവന്റെ ജീവിതത്തിൽ വന്നതുകൊണ്ട് അവൻ വീട്ടിൽ ഉള്ളപ്പോഴും ഇല്ലാത്തപ്പോഴും എനിക്ക് ആകുലതയായിരുന്നു. പോരാത്തതിന് പത്താംക്ലാസിലെ തുടക്കത്തിലാണ് പുതിയ സ്ഥലത്തേക്ക് മാറിയിരിക്കുന്നത്. മെല്ലെ മെല്ലെ എല്ലാ

കാര്യങ്ങളും ഒരു ചിട്ടയിലായി. ജയേട്ടന്റെ ശീലങ്ങൾ ഒരിക്കലും അവർക്ക് കിട്ടരുതെന്ന് തീരുമാനിച്ചിരുന്നതു കൊണ്ട് അവരുടെ സ്വന്തം കാര്യങ്ങൾ കഴിയുന്നത്ര അവരെക്കൊണ്ട് തന്നെ ചെയ്യിപ്പിച്ചിരുന്നു. രണ്ടുപേരും എന്നെ ഭക്ഷണത്തിനും തുണി കഴുകുന്നതും ഒഴികെ വേറെയൊന്നിനും ആശ്രയിച്ചിരുന്നില്ല. അതിൽ കൂടുതലായി എന്തെങ്കിലും ചെയ്യാൻ അവർക്കു സമയവും ഉണ്ടായിരുന്നില്ല.

എനിക്ക് ഇഷ്ടമുള്ളതൊക്കെ വായിക്കാനും ടിവി കാണാനും പാട്ടു കേൾക്കാനും എക്സർസൈസ് ചെയ്യാനും സാധിക്കാൻ തുടങ്ങി. എന്നാലും ഇനിയും കുറേ സമയം ഒഴിവുണ്ടെന്നും കാര്യമായിട്ടൊന്നും ചെയ്യുന്നില്ലെന്നും ഒരു തോന്നലായപ്പോഴാണ് ജോലിക്ക് പോകാനായി തീരുമാനിച്ചത്. ജയേട്ടനോട് ചോദിച്ചപ്പോൾ ആൾക്ക് വലിയ സന്തോഷമായി. ഞാൻ ഒരു മണിക്കൂർ പോലും വെറുതെ ഇരിക്കുന്നത് കാണാൻ ഇഷ്ടമില്ലാത്ത ആളാണല്ലോ. ഭാഗ്യത്തിന് പ്ലസ്ടുവിൽ ഹിസ്റ്ററി ടീച്ചർ ആയി തന്നെ ചേരാൻ കഴിഞ്ഞു.

പുതിയ സ്കൂളും അന്തരീക്ഷവും എനിക്കിഷ്ടമായി. പെട്ടെന്ന് ജീവിതം വീണ്ടും തിരക്കുപിടിച്ചതായി. പഴയപോലെ രാവിലെ എഴുന്നേൽക്കുന്നു. പാചകം ചെയ്യുന്നു. സ്കൂളിൽ പഠിപ്പിക്കുന്നു. തിരിച്ചുവന്ന് വീണ്ടും അടുക്കളയിലേക്ക് കയറുന്നു. പിന്നെ ചെറിയ വിശ്രമം. വീണ്ടും മറ്റു പണികൾ. പിറ്റേ ദിവസത്തേക്കുള്ള ഒരുക്കങ്ങൾ. രാത്രി ശാന്തമായ ഉറക്കം. അങ്ങനെ ദിവസങ്ങൾ കടന്നു പോയി. ഞാൻ ഓരോ ദിവസങ്ങളേയും ഇഷ്ടപ്പെട്ട് ജീവിക്കാൻ തുടങ്ങിയത് അപ്പോഴായിരുന്നു. ദുബായിലെ ജീവിതത്തിൽ ഉള്ളതും ഹൈദരാബാദിൽ ഇല്ലാത്തതും ആയി എനിക്ക് തോന്നിയ രണ്ടു കാര്യങ്ങൾ ജയേട്ടനായിട്ടുള്ള വഴക്കുകളും രാത്രിയിലെ സെക്സും മാത്രമായിരുന്നു. രണ്ടും ഒരിക്കലും ആസ്വദിച്ചിട്ടില്ലാത്ത കാര്യങ്ങൾ ആയതുകൊണ്ട് മിസ്സ് ചെയ്തതേയില്ല. ഒരുമിച്ചുള്ളപ്പോഴും അകത്തുള്ളതും പുറത്തുള്ളതുമായ കാര്യങ്ങളെല്ലാം ഞാൻ തന്നെ ചെയ്തിരുന്നത് കൊണ്ട് സാധാരണ ഭാര്യമാർക്ക് തോന്നുന്നതുപോലെ ഭർത്താവിന്റെ യാതൊരു സഹായത്തിന്റെയും നഷ്ടബോധം എനിക്ക് തോന്നുന്നുണ്ടായിരുന്നില്ല."

"മക്കൾക്കോ?"

"ജയേട്ടൻ അവരെ നന്നായി സ്നേഹിച്ചിരുന്നു. പക്ഷേ ഒന്നും ചെയ്തു കൊടുക്കാത്തതുകൊണ്ടോ അവരുടെ നേട്ടങ്ങളിൽ അഭിനന്ദിക്കാത്തതു കൊണ്ടോ എന്താണെന്നറിയില്ല അവർക്ക് വലിയ മിസ്സിങ്ങ് ഒന്നും കണ്ടില്ല. നല്ല മാർക്കു വാങ്ങി ജയേട്ടനെ കാണിക്കുമ്പോൾ തിരിച്ചു ചോദിക്കും, ബാക്കി മാർക്കെവിടെ പോയി? സെക്കന്റ് പ്രൈസ് കിട്ടിയാൽ, ഫസ്റ്റ് പ്രൈസെന്തു കൊണ്ടുകിട്ടിയില്ല? യു ട്യൂബ് നോക്കി എന്തെങ്കിലും കുക്ക് ചെയ്തു കൊടുത്താൽ ഉടനെ പറയും ഇതിന്റെ ഗാർണിഷിംഗ്

ശരിയായില്ലല്ലോ. പ്രെസെന്റ് ചെയ്യാൻ പഠിക്കണം. എണ്ണ കൂടുതലാണല്ലോ. കുട്ടികളുടെ തെറ്റുകുറ്റങ്ങൾ പറയാൻ പാടില്ല എന്നല്ല. പക്ഷേ പിന്നൊരു സമയത്ത് സ്നേഹത്തോടെ പറഞ്ഞാൽ മതിയല്ലോ. എന്തിനാണ് ഇങ്ങനെ സംസാരിക്കുന്നത് എന്നു ചോദിച്ചാൽ പറയും. അവരുടെ കുറവുകൾ അവർ അറിഞ്ഞാലല്ലേ പെർഫെക്റ്റ് ആവാൻ പറ്റുള്ളൂ. അല്ലെങ്കിൽ പറയും തമാശയാണെന്ന്. എന്തായാലും ആ തമാശകൾ കാലം ചെല്ലുംതോറും കുട്ടികൾ ഒട്ടും ആസ്വദിക്കാതെയായി."

"ദുബായിൽ തിരിച്ചെത്തിയശേഷം ജയകൃഷ്ണൻ റെഗുലർ ആയി വിളിക്കാറില്ലേ?"

"പിന്നെ, എന്നും സംസാരിക്കും. പൊതുവേ ലക്ഷ്യബോധമുള്ള കുട്ടികളാണ്. എന്നാലും അതേ കാര്യം വീണ്ടും വീണ്ടും പറഞ്ഞവരെ ഉപദേശിച്ചുകൊണ്ടിരിക്കുമ്പോൾ  അവർക്കു ചെറിയ നീരസം തോന്നാറുണ്ട്. എന്നാലും അവർക്കും ജയേട്ടനെ ഇഷ്ടമായിരുന്നു. എത്ര ഇറിറ്റേറ്റിംഗ് ആയി അച്ഛൻ പെരുമാറിയാലും നമ്മളനുഭവിക്കുന്ന സുഖങ്ങളും സൗകര്യങ്ങളുമെല്ലാം അച്ഛന്റെ സ്നേഹത്തിന്റെയും അദ്ധ്വാനത്തിന്റെയും സംഭാവനയാണെന്ന് ഞാനവരെ ഓർമ്മപ്പെടുത്തിക്കൊണ്ടിരുന്നു."

അതു കേട്ടപ്പോൾ ഞാൻ ഒന്ന് പുഞ്ചിരിച്ചു. "എന്തൊക്കെയായാലും നമ്മളൊക്കെ ഭാരതീയസ്ത്രീകൾ തന്നെ. അല്ലേ?"

"അങ്ങനെ ചിന്തിക്കാൻ ഭാരതീയസ്ത്രീ ആവണമെന്നും ഭാര്യയാവണമെന്നും ഉണ്ടോ? എന്റെ ശത്രുക്കളിൽ പോലും ആർക്കെങ്കിലും ഉപകരിക്കുന്ന എന്തെങ്കിലും ഗുണങ്ങൾ ഉണ്ടാകും എന്നു വിശ്വസിക്കുന്ന ആളാണ് ഞാൻ. എന്റെ മക്കൾ വന്ന് അവരുടെ ടീച്ചേഴ്സുമായോ സുഹൃത്തുക്കളുമായോ ഉള്ള പ്രശ്നങ്ങൾ വന്നു പറയുമ്പോൾ ഞാൻ പറയാറുണ്ട്, നിങ്ങൾക്ക് ഇഷ്ടമില്ലാത്ത എന്തെങ്കിലും കാര്യങ്ങൾ നിങ്ങൾക്ക് ചുറ്റുമുള്ള എല്ലാവരിലും തീർച്ചയായും ഉണ്ടാകും. അത് ഇഷ്ടപ്പെടുന്നില്ലെങ്കിൽ അത്തരം കാര്യങ്ങൾ നടക്കുന്ന സന്ദർഭങ്ങൾ കഴിയുന്നതും ഒഴിവാക്കുകയാണ് വേണ്ടത്. അല്ലാതെ ആ വ്യക്തിയുമായുള്ള റിലേഷൻ മുറിച്ചു മാറ്റേണ്ട ആവശ്യമില്ലെന്ന്. അപ്പോൾ പിന്നെ ജയേട്ടന്റെ കാര്യം ചോദിക്കാനുണ്ടോ? ഒന്നും സഹായിച്ചു തന്നില്ലെങ്കിലും ഇരുപതു കൊല്ലം എന്നെയും മക്കളെയും സാമൂഹികമായും സാമ്പത്തികമായും സംരക്ഷിച്ചു വന്ന ആ ബന്ധത്തെയും ശക്തിയേയും ഞാൻ കണ്ടില്ലെന്നു വെയ്ക്കുന്നതെങ്ങനെ? നമ്മുടെ പേരന്റ്സിലും സഹോദരങ്ങളിലും ഒരു കുറവും ഇല്ലാത്തതുകൊണ്ടാണോ നമ്മൾ ഇപ്പോഴും അവർക്കൊപ്പം ജീവിക്കുന്നതും അവരെ സ്നേഹിക്കുന്നതും? അല്ലല്ലോ? അതുപോലെ തന്നെയാണ് എനിക്ക് ജയേട്ടനും. ജയേട്ടന്റെയും കുട്ടികളുടെയും ആരോഗ്യവും ആയുസ്സും ജോലിയും പഠിപ്പും എപ്പോഴും എന്റെ പ്രാർത്ഥനകളിൽ നിറഞ്ഞു നിന്നു. പക്ഷേ..."

നീന ഒന്നു നിർത്തി. ബാക്കി കേൾക്കാൻ ഞാൻ ക്ഷമയോടെ കാത്തിരുന്നു.

"പക്ഷേ ജയേട്ടനെ പ്രണയിക്കാനോ ജയേട്ടനുമായിട്ടുള്ള സെക്സ് എൻജോയ് ചെയ്യാനോ എനിക്കൊരിക്കലും കഴിഞ്ഞില്ല. മനസ്സുകൊണ്ട് ഒരു പങ്കാളിയോട് തോന്നേണ്ട അടുപ്പമോ വികാരമോ സ്വാതന്ത്ര്യമോ എനിക്കൊരിക്കലും ഉണ്ടായില്ല."

ആട്ടുകട്ടിലിന്റെ ഒരു ചങ്ങലയിൽ കവിളമർത്തി അവൾ വീണ്ടും നിർവികാരയായി ഇരുന്നു. അവൾ പറഞ്ഞു നിർത്തിയ കാര്യത്തിൽ മൂന്നാമതൊരാൾക്ക് ആധികാരികമായി ഒന്നും പറയാനില്ലാത്തതുകൊണ്ട് ഞാനും നിശ്ശബ്ദയായി. അവൾ വീണ്ടും കാൽവിരലുകൾ നിലത്തു കുത്തി മെല്ലെ കട്ടിലാട്ടാൻ തുടങ്ങി. ഞാനവളുടെ കാലുകളിലേക്കു നോക്കി. നഖങ്ങൾ എല്ലാം ഭംഗിയായി മുറിച്ച് മെറൂൺ കളറിലുള്ള നെയിൽപോളിഷ് ഇട്ടിരിക്കുന്നു. മുൻപ് സ്ഥിരമായി ഉപയോഗിച്ചിരുന്ന സ്വർണ്ണപാദസരം ഇപ്പോൾ കാണുന്നില്ല. മോൾ വലുതായപ്പോൾ ഇനി ഇടണ്ടാന്ന് വെച്ചതാണോ? മക്കളെക്കുറിച്ചോർമ്മ വന്നപ്പോൾ ഞാൻ ചോദിച്ചു.

"മക്കൾക്കു നിന്നോടാണോ അടുപ്പം?"

"എല്ലാത്തിനും എന്റെ അടുത്താണ് വരുന്നത്. ജയേട്ടന്റെ അടുത്തു പോയാലും അമ്മയോട് ചോദിക്കൂ എന്ന് പറഞ്ഞുവിടുന്നതുകൊണ്ടാകാം. എന്തായാലും മനസ്സിന് വിഷമം തട്ടിയാൽ ആദ്യം എന്റെ അടുത്താണ് വരിക. അരമണിക്കൂറെങ്കിലും നീണ്ട ഒരു കൗൺസലിംഗ് ചുറ്റുമുള്ള കാര്യങ്ങളുടെ ഉദാഹരണങ്ങൾ സഹിതം കൊടുത്താൽ അവർക്കു പിന്നെ സമാധാനം കിട്ടും. അത് വിചാരിച്ച് ഞാനായിട്ട് പ്രശ്നങ്ങളൊന്നുമില്ലെന്ന് വിചാരിക്കേണ്ട." നീന തുറന്നു ചിരിച്ചു.

"ടീനേജേഴ്സിനും അമ്മമാർക്കും ഇടയിൽ ഉണ്ടാകാറുള്ളതിൽ ചിലതൊക്കെ ഞങ്ങൾക്കിടയിലും ഉണ്ടാകാറുണ്ട്. എന്നെപ്പറ്റിയുള്ള അവരുടെ പരാതികൾ ഞാൻ എന്റെ കാര്യത്തിൽ ഇമോഷണലി സ്ട്രോങ്ങ് അല്ല. അവരുടെ ഫ്രണ്ട്സ് ചെയ്യുന്ന പല കാര്യങ്ങളും ഞാൻ അവരെ ചെയ്യാൻ അനുവദിക്കുന്നില്ല. ഞാൻ കുറച്ചുകൂടി ട്രെൻഡി ആവണം. ഒരേ കാര്യങ്ങൾ പല പ്രാവശ്യം പറഞ്ഞു ഇറിറ്റേറ്റ് ചെയ്യുന്നു എന്നൊക്കെയാണ്. ഒരു നല്ല കാര്യം എന്താണെന്ന് വെച്ചാൽ അവർക്കെന്നിൽ ഇഷ്ടപ്പെടാത്തതെന്താണെന്നു തുറന്നുപറയാനുള്ള സ്വാതന്ത്ര്യം ഞാനവർക്ക് കൊടുത്തിട്ടുണ്ട്. കേട്ടതിനു ശേഷം ചിലതൊക്കെ ഞാൻ മാറ്റിയിട്ടുമുണ്ട്."

"ഒറ്റയ്ക്കായതിനെക്കുറിച്ച് ജയകൃഷ്ണൻ എന്തു പറഞ്ഞു?"

"ആദ്യമൊക്കെ വലിയ ശ്വാസംമുട്ടലായിരുന്നു പിന്നെ ഒരു പാർട് ടൈം മെയ്ഡിനെ ഏർപ്പെടുത്തി വീട്ടുകാര്യങ്ങൾ നടത്തി. ഞങ്ങളെ എല്ലാവരെയും പ്രത്യേകിച്ച് എന്നെ മിസ്സ് ചെയ്യുന്നുവെന്ന് എല്ലാ കോളിലും

പറയും. എനിക്കെന്തു തോന്നുന്നുവെന്നും ചോദിക്കും. എനിക്ക് സന്തോഷം ആണെന്നും മിസ് ചെയ്യുന്നില്ലെന്നും പറഞ്ഞാൽ വിഷമമാവും എന്ന് കരുതി, എല്ലാം നമ്മുടെ മക്കൾക്കുവേണ്ടിയല്ലേ, സഹിക്കാതെ പറ്റുമോ എന്നെല്ലാം പറഞ്ഞ് ഞാനത് കവർ ചെയ്യും."

"ജയകൃഷ്ണന്റെ ആ തുറന്നുപറച്ചിൽ ആണല്ലോ നിന്നെക്കൊണ്ട് അവനു വലിയ പ്രശ്നങ്ങളൊന്നും ഉണ്ടായിട്ടില്ലെന്നു മാത്രമല്ല സഹായമേ ഉണ്ടായിട്ടുള്ളൂ എന്നതിന് ഏറ്റവും വലിയ തെളിവ്. പക്ഷേ അതേ സഹായവും സഹകരണവും തിരിച്ചിങ്ങോട്ട് ഇല്ലാതിരുന്നതുകൊണ്ടാണ് നിനക്ക് അവനെ മിസ്സ് ചെയ്യാതിരുന്നതും."

"Exactly എളേമ്മേ."

"ങ്ഊം. അതു പോട്ടെ. പിന്നങ്ങോട്ട് എങ്ങനെയുണ്ടായിരുന്നു ഹൈദരാബാദ് ജീവിതം?"

കയറാൻ പിന്നെയും പടവുകൾ ബാക്കിയുണ്ടായിരുന്നു.

"നവംബർ എത്തിയപ്പോഴാണ് ആദർശിനൊരു പ്രശ്നം വന്നത്. അവന്റെ കെമിസ്ട്രി ടീച്ചർ വേഗം പോർഷനെല്ലാം തീർത്ത് പ്രസവാവധിക്കു പോയി. റിവിഷൻ ചെയ്യാൻ ഒരാളെ കിട്ടുന്നില്ല. ട്യൂഷൻ ടീച്ചറെ അന്വേഷിക്കുന്ന കാര്യം എന്റെ സ്റ്റാഫ് റൂമിൽ ഡിസ്കസ് ചെയ്തപ്പോൾ, ഒരു ടീച്ചറാണ് പറഞ്ഞത് അവരുടെ അനിയന്റെ ഫ്രണ്ടിന്റെ അനിയത്തി കെമിസ്ട്രി ട്യൂഷൻ എടുത്തിരുന്നു എന്നും അനിയനോട് ചോദിച്ചു ഫ്രണ്ടിന്റെ നമ്പർ സംഘടിപ്പിച്ച് തരാമെന്നും. അത് എനിക്കും ആദർശിനും വലിയ ആശ്വാസമായി. അന്നു രാത്രി തന്നെ ആ ടീച്ചർ അവരുടെ അനിയനിൽ നിന്നും ഫ്രണ്ടിന്റെ നമ്പർ എടുത്തു വാട്സേപ്പ് ചെയ്തു തന്നു. നമ്പറിനോടൊപ്പമുള്ള പേര് ഞാൻ വായിച്ചു. സൂരജ് മേത്ത. ഗുജറാത്തിയാണ്. ബിസിനസ്സിൽ അല്ലാതെ ട്യൂഷൻ ഫീൽഡിൽ ഒന്നും ഗുജറാത്തികളെ അധികം കണ്ടിട്ടില്ല. എന്തായാലും ഹോം ട്യൂഷനുവേണ്ടി പെങ്ങൾക്ക് വരാൻ പറ്റുമോ എന്നു ചോദിക്കാം. അല്ലെങ്കിൽ അവരുടെ നമ്പർ തരാൻ പറയണം. പിറ്റേന്ന് വിളിക്കാം എന്നു വിചാരിച്ച് ആദ്യം ഫോൺ മാറ്റിവെച്ചു. പിന്നെ സമയം നോക്കിയപ്പോൾ ഒരു എട്ടരയേ ആയിട്ടുള്ളൂ. ആദ്യമായി വിളിക്കുന്ന ഒരാളെ ആ സമയത്ത് വിളിക്കുന്നതിൽ തെറ്റൊന്നുമില്ല എന്ന് സ്വയം പറഞ്ഞുറപ്പു വരുത്തി ഞാൻ വീണ്ടും ഫോൺ എടുത്തു നമ്പറും പേരും നോക്കി. സൂരജ് മേത്ത എന്ന പേര് എന്തോ മനസ്സിൽ പതിഞ്ഞു നിന്നു." നീന പെട്ടെന്ന് നിർത്തി.

"എന്നിട്ട് നീ വിളിച്ചില്ലേ?"

"വിളിച്ചു എളേമ്മേ. ആ കോളാണ് പിന്നെ എന്നെയും എന്റെ ജീവിതത്തെയും വഴിതിരിച്ചുവിട്ടത്."

## വിലോലിത

"ഡയൽ ചെയ്ത് കാത്തിരുന്നപ്പോൾ ഒരു റെക്കോർഡഡ് റിപ്ലൈ ആണ് കിട്ടിയത്. ഇപ്പോൾ സംസാരിക്കാൻ കഴിയില്ലെന്നും പറയാനുള്ളത് മെസ്സേജ് ആയി അയയ്ക്കാനും ആയിരുന്നു സന്ദേശം. അയാൾ തിരക്കുള്ള എന്തെങ്കിലും കാര്യത്തിൽ മുഴുകിയതുകൊണ്ടാകാം എന്നു കരുതി പിറ്റേദിവസം സംസാരിക്കാം എന്നു വിചാരിച്ചു. പിന്നെ തോന്നി ഒരു ദിവസമെങ്കിൽ ഒരു ദിവസം നേരത്തെ ട്യൂട്ടറെ കിട്ടിയാൽ അത്രയും നല്ലത്. ഇല്ലെങ്കിൽ വേറെ ആളെ അന്വേഷിക്കണം. ഞാൻ വാട്സേപ്പിൽ സ്വയം പരിചയപ്പെടുത്തി ആദ്യ മെസ്സേജ് അയച്ചു. എന്റെ ആവശ്യം അറിയിച്ചുകൊണ്ട് തുടർസന്ദേശങ്ങളും. പത്തു മിനിറ്റിനുശേഷം മറുപടി വന്നു. അനിയത്തി ട്യൂഷൻ എടുക്കുന്നതു നിർത്തിയിട്ടു മൂന്നു വർഷം കഴിഞ്ഞെന്നും ഇപ്പോൾ യു.എസ്സിൽ ആണെന്നുമായിരുന്നു ആദ്യ മറുപടി. എന്റെ നിരാശ ഊഹിച്ചിട്ടാവണം അനിയത്തിയുടെ ഒപ്പം പഠിച്ച ആരെങ്കിലും കെമിസ്ട്രി ട്യൂഷൻ എടുക്കുന്നുണ്ടെങ്കിൽ അവരുടെ നമ്പർ സംഘടിപ്പിച്ചു തരാമെന്നും പറഞ്ഞു.

പിറ്റേദിവസം ഉച്ചയോടുകൂടി കെമിസ്ട്രി ട്യൂഷൻ എടുക്കാൻ തയ്യാറായ ഒരു ക്ലാസ്മേറ്റ് പെൺകുട്ടിയുടെ നമ്പറും പേരും അയച്ചു തന്നു. സംസാരിച്ചു ബോദ്ധ്യപ്പെട്ടപ്പോൾ ആ കുട്ടിയോട് ട്രയൽ ക്ലാസ്സിനു വേണ്ടി വരാൻ ആവശ്യപ്പെട്ടു. രാത്രി എട്ടുമണി ആയപ്പോൾ ഞാൻ സൂരജിനോട് വേറൊരാളെ ഏർപ്പാടാക്കിയതിനു നന്ദി പറഞ്ഞുകൊണ്ടും തിരക്കുള്ള നേരത്ത് ഫോൺ ചെയ്യാൻ ശ്രമിച്ചതിനും മെസ്സേജ് അയച്ചതിനും സോറി പറഞ്ഞുകൊണ്ടും ഒരു മെസ്സേജ് അയച്ചു. അപ്പോഴാണ് എന്നെ അമ്പരപ്പിച്ച ആ മറുപടി വന്നത്. ജോലിത്തിരക്ക് കാരണമല്ല സംസാരിക്കാത്തത്, ഒരു ആക്സിഡൻറ് കഴിഞ്ഞ് ഹോസ്പിറ്റലിൽ അഡ്മിറ്റഡ് ആണെന്നും കവിളിനു താഴെ താടിക്കടുത്തായി രണ്ട് സ്റ്റിച്ച് ഉള്ളതുകൊണ്ട് സംസാരിക്കുന്നത് ഡോക്ടർ വിലക്കിയിട്ടുള്ളതുകൊണ്ടാണ് മെസ്സേജ് അയയ്ക്കാൻ ആവശ്യപ്പെട്ടതെന്നും. ആ അവസ്ഥയിൽ ഒരാളെ ബുദ്ധിമുട്ടിച്ചതിൽ എനിക്കു ഖേദം തോന്നി. എങ്ങനെ എന്നും എന്തുപറ്റി എന്നും

എവിടെയെല്ലാം പ്രശ്നങ്ങളുണ്ടെന്നും എല്ലാം സ്വാഭാവികമായും ഞാൻ തിരിച്ചു ചോദിച്ചു. ആശുപത്രിയിലായിട്ട് ഒരാഴ്ചയായെന്നും മുഖത്തും കാലിനുമാണ് പ്രധാനമായും പരിക്കുപറ്റിയിരിക്കുന്നതെന്നും പറഞ്ഞു. എനിക്കു ഹൈദരാബാദിലെ ആശുപത്രികളെക്കുറിച്ച് ഒന്നും അറിയില്ലെങ്കിലും സാമാന്യ മര്യാദയുടെ പേരിൽ എവിടെയാണ് കിടക്കുന്നത് എന്നു ചോദിച്ചപ്പോൾ വിജയവാഡയിലെ ഒരു ഹോസ്പിറ്റലിൽ ആണെന്നും ഹൈദരാബാദിൽ നിന്നും വിജയവാഡയിലേക്ക് സകുടുംബം ഷിഫ്റ്റ് ചെയ്തിട്ട് മൂന്നു വർഷമായെന്നും പറഞ്ഞു. എത്രയും വേഗം സൗഖ്യമാവട്ടെയെന്നു നേർന്നുകൊണ്ട് അന്നത്തെ മെസ്സേജിങ് നിർത്തി.

പിറ്റേ ദിവസം വൈകുന്നേരം ട്രയൽ ക്ലാസ്സിനു വേണ്ടി ടീച്ചറെത്തി. ആദർശിനു അവരുടെ ക്ലാസ് ബോധിച്ചു. തുടർന്ന് ആഴ്ചയിൽ രണ്ടു ദിവസം രണ്ടു മണിക്കൂർ വീതം ക്ലാസെടുക്കാൻ വരണമെന്ന് ഏൽപ്പിച്ചുറപ്പിച്ചു. രാത്രി എട്ടരമണി ആയപ്പോൾ മെസ്സേജ് വന്നു. എങ്ങനെ ഉണ്ടായിരുന്നു ട്രയൽ ക്ലാസ് എന്ന് ചോദിച്ചു. നല്ല ഒരാളെ ഏർപ്പാടാക്കി തന്നതിനു ഞാൻ ഒരിക്കൽ കൂടി നന്ദിയും പറഞ്ഞു.

ഞങ്ങളുടെ പേരുകൾ അല്ലാതെ സൂരജിനു കൂടുതലായി അറിയാവുന്ന ഏക കാര്യം എനിക്ക് ഒരു മകനുണ്ടെന്നും അവനു വേണ്ടിയാണ് ട്യൂട്ടറെന്നും മാത്രമായിരുന്നു. ഞങ്ങൾ പരസ്പരം വീട്ടുകാര്യങ്ങൾ ചോദിച്ചു. ഹോസ്പിറ്റലിൽ ഭാര്യ അല്ല അമ്മയാണ് ഒപ്പമെന്നും അവിവാഹിതനാണെന്നും ജോലിയല്ല ചെറിയ ബിസിനസ്സാണെന്നും പറഞ്ഞു. ജയേട്ടനും മോളും എന്തു ചെയ്യുന്നുവെന്നും എവിടെയാണെന്നും ഞാനും പറഞ്ഞു.

സ്കൂളിലെ ടീച്ചറോടും ഞാൻ സൂരജിനെപ്പറ്റിയും ഏർപ്പാടാക്കി തന്ന പുതിയ ട്യൂട്ടറെപ്പറ്റിയും പറഞ്ഞു. സൂരജിന്റെ ആക്സിഡന്റിനെപ്പറ്റിയൊന്നും അവർക്കറിയില്ലായിരുന്നു. അനിയൻ കുവൈറ്റിലേക്കും സൂരജ് വിജയവാഡയിലേക്കും മാറിയതിൽ പിന്നെ അധികം കോൺടാക്ട് ഉണ്ടായിട്ടില്ലെന്നും പഴയ നമ്പർ എങ്ങനെയോ കിട്ടിയതാണെന്നും പറഞ്ഞു. ഹൈദരാബാദിൽ ആയിരുന്ന സമയത്ത് ഒരിക്കൽ അനിയനോടൊപ്പം വീട്ടിൽ വന്നിട്ടുണ്ടെന്നും വളരെ helpful and decent ആണെന്നും കൂട്ടിച്ചേർത്തു.

വൈകീട്ട് ഡിന്നറും എല്ലാ പണികളും കഴിഞ്ഞു ഫ്രീ ആയപ്പോൾ സൂരജിനെ ഓർമ്മ വന്നു. അപ്പോഴേക്കും മോൻ അവന്റെ പ്രൊജക്റ്റിനു സഹായമഭ്യർത്ഥിച്ചു വന്നു. പിറ്റേ ദിവസം സബ്മിറ്റ് ചെയ്യണമെന്നും അതുകൊണ്ട് കവർപേജ് ഒന്നു ഭംഗിയാക്കി കൊടുക്കണമെന്നുമാണ് ആവശ്യം. അതിനിടയിൽ സൂരജിന്റെ മെസ്സേജ് നോട്ടിഫിക്കേഷൻ കണ്ടു. പുതിയ ട്യൂട്ടർ സൂരജിനെ വിളിച്ചിരുന്നുവെന്നും ഞങ്ങളെ എല്ലാവരെയും ആദർശിനെയും നന്നായി ബോധിച്ചെന്നും പറഞ്ഞത്രേ.

“ഐ വിൽ ഗെറ്റ് ബാക്ക് ടു യു ആഫ്റ്റർ ഹാഫ് ആൻ അവർ” എന്ന് ടൈപ്പ് ചെയ്തു വിട്ട് ഞാൻ പണി തുടർന്നു. എന്തോ ഒറ്റവാക്കിൽ മറുപടി അവസാനിപ്പിക്കാൻ എനിക്കു തോന്നിയില്ല.

പ്രൊജക്റ്റിന്റെ പണിതീർത്ത് ഫോണെടുത്ത് ഞാൻ സ്വസ്ഥമായിരുന്നു. ഓൺലൈൻ ആയതും ‘ബിസിയായിരുന്നോ’ എന്നൊരു മെസ്സേജ് വന്നു. പ്രൊജക്റ്റിന്റെ കാര്യം പറഞ്ഞതും പിന്നെ സ്കൂളുകളെക്കുറിച്ചും സിലബസിലെ പുതിയ മാറ്റങ്ങളെക്കുറിച്ചുമായി സംസാരം. ഒരു മണിക്കൂറോളം ചാറ്റിങ് നീണ്ടുപോയത് അറിഞ്ഞതേയില്ല. എട്ടരയോടു കൂടിയാണ് എന്നും ഡിന്നർ കഴിഞ്ഞ് ഫ്രീ ആവാറുള്ളതെന്ന് സൂരജ് പറഞ്ഞു.

പിറ്റേ ദിവസം സ്കൂളിൽനിന്നും വന്നതിനുശേഷം ഞാൻ പെട്ടെന്ന് തന്നെ പണികൾ തീർക്കാൻ തുടങ്ങി. എന്തോ എട്ടര ആകുമ്പോൾ സൂരജ് ചാറ്റിങ്ങിനു വന്നാലോ എന്നൊരു തോന്നൽ. സ്കൂളിലെ ടീച്ചർ സൂരജിനെപ്പറ്റി നല്ല അഭിപ്രായം പറഞ്ഞതും ഒരുപക്ഷേ ആ ചാറ്റിങ് ആസ്വദിക്കാനുള്ള ധൈര്യം എനിക്ക് തന്നിട്ടുണ്ടാകും. എട്ടരയ്ക്കു മുന്നേ തന്നെ സൂരജിന്റെ മെസ്സേജ് വന്നു. പിറ്റേദിവസം ഡിസ്ചാർജ് ചെയ്യുമെന്നും കട്ടിലിലുള്ള ആ ഒരേ കിടപ്പ് അസഹനീയമാണെന്നും പറഞ്ഞു. തുടർന്ന് ഞങ്ങൾ അന്ന് ഹോസ്പിറ്റലുകളെക്കുറിച്ചായിരുന്നു സംസാരിച്ചത്.

ഓരോ ദിവസവും ഞങ്ങൾക്ക് സംസാരിക്കാൻ എന്തെങ്കിലും ഒരു വിഷയം ഉണ്ടാകുമായിരുന്നു. അതിനിടയിൽ എനിക്ക് നാല്പത്തിയൊന്നു വയസ്സായിരുന്നുവെന്ന് സൂരജും സൂരജിന് മുപ്പതു വയസ്സാണെന്ന് ഞാനും മനസ്സിലാക്കി. ഒപ്പം സൂരജിന്റെ കുടുംബത്തിലും സ്വകാര്യ ജീവിതത്തിലും സംഭവിച്ച ചില കാര്യങ്ങളും.

സൂറത്തിലെ തറവാടു വക തുണിമില്ലുകളിൽനിന്നും കൊണ്ടുവന്ന് ഹൈദരാബാദിൽ ഹോൾസെയിൽ ബിസിനസ് ചെയ്തുകൊണ്ടിരിക്കവെയാണ് മറ്റേ പാർട്ണർ ആരുമറിയാതെ വലിയൊരു നഷ്ടം വരുത്തിവെച്ച് ആത്മഹത്യ ചെയ്തത്. സൂരജിന്റെ എംബിഎയ്ക്കോ അച്ഛന്റെ നാല്പതു കൊല്ലത്തെ അനുഭവസമ്പത്തിനോ അവരെ കരകയറ്റാനായില്ല. അതിനിടയിൽ ഗോഡൗണിൽ തീപിടിത്തം, നാശനഷ്ടങ്ങൾ വേറെ. വളരെ ബുദ്ധിമുട്ടിലായ ഒരു സമയത്താണ് അനിയത്തി ഹോം ട്യൂഷനു പോയിത്തുടങ്ങിയത്. ഒരു വർഷം ആകുമ്പോഴേക്കും എങ്ങനെയോ അവളുടെ വിവാഹം നടത്തി. യു.എസ്സിലായിരുന്നു പയ്യൻ. അവളെ ഇഷ്ടപ്പെട്ടു കഴിച്ചതാണ്. കല്യാണം കഴിഞ്ഞതും അവർ ഹൈദരാബാദിലെ വലിയ വീട് വിറ്റ്, കടവും വീട്ടി, വിജയവാഡയിലേക്ക് മാറി. ഒരു ചെറിയ തുണിക്കട തുടങ്ങി. അച്ഛനുമമ്മയും സൂരജും അവിടെ താമസമാക്കി. എം.ബി.എയ്ക്ക് പഠിക്കുമ്പോഴാണ് സൂരജിനൊരു പ്രണയബന്ധം തുടങ്ങിയത്. ക്ലാസ്മേറ്റ് ആയിരുന്നു. അഞ്ചുവർഷത്തിനുശേഷം

അവർക്കിടയിലൊരു അകൽച്ച വന്നു. ഒരു വർഷത്തിനുള്ളിൽ അവൾ വിവാഹിതയായി പോയി. അതിനൊപ്പമായിരുന്നു ബിസിനസിലെ പ്രശ്നങ്ങൾ തുടങ്ങിയത്. പിന്നെ അനിയത്തിയുടെ വിവാഹവും മറ്റു ചുമതലകളും ആയി സൂരജിന്റെ വിവാഹവും നീണ്ടുപോയി. പിന്നീട് വിവാഹ ആലോചനകൾ നടക്കുന്നതിനിടയിലായിരുന്നു ആ ആക്സിഡന്റ്.

ഞാനും ജനിച്ചതും വളർന്നതും പഠിച്ചതും വിവാഹശേഷം ജീവിച്ചതും ആയ സ്ഥലങ്ങളെപ്പറ്റി പറഞ്ഞു.

ഞങ്ങൾ ചാറ്റിങ്ങ് തുടങ്ങി ഒരു മാസത്തോളമാകാൻ തുടങ്ങി. പതിയെപ്പതിയെ എട്ടര വരെ വെയിറ്റ് ചെയ്യാൻ സാധിക്കാതെയായി. എട്ടോ എട്ടേകാലോ ആകുമ്പോൾ തന്നെ ആരെങ്കിലും ഒരാൾ മെസ്സേജിങ് തുടങ്ങും. ഒൻപതരയോടു കൂടി അവസാനിക്കും.

എന്നും ഒമ്പതര ആകുമ്പോഴാണ് ജയേട്ടൻ വിളിക്കാറ്. പിന്നെ ചില ദിവസങ്ങളിൽ ഞാൻ ഉറങ്ങിയതിനു ശേഷം ഒരു പന്ത്രണ്ട് മണിയാകുമ്പോൾ വിളിക്കും. ദുബായിൽ ജയേട്ടന്റെ ഉറക്കത്തിനു മുൻപുള്ള സ്ലീപ്പിംഗ് പിൽസ് എന്റെ ശബ്ദത്തിലൂടെ കിട്ടാൻ. പിറ്റേദിവസം രാവിലെ നാലരയ്ക്കു എഴുന്നേൽക്കാനുള്ളതാണ്. ആദർശിനെ അഞ്ചുമണിയോടെ മാത്സ് ട്യൂഷനു കൊണ്ടുവിടണം. മറ്റു പണികളും തീർത്തു സ്കൂളിലേക്ക് തയ്യാറായി പോവുകയും വേണം. അത് അറിയാമെങ്കിലും അർദ്ധരാത്രി എന്നെ ഉറക്കത്തിൽനിന്ന് ഉണർത്താൻ ജയേട്ടനു യാതൊരു മടിയും തോന്നിയില്ല. ഒരാൾക്ക് എങ്ങനെയാണ് ഇത്രയും സ്വാർത്ഥനാകാൻ കഴിയുന്നതെന്ന് ഞാൻ അത്ഭുതപ്പെട്ടു. പിണങ്ങി ദേഷ്യത്തിൽ നടക്കുന്നതു കാണേണ്ട വിഷമം വേറെ താമസിക്കുന്നതുകൊണ്ട് ഉണ്ടാവില്ലല്ലോ എന്ന ഉറപ്പിൽ ഉറക്കം തുടർച്ചയായി കിട്ടാത്തതിനാൽ എനിക്കതു തലവേദനയുണ്ടാക്കുന്നുവെന്ന് നല്ല രീതിയിൽ തുറന്നു പറഞ്ഞു ആ പ്രശ്നം പരിഹരിച്ചു. ചെറിയ പരിഭവം പ്രകടിപ്പിച്ചെങ്കിലും അത് കാര്യമാക്കിയില്ല. പതിനഞ്ചു വയസ്സുള്ള എന്റെ മകൻ പോലും നാല്പത്തിയേഴു വയസ്സുള്ള അച്ഛനേക്കാൾ എത്ര അണ്ടർസ്റ്റാൻഡിങ് ആണെന്നതിൽ ഒരേ സമയം എനിക്ക് ആശ്വാസവും വിഷമവും തോന്നി.

പലപ്പോഴും ഞാൻ ഒറ്റയ്ക്കാവുമ്പോൾ തലേദിവസത്തെ ചാറ്റിങ് എല്ലാം വീണ്ടും വായിച്ചു നോക്കും. സൂരജുമായി ചാറ്റ് ചെയ്യുന്നത് എന്റെ മനസ്സിനു വലിയ ഊർജ്ജമാണ് തന്നിരുന്നത്. ഓരോ ദിവസവും സ്കൂളിൽനിന്നും തിരിച്ചുവരുമ്പോൾ രാത്രി സൂരജുമായി സംസാരിക്കാം എന്നുള്ളത് വലിയ സന്തോഷം തന്നിരുന്നു. പണികളെല്ലാം പെട്ടെന്ന് തീർത്തു. കുട്ടികളോടും എന്തെങ്കിലും സഹായം ആവശ്യമുണ്ടെങ്കിൽ മുൻപേ പറയണം എന്നു ചട്ടംകെട്ടി. അമ്മയ്ക്കെന്തു പറ്റി എന്ന് അവർ രണ്ടുപേരും പറയുന്നുണ്ടായിരുന്നു. എന്നാൽ ആ സമയം അവർ അവരുടെ പഠനവുമായി തിരക്കിൽ ആയതുകൊണ്ട് പരാതിയൊന്നും ഉണ്ടായിരുന്നില്ല.

ഇതിനിടയിൽ സൂരജിന്റെ കവിളിലെ സ്റ്റിച്ച് റിമൂവ് ചെയ്തു. ആവശ്യത്തിന് സംസാരിക്കാനും ഖരഭക്ഷണം കഴിക്കാനും തുടങ്ങിയിരുന്നു. എന്നാലും എന്തുകൊണ്ടോ, ഞങ്ങൾക്ക് പരസ്പരം വോയിസ് കോൾ ചെയ്തു സംസാരിക്കണമെന്ന് തോന്നുകയോ അതിനുവേണ്ടി ശ്രമിക്കുകയോ ചെയ്തില്ല.

ഈ ലോകത്തുള്ള സകലതും ഞങ്ങൾക്ക് ചാറ്റ് ചെയ്യാൻ വിഷയമായി. ഒരു ദിവസം സിനിമയാണെങ്കിൽ മറ്റൊരു ദിവസം ബുക്സ്. പിന്നെ പാട്ടുകൾ, പൊളിറ്റിക്സ്, ജോബ്, സൊസൈറ്റി, ഇൻജസ്റ്റിസ് etc. ആളുകളുടെ ആറ്റിറ്റ്യൂഡ് തൊട്ട് ഗാന്ധിജിയും നെഹ്റുവും ചരിത്രവും വരെ ഞങ്ങൾക്കിടയിൽ വന്നു. എന്നെപ്പോലെ തന്നെ സൂരജും മറ്റേയാൾ കാണാൻ എങ്ങനെയെന്ന് സ്വാഭാവികമായും ചിന്തിച്ചിട്ടുണ്ടാകണം. ഞാൻ എഫ് ബി നോക്കി സൂരജിന്റെ ഫോട്ടോസ് കണ്ടു. വെളുത്തു മെലിഞ്ഞ് നീണ്ടൊരു ശരീരപ്രകൃതി. നല്ല ഉയരം. പെട്ടെന്ന് ആകർഷിക്കപ്പെടുന്ന ഒന്നും കാഴ്ചയിൽ ഉണ്ടെന്ന് തോന്നിയില്ല. പക്ഷേ അതെന്നെ ബാധിക്കേണ്ട കാര്യമല്ലാത്തതുകൊണ്ട് പ്രത്യേക ഇഷ്ടമോ അനിഷ്ടമോ തോന്നിയില്ല. മുൻവിധികളില്ലാതെ, വിമർശനങ്ങളില്ലാതെ ചാറ്റ് ചെയ്യുന്ന, ഇതുവരെ ശബ്ദം കേൾക്കാത്ത, കാണാത്ത ആ വ്യക്തിത്വത്തെയാണ് ഞാൻ ഇഷ്ടപ്പെട്ടിരുന്നത്.

എന്റെ എഫ്ബിയിൽ പഴയ ഒരു ഫോട്ടോ മാത്രമാണുണ്ടായിരുന്നത്. വാട്ട്സേപ്പ് ഡിപിയിൽ ഉള്ള ഫോട്ടോ കണ്ടിരിക്കുമെന്നുറപ്പായിരുന്നു. ഡിപി ഒന്ന് മാറ്റിക്കൂടെ എന്നൊരിക്കൽ ചോദിച്ചപ്പോൾ അത് മാറ്റി വേറെ ഇടാൻ തീരുമാനിച്ചു. ഗ്യാലറിയിൽ നിന്നും വളരെ നന്നായിട്ടുണ്ട് എന്ന് എനിക്കു തോന്നിയ ഒരു ഫോട്ടോ പ്രൊഫൈൽ പിക്ചർ ആയി ഇട്ടു. അതു കണ്ടതിനുശേഷം സൂരജ് അന്ന് ആദ്യമായി അയച്ച മെസ്സേജ് 'യു ആർ സൊ ഗുഡ് ലുക്കിങ്' എന്നായിരുന്നു.

ഒരു മാസത്തിനിടയ്ക്ക് ആദ്യമായി എന്നെ പ്രശംസിച്ചു പറഞ്ഞ കാര്യം. എനിക്കു തീർച്ചയായും സന്തോഷം തോന്നി. പക്ഷേ അതിലേറെ സന്തോഷം തോന്നിയത് ഒരിക്കലും എന്നോട് 'എന്ത് ഡ്രസ്സാണ് ഇട്ടിരിക്കുന്നത്? രാത്രി കിടക്കുമ്പോൾ ഭർത്താവിനെ മിസ്സ് ചെയ്യാറില്ലേ? പില്ലോ കെട്ടിപ്പിടിച്ചാണോ കിടക്കുന്നത്? ചുണ്ടുകൾ വളരെ സെക്സിയാണ്.' എന്നൊന്നും പറയാത്തതിലായിരുന്നു."

നീന ഒരു നിമിഷം നിർത്തി. അവൾ പറഞ്ഞത് അംഗീകരിച്ച് ഞാനും തലയാട്ടി.

"ജയകൃഷ്ണൻ ഇതിനിടയിൽ വന്നതേയില്ല?"

നീന സൂരജിനെപ്പറ്റി പറയാൻ തുടങ്ങിയതിൽ പിന്നെ ആദ്യമായി ഞാൻ ചോദിച്ചു. നീനയുടെ കഥ കേൾക്കുന്നതിനിടയിൽ അതുവരെ എന്തെങ്കിലും ചോദിക്കുന്നത് പോയിട്ട് വേറൊന്നും ചിന്തിക്കുന്നു കൂടിയുണ്ടായിരുന്നില്ല.

അവളുടെ വാക്കുകളുടെ ഒഴുക്കിൽ ഞാനും അങ്ങനെ ഒപ്പം പോവുകയായിരുന്നു കഥയുടെ ഓരോ ഘട്ടവും മനസ്സിൽ ഒരു ചലച്ചിത്രം പോലെ കണ്ടുകൊണ്ട്.

"ഡിസംബറിൽ വരണമെന്ന് വിചാരിച്ചതാണ്. പിന്നെ ക്രിസ്തുമസ്സിന്റെ ഡിമാൻഡിൽ ലീവ് ശരിയായില്ല. അങ്ങനെ ജനുവരിയിലാണ് വന്നത്."

"അപ്പോൾ ചാറ്റിങ്?"

"അപ്പോഴേക്കും ഞങ്ങൾ ചാറ്റിങ് തുടങ്ങിയിട്ട് ഒന്നര മാസമായിട്ടുണ്ടായിരുന്നു. ജയേട്ടൻ വരുന്നതിനാൽ ഇരുപതു ദിവസം തിരക്ക് കാരണം എനിക്കു മെസ്സേജിങ്ങിനുള്ള സമയമോ സൗകര്യമോ ഉണ്ടായിരിക്കില്ലെന്ന് മുൻപേ തന്നെ അറിയിച്ചിരുന്നു. 'എങ്കിൽ അതിനുമുൻപ് നമുക്കൊന്നു പരസ്പരം നമ്മുടെ ശബ്ദം കേട്ടു കൂടെ' എന്നു ചോദിച്ചപ്പോൾ 'വേണ്ടാ' യെന്ന് ഞാൻ ഉടനെ പറഞ്ഞു. കേൾക്കുകയോ കാണുകയോ ചെയ്യുമ്പോൾ അവിടെ എനിക്ക് ഇഷ്ടപ്പെടാത്ത എന്തെങ്കിലും ഉണ്ടായി, അതുവരെ ഹൃദയത്തോടു ചേർത്തുപിടിച്ച നല്ലൊരു ബന്ധം തകരുമോ എന്ന പേടിയായിരുന്നു. 'ശരി എന്റെ ശബ്ദം കേൾപ്പിക്കുന്നില്ലെങ്കിൽ വേണ്ട പക്ഷേ ഇരുപതു ദിവസം കഴിഞ്ഞ് തിരിച്ചുവരുന്നതുവരെ മറക്കാതിരിക്കാൻ തന്റെ ശബ്ദം ഇരിക്കട്ടെ' എന്ന് പറഞ്ഞു സൂരജ് ഒരു വോയ്സ് ക്ലിപ്പ് അയച്ചുതന്നു. ഞാനത് ശക്തമായി മിടിക്കുന്ന ഹൃദയത്തോടെ കേട്ടു.

"നവംബർ ഇരുപത് എനിക്ക് ഇഷ്ടപ്പെട്ട ഒരു ദിവസമാണ്. കാരണം നിന്നെപ്പോലൊരു 'വുമൺ ഓഫ് സബ്സ്റ്റൻസ്' എന്റെ ജീവിതത്തിൽ വന്ന ദിവസമാണത്. ഇത്രയും നാൾ ഓരോ ദിവസവും വൈകുന്നേരമാവാനും നിന്നോട് സംസാരിക്കാനും ഞാൻ കാത്തിരിക്കുമായിരുന്നു. ഇനിയുള്ളത് ഇരുപത് ദിവസത്തിന്റെ ഒരു ലോങ്ങ് വെയ്റ്റിംഗ് പിരീഡ് ആണ്. എന്നാലും ഞാൻ കാത്തിരിക്കും നിന്നെ എനിക്കു തിരിച്ചു കിട്ടാൻ. ഐ വിൽ മിസ്സ് യു. എന്നായിരുന്നു അതിൽ."

എന്റെ കൊളീഗ്സും സ്റ്റുഡൻസും ഫ്രണ്ട്സും പലപ്പോഴും എന്നെ സ്നേഹിക്കുകയും പ്രശംസിക്കുകയും ചെയ്തിട്ടുണ്ടെങ്കിലും വേറൊന്നും അതുവരെ അത്രയും ഹൃദയസ്പർശിയായി തോന്നിയില്ല. എനിക്ക് എന്നോട് തന്നെ സ്നേഹവും ആദരവും തോന്നിയ നിമിഷങ്ങളായിരുന്നു അത്."

"നീ എന്തു പറഞ്ഞു?"

"എന്നെ സ്വയം സ്നേഹിക്കാനും ബഹുമാനിക്കാനും തോന്നിപ്പിച്ച ആ വ്യക്തിയെ ഞാനെങ്ങനെ കൈവിടും? ഐ വിൽ മിസ് യു റ്റൂ എന്ന് തിരിച്ചയച്ചു."

"വോയിസ് ക്ലിപ്പ്?"

"അല്ല, ടെക്സ്റ്റ് ചെയ്തു."

"എന്തായിരുന്നു കോമൺ ലാംഗ്വേജ്?"

"ഇംഗ്ലീഷ്. അതല്ലാതെ വേറെ വഴിയില്ല. ഹിന്ദി പറഞ്ഞൊപ്പിക്കാമെങ്കിലും ടെക്സ്റ്റ് ചെയ്യാൻ പറ്റില്ലല്ലോ."

"ങ്ഊം... എന്നിട്ട്...?"

ഞാൻ വളരെ സീരിയസ് ആയി തന്നെയാണ് എല്ലാം കേട്ടുകൊണ്ടിരുന്നത്. അവൾ ചെയ്യുന്നത് തെറ്റാണോ ശരിയാണോ എന്ന് ചിന്തിക്കാനോ അങ്ങനെയൊരു ഭാവമോ ഞാൻ പ്രകടിപ്പിച്ചില്ല. അവൾ പറയുന്ന അതേ ഭാവത്തോടെതന്നെ ഞാൻ എല്ലാം കേട്ടിരുന്നു. അല്ലെങ്കിൽ അവൾ മുഴുവൻ തുറന്നു പറഞ്ഞില്ലെങ്കിലോ എന്നൊരു ഭയവും ഉണ്ടായിരുന്നു.

"ജയേട്ടൻ വന്നപ്പോൾ പിന്നെ ദുബായിലുണ്ടായിരുന്നതു പോലെ വീണ്ടും തിരക്കായി. അതുകൊണ്ട് മെയ്ഡിനെ കൂടുതൽ വീട്ടുപണികൾ ഏൽപ്പിച്ച് എന്റേതായ ഫ്രീ ടൈം ഉണ്ടാക്കിയെടുക്കാൻ ശ്രമിച്ചു. ജയേട്ടൻ വീട്ടിലുള്ളതുകൊണ്ട് അധികസമയം മെയ്ഡ് അവിടെ ഉണ്ടാകുന്നതിഷ്ടമില്ലായിരുന്നു. അവളെ വേഗം വിട്ടു കൂടെ, എന്തിനാ ഇത്രയധികം ജോലികൾ ചെയ്യിപ്പിക്കുന്നത് എന്നെല്ലാം ജോലി കഴിഞ്ഞു വരുന്ന എന്നോട് ചോദിക്കുമായിരുന്നു. അങ്ങനെയെങ്കിൽ അവൾ ചെയ്തു തരുന്നത് ജയേട്ടൻ ചെയ്തു തരണം എന്ന് ഞാനും പറഞ്ഞു.

ഞാൻ ഒരു യന്ത്രമല്ലെന്നും ജയേട്ടൻ ഈ ലോകത്ത് കാണുന്നതും കേൾക്കുന്നതുമായ കാര്യങ്ങളെല്ലാം എനിക്കും മനസ്സിലാവുന്നതാണെന്നും വീട്ടുകാര്യങ്ങൾക്കപ്പുറമായി പലതും നിരീക്ഷിക്കാനും ആസ്വദിക്കാനും കൂടിയുള്ളതാണ് എന്റെയീ ജീവിതം എന്നുമൊക്കെ എനിക്കും കുറേശ്ശെ തോന്നിത്തുടങ്ങിയിരുന്നു. ഹൈദരാബാദിൽ ജയേട്ടൻ ഇല്ലാതെ ജീവിച്ച ഏഴുമാസം എന്നെയും എന്റെ കഴിവുകളെയും സ്വയം മനസ്സിലാക്കാനുള്ള തിരിച്ചറിവിന്റെ ഒരു അവസരമാണ് തുറന്നു തന്നത്. ജയേട്ടൻ സദാസമയവും കുറ്റപ്പെടുത്തുന്നത്ര കഴിവുകേടുള്ള സ്ത്രീയല്ല ഞാനെന്നുള്ള തിരിച്ചറിവ് ആത്മാഭിമാനം വർദ്ധിപ്പിച്ചു. പരാശ്രയമില്ലാതെ ജീവിക്കാൻ ഞാൻ പ്രാപ്തയാണെന്നുള്ള തിരിച്ചറിവ് ആത്മവിശ്വാസം വർദ്ധിപ്പിച്ചു. ജയേട്ടന്റെ അസാന്നിധ്യത്തിലും ആരെയും ആശ്രയിക്കാതെ കാര്യങ്ങൾ നടത്തുന്നുണ്ടെന്നും എന്നിട്ടും ഞാനും മക്കളും ആ ജീവിതത്തിൽ സന്തുഷ്ടരാണെന്നും ജയേട്ടന് കുറച്ചൊക്കെ മനസ്സിലായെങ്കിലും അങ്ങനെ ഒരു ഭാവം കാണിച്ചതേയില്ല. ആൾ പഴയതുപോലെ തിരിച്ചു പോകുന്നതുവരേക്കും എന്നെക്കൊണ്ട് നിലത്തു വീണ സാധനങ്ങൾ എടുക്കാനും വസ്ത്രങ്ങൾ സ്യൂട്ട്കേസിൽനിന്നും അലമാരയിൽനിന്നും എടുക്കാനും ധോബി കൊണ്ടുവന്ന മടക്കിയ ഷർട്ടുകൾ തുറന്നു കഴിഞ്ഞാലും മടക്കുകൾ കാണും എന്നു പറഞ്ഞു ഉപയോഗിക്കുന്നതിനു

മുൻപ് വീണ്ടും ഇസ്തിരി ഇടാനും പറഞ്ഞുകൊണ്ടിരുന്നു. ഞാനും മക്കളും പുറത്തുപോകുമ്പോൾ പകൽ മുഴുവൻ ഒറ്റയ്ക്കിരുന്ന് ഒന്നും ചെയ്യാനില്ലാതെ ബോറടിക്കുന്ന ആളാണെന്നോർക്കണം."

"അപ്പോഴും നീ ഒന്നും പറഞ്ഞില്ലേ?"

എനിക്കു നീനയോടും ദേഷ്യം വരാൻ തുടങ്ങുന്നുണ്ടായിരുന്നു. ഒന്നിനും പ്രതികരിക്കാതെ ഇങ്ങനെ ഒരു മനുഷ്യനെ മഹാമടിയനാക്കുന്നതിൽ അവൾക്കും പങ്കുണ്ട്.

"പ്രതികരിക്കാൻ തുടങ്ങിയാൽ ആകെയുള്ള ഇരുപതു ദിവസങ്ങളിൽ പത്തൊമ്പതു ദിവസവും ഞങ്ങൾ വഴക്കിലായിരിക്കും. എനിക്കു മറ്റു പണികൾ ഉള്ളതുകൊണ്ട് അതൊന്നും സാധിക്കില്ലെന്നും ജയേട്ടന് ധാരാളം സമയം ഉള്ളതുകൊണ്ട് ചെയ്തുകൂടെ എന്നും ചിലപ്പോൾ ഞാനും ചോദിക്കാറുണ്ട്."

"എനിക്കു നിന്നോടും ദേഷ്യം വരുന്നുണ്ട്."

"സഹായിക്കുന്നില്ലെങ്കിലും ഞങ്ങൾക്കു വേണ്ടിയാണല്ലോ ജയേട്ടൻ സമ്പാദിക്കുന്നതും ചെലവഴിക്കുന്നതും എന്നൊക്കെ വിചാരിക്കും."

"എന്റെ നീനേ, നിന്റെ ഇത്തരം മുടന്തൻ ന്യായങ്ങളോട് എനിക്ക് യോജിക്കാൻ പറ്റില്ല. എല്ലാ ഭർത്താക്കന്മാരും അവരുടെ കുടുംബത്തിനു വേണ്ടിയാണ് സമ്പാദിക്കുന്നതും ചെലവാക്കുന്നതും ഒക്കെ. എന്നിട്ടെന്താ അവരാരും വീട്ടുകാര്യങ്ങളിൽ സഹകരിക്കുന്നില്ലേ? ഭാര്യമാരെ കുറച്ചെങ്കിലും അടുക്കളയ്ക്കകത്തോ പുറത്തോ വീടിനു പുറത്തെ കാര്യങ്ങളിലോ ചെയ്തു സഹായിക്കുന്നില്ല? ഫുൾടൈം പുറത്ത് ജോലി ചെയ്യുകയും തിരിച്ചുവന്നാലും എപ്പോഴും ഫോണിലൂടെ പോലും ഉത്തരവാദിത്തങ്ങൾ തുടരുകയും ചെയ്യേണ്ടി വരുന്ന ഒരു സാദാ പൊലീസുകാരൻ ആണെങ്കിൽ പോലും മനസ്സിലാക്കാമായിരുന്നു. അയാൾക്ക് വീട്ടിൽ ചെയ്യാൻ പറ്റുന്ന കാര്യങ്ങൾക്ക് പരിധികളുണ്ടെന്ന്. അല്ലെങ്കിൽ വേണ്ട, പകൽ മുഴുവനും കഠിനദ്ധ്വാനം ചെയ്യുന്ന ഒരു കൂലിപ്പണിക്കാരനുപോലും വീട്ടുകാര്യങ്ങളിൽ സഹകരിക്കാതിരിക്കാൻ ജയകൃഷ്ണനേക്കാൾ കൂടുതൽ അർഹതയുണ്ട്. പണിക്കനുസരിച്ച് റെസ്റ്റ് എടുത്താലല്ലേ അയാൾക്ക് പിറ്റേദിവസം വീണ്ടും അദ്ധ്വാനിക്കാൻ കഴിയൂ. ഇത് കിടന്നും ഇരുന്നും ടിവി കണ്ടും ഒന്നും ചെയ്യാനില്ലാതെ ബോറടിച്ചിരിക്കുന്ന ഒരാളുടെ കാര്യമാണ്. നിന്റെ പണികൾ ഏറ്റെടുത്ത് ചെയ്യണമെന്നല്ല, സ്വന്തം കാര്യങ്ങളെങ്കിലും സ്വയം ചെയ്തുകൂടെ?"

നീന ഒന്നും തിരിച്ചു പറയാതെ കേട്ടിരുന്നു. ഞാൻ തുടർന്നു.

"ഇനി സമ്പാദ്യത്തിന്റെയും ചെലവിന്റെയും കണക്കു പറയുകയാണെങ്കിൽ ഞാൻ നിന്നെ ഒരു കാര്യം ഓർമ്മപ്പെടുത്താം. ജയകൃഷ്ണൻ നിനക്കുവേണ്ടി ചെലവാക്കിയതിന്റെ ഇരട്ടി സർവീസ് നീ അയാൾക്കു

ചെയ്തു കൊടുത്തിട്ടുണ്ട്. ഒരു ഫുൾടൈം മേയ്ഡ്, കുക്ക്, കുട്ടികളുടെ ആയ, അവരുടെ ട്യൂട്ടർ, ഫിനാൻഷ്യൽ അഡ്വൈസർ etc. അതൊന്നും പോരാഞ്ഞിട്ട് രാത്രിയിലെ സർവീസും. സാധാരണ ബന്ധങ്ങളിൽ പെണ്ണുങ്ങളും അതൊക്കെ ആസ്വദിക്കും എന്നു വിചാരിക്കാം. പക്ഷേ നിന്റെ കാര്യത്തിൽ അതുണ്ടാകാത്തതുകൊണ്ട് ഇതൊരു സർവീസ് മാത്രമാണ്. ഇതൊന്നും കൂടാതെ ഇത്രകാലം നീയും ജോലി ചെയ്ത് അതിന്റേതായ രീതിയിൽ കോൺട്രിബ്യൂട്ട് ചെയ്തത് വേറെ. ഇത്രയും ബുദ്ധിയുള്ള നിനക്ക് ഇതൊക്കെ ചിന്തിച്ചു മനസ്സിലാക്കാൻ പറ്റിയില്ലേ?"

നീന ആട്ടുകട്ടിലിൽനിന്നും എഴുന്നേറ്റു ചങ്ങല പിടിച്ചു ഒരു വശത്തായി നിന്നു. എന്നിട്ടു സമയമെടുത്തു വളരെ ശാന്തയായി മറുപടി പറഞ്ഞു.

"ചിന്തിക്കാഞ്ഞിട്ടും മനസ്സിലാക്കാഞ്ഞിട്ടുമല്ല എളേമ്മേ. പക്ഷേ മനസ്സിലാക്കിയതെല്ലാം ഞാൻ മനസ്സിൽ കൊണ്ടുനടന്നാൽ പിന്നെ എനിക്ക് ഈ ബന്ധം തുടർന്നു കൊണ്ടുപോവാൻ വേറെ എന്താണൊരു പ്രചോദനം?"

അവൾ പറഞ്ഞതിലും കാര്യമുണ്ട് എന്നെനിക്കു തോന്നി.

"ഒറ്റവാക്കിലോ വാചകത്തിലോ ഒരാളോടു പറയാൻ പറ്റുന്ന ഒരു പ്രശ്നമാണോ എന്റെ? ഈ സമൂഹത്തെയും ലോകത്തെയും ഒന്നും ബോധിപ്പിക്കേണ്ട ആവശ്യമില്ലെന്നും നമ്മുടെ ജീവിതം നമ്മളാണ് തീരുമാനിക്കേണ്ടത് എന്നും പറയാൻ എളുപ്പമാണ്. എന്നാലും നമ്മളെ വളർത്തി വലുതാക്കിയവരോടെങ്കിലും അതൊക്കെ വിശദമാക്കാനുള്ള ബാധ്യത ഒരു പ്രശ്നമുണ്ടാകുമ്പോൾ തീർച്ചയായും വരും."

"പക്ഷേ നിനക്ക് ചെയ്യാൻ കഴിയാത്ത കാര്യങ്ങൾ ചെയ്യാൻ പറ്റില്ലെന്നെങ്കിലും ജയകൃഷ്ണനോടു പറയാൻ നീ പഠിക്കണം. ദേഷ്യപ്പെടുമ്പോൾ സമാധാനം പോകും എന്ന് നീ പറയുന്നു. ദേഷ്യപ്പെടാതിരിക്കാൻ എല്ലാം ചെയ്തുകൊടുത്തിട്ടും നിനക്കു സമാധാനം കിട്ടുന്നുണ്ടോ?"

"ഇല്ല. പക്ഷേ അത് എന്റെ മാത്രം സമാധാനക്കുറവാണ്. എന്നാൽ ജയേട്ടൻ കോപിച്ച് കഴിഞ്ഞാൽ അത് എന്നെയും മക്കളെയും ഒരു പക്ഷേ അതിൽ കൂടുതലായും ബാധിക്കുന്ന ടെൻഷൻ നിറഞ്ഞ ഒരന്തരീക്ഷമായി മാറും."

"മനസ്സിലാകാഞ്ഞിട്ടല്ല മോളേ. പക്ഷേ നിനക്കെപ്പോഴെങ്കിലും നിനക്കുവേണ്ടി ജീവിക്കേണ്ടേ? നിനക്ക് സുഖവും സമാധാനവും തരുന്ന ഒരന്തരീക്ഷം നീയും അർഹിക്കുന്നില്ലേ?"

"ഹൈദരാബാദിലെ ഞാനും മക്കളും മാത്രമുള്ള എന്റെ ജീവിതം അങ്ങനെ തന്നെയായിരുന്നു. ലീവിലുള്ളപ്പോൾ ചില ദിവസങ്ങളിൽ ജയേട്ടൻ വല്ലാതെ ബുദ്ധിമുട്ടിക്കുമ്പോൾ ഇനി പത്തോ ആറോ മൂന്നോ

ദിവസങ്ങളല്ലേ ബാക്കി സഹിക്കേണ്ടൂ എന്ന് വിചാരിച്ചു ആശ്വസിക്കും. രാത്രിയും പകലും ജയേട്ടനെ പ്രകോപിപ്പിക്കാതിരിക്കുന്നതിനുള്ള മോട്ടിവേഷൻ അങ്ങനെ ഞാൻ കണ്ടെത്തി."

പെട്ടെന്ന് എനിക്കു സൂരജിനെ ഓർമ്മ വന്നു

"ആ ഇരുപതു ദിവസവും സൂരജുമായി ഒരു കമ്മ്യൂണിക്കേഷനും ഉണ്ടായില്ലേ?"

"ഇല്ല. ഒന്ന് ചാറ്റ് ചെയ്യാൻ ഇടയ്ക്ക് ഒരു ആഗ്രഹം തോന്നിയിരുന്നെങ്കിലും ചെയ്തില്ല. ജയേട്ടൻ തിരിച്ചുപോയ അന്ന് വേഗം പണികളൊക്കെ കഴിച്ച് എട്ടരയാവാൻ കാത്തിരുന്നു. പത്തു മിനിറ്റ് മുമ്പു തന്നെ ഓൺലൈനിൽ കണ്ടപ്പോൾ എനിക്ക് പിടിച്ചുനിൽക്കാൻ പറ്റിയില്ല. ഞങ്ങൾ രണ്ടുപേരും ഒരേസമയം hiഉം how are youഉം ഒരുമിച്ച് അയച്ചു. എന്നെപ്പോലെ സൂരജും ഈ സമയത്തിനുവേണ്ടി കാത്തിരിക്കുകയായിരുന്നു എന്നു തോന്നി.

എന്നെ ഒരുപാട് മിസ് ചെയ്തു എന്ന് സൂരജ് പറഞ്ഞു. പക്ഷേ സൂരജിനെ മിസ് ചെയ്യാനുള്ള സമയം എനിക്കു കിട്ടിയിരുന്നില്ല എന്നാണ് സത്യം. കഴിഞ്ഞ ഇരുപതു ദിവസങ്ങൾ എങ്ങനെയുണ്ടായിരുന്നു എന്ന് പരസ്പരം ചോദിച്ചു. എനിക്കുള്ള യാതൊരു പ്രശ്നങ്ങളെക്കുറിച്ചും ഞാൻ പറഞ്ഞില്ല. തുടക്കത്തിൽ കട്ടിലിലുള്ള ഒരേ കിടപ്പിൽ ഞാൻ ചാറ്റിങ്ങിനില്ലാത്തത് വലിയ ബോറടിയായിരുന്നു എന്ന് സൂരജ് പറഞ്ഞു. പിന്നീട് വീടിനുള്ളിലെല്ലാം നടക്കാൻ തുടങ്ങിയെന്നും."

നീന വീണ്ടും ആട്ടുകട്ടിലിൽ വന്നിരുന്നു.

"ഞങ്ങൾ വീണ്ടും ദിവസവും ചാറ്റിങ് തുടർന്നു. അവധിദിവസങ്ങളിൽ ലഞ്ചിനുശേഷവും മെസ്സേജിങ്ങ് ചെയ്യാൻ തുടങ്ങി. മെല്ലെ മെല്ലെ മനസ്സിലെ അടുപ്പം മെസ്സേജുകളിലും പ്രകടമാകാൻ തുടങ്ങി. വല്ലപ്പോഴും മാത്രമേ ഞങ്ങൾ മറ്റുള്ള പോസ്റ്റുകളും വീഡിയോകളും ഫോർവേഡ് ചെയ്തിരുന്നുള്ളൂ. പരസ്പരം കൂടുതലറിയുക മാത്രമാണ് ചെയ്തത്. രണ്ടുപേർക്കും പരസ്പരം മെസ്സേജ് ചെയ്യാതെ ഒരു ദിവസം പോലും കഴിക്കാൻ പറ്റില്ല എന്നായി. ഇതിനിടയിൽ സൂരജ് സ്വതന്ത്രമായി നടക്കാനും കടയിൽ പോകാനും തുടങ്ങി. അങ്ങനെ മൂന്നു മാസം കഴിഞ്ഞപ്പോഴാണ് ഒരു ദിവസം എന്നോട് എന്റെ ശബ്ദം കേൾക്കണമെന്നും വോയ്സ് കോൾ ചെയ്യട്ടെ എന്നും ചോദിച്ചത്."

# വിഹായസ്സുകൾ തുറക്കുന്നു

"**ഞാ**ൻ കുറച്ചു നേരം ആലോചിച്ചു. എന്തു വേണം? വിളിക്കാൻ സമ്മതിക്കണോ? ഇത്രയും നാൾ നല്ല രീതിയിൽ പെരുമാറിയ ഒരാൾ ഒരു വോയ്സ് കോളിൽ എങ്ങനെ അനിഷ്ടമുണ്ടാക്കും? എന്റെ ശബ്ദം ഇഷ്ടപ്പെടാതിരിക്കുമോ? സൂരജിന്റെ ശബ്ദം വോയ്സ് ക്ലിപ്പിൽ എനിക്ക് വളരെ ഇഷ്ടപ്പെട്ടിരുന്നു. അങ്ങനെ പലതും ആലോചിച്ചു. ഒടുവിൽ എന്റെ നമ്പറിൽ വിളിക്കാൻ സമ്മതിച്ചു. വിളിക്കുന്നതിനു മുൻപായി വാതിൽ അടച്ചിട്ടു. ആദ്യമായി എന്റെ മൊബൈൽ സ്ക്രീനിൽ സുരജ് മേത്ത എന്ന പേരും നമ്പറും തെളിഞ്ഞ ഒരു ഇൻകമിങ്ങ് കോൾ വന്നു. സംഭ്രമം കാരണം എന്റെ ശബ്ദം വരാതിരിക്കുമോ എന്നു പോലും തോന്നി. Accept തൊട്ട് ചെറിയ ശബ്ദത്തിൽ ഹലോ പറഞ്ഞു.

"നീനാ... നീനാ... Are you there?"

"Yes"

"Oh God, finally I got to hear your voice" എന്നായിരുന്നു സൂരജിന്റെ ആദ്യപ്രതികരണം.

എന്തിനാണ് ഫോണിൽ സംസാരിക്കാൻ നമ്മളിത്ര വൈകിയതെന്നും ഇതൊരു നല്ല തുടക്കമാവട്ടെ എന്നും പറഞ്ഞു. എന്താണ് ഇങ്ങനെ ഫ്രീ അല്ലാതെ പതിഞ്ഞ ശബ്ദത്തിൽ സംസാരിക്കുന്നത് എന്നു ചോദിച്ചപ്പോൾ മക്കൾ വീട്ടിൽ ഉള്ളതുകൊണ്ടാണെന്നു ഞാൻ പറഞ്ഞു. സൂരജ് കട പൂട്ടി വീട്ടിലേക്കു പോകുന്ന വഴിയാണെന്നും സാധാരണ അച്ഛൻ കൂടെ ഉണ്ടാകാറുണ്ടെന്നും അറിയിച്ചു. ആദ്യ കോൾ അധികം നീട്ടിയില്ല. മനസ്സിൽ സന്തോഷം തോന്നി. ഒപ്പം തെറ്റാണോ ചെയ്യുന്നതെന്ന പേടിയും. പക്ഷേ ആ സൗഹൃദത്തിൽ നിന്നും പിന്മാറാൻ തോന്നിയതേയില്ല.

മാർച്ച് മാസം തുടങ്ങിയതിനാൽ ആദർശിന്റെ ബോർഡ് എക്സാം അടുത്തു വരികയായിരുന്നു. അതിനാൽ അവന്റെ പരീക്ഷകളുടെ തലേ ദിവസം ചാറ്റ് ചെയ്യാൻ എനിക്കു സമാധാനം കിട്ടുന്നുണ്ടായിരുന്നില്ല.

അവൻ പഠിക്കുന്ന സമയത്ത് അവൻ അറിയാതെ തന്നെ ചെന്നു നോക്കി അവനൊന്നിന്റെയും ആവശ്യമില്ലെന്നു ഉറപ്പുവരുത്തിയാലേ എനിക്ക് ആശ്വാസം കിട്ടിയിരുന്നുള്ളൂ. ഇടയ്ക്കവൻ എഴുന്നേറ്റ് അർച്ചനയുടെ അടുത്തുപോയി എന്തെങ്കിലും സംശയം ചോദിക്കുന്നതു കാണാം. പിന്നെ രണ്ടുപേരും കൂടി വല്ല ബിസ്കറ്റോ മറ്റോ എടുത്തു തിന്നുകയും പഠിപ്പു തുടരുകയും ചെയ്യും. പരീക്ഷയുടെ തലേദിവസം അല്ലെങ്കിൽ കുറച്ചു നേരം മൊബൈലിൽ വല്ല ഗെയിം കളിച്ചിരിക്കുന്നത് കാണാം. അതിനൊന്നും എതിരു പറയാൻ പാടില്ല എന്നാണ് അർച്ചനയുടെ ഓർഡർ. അങ്ങനെ ബ്രേക്ക് എടുത്തില്ലെങ്കിൽ കണ്ടിന്യൂസ് ആയി പഠിക്കാൻ പറ്റില്ല എന്നാണ് അവൾ പറയുന്നത്. ആരും പറയാതെ അവൻ തന്നെ പഠിപ്പിലേക്കു തിരിച്ചു പോകുന്നുണ്ടല്ലോ എന്ന ആശ്വാസത്തിൽ ഞാനും അതിൽ ഇടപെടാറില്ല.

അർച്ചന പത്തിലും പന്ത്രണ്ടിലും പഠിക്കുമ്പോൾ ഇത്ര ഹാർഡ് വർക്കിങ്ങ് ആയിരുന്നില്ല. ഇന്ത്യയിലെ കുട്ടികളുടെ മത്സരബുദ്ധിയെപ്പറ്റി മുൻപ് അധികം അറിയാത്തതുകൊണ്ട് ആദ്യത്തെ എൻട്രൻസിനു അവൾ അത്ര അദ്ധ്വാനിച്ചിട്ടില്ലായിരുന്നു. ഹൈദരാബാദിൽ വന്നു ചേർന്നപ്പോൾ തൊട്ട് അവളിൽ വല്ലാത്ത ഒരു മത്സരബോധം വന്നിരുന്നു. അത്തവണ ഹൈ റാങ്ക് വാങ്ങിച്ചിരിക്കുമെന്ന വാശിയിലായിരുന്നു അവൾ."

"നല്ല കാര്യം. നിനക്ക് അങ്ങനെയൊരു ഭാഗ്യം കിട്ടിയല്ലോ. അവരെ കാണുമ്പോഴെല്ലാം അവരെത്ര കോൺഫിഡന്റ് ഏൻഡ് ഇൻഡിപെൻഡന്റ് ആണെന്നു ഞാൻ വിചാരിക്കാറുണ്ട്. ഒപ്പം വെരി വെൽ ബിഹേയ്വ്ഡ്."

"തേങ്ക്സ് എളേമ്മേ. അതുതന്നെയായിരുന്നു എന്റെ ജീവിതത്തിലെ പ്രധാന ലക്ഷ്യം."

"അമ്മ അധികസമയം മൊബൈലിൽ ചെലവഴിക്കുന്നതും സന്തോഷവതിയായി ഇരിക്കുന്നതും കണ്ട് നിന്റെ മക്കൾക്ക് ഒരു ചേഞ്ച് തോന്നിയില്ലേ?"

"ആദർശ് ഒന്നും ചോദിച്ചില്ല. അർച്ചനയ്ക്ക് എന്നെ നല്ലപോലെ അറിയാവുന്നതിനാൽ അമ്മയ്ക്ക് പുതിയ വല്ല ഫ്രണ്ടിനെയും കിട്ടിയോ എന്ന് ചോദിച്ചു. ഉണ്ടെന്ന് പറഞ്ഞു. ആണോ പെണ്ണോ എന്ന് ചോദിക്കുമോയെന്നു ഭയപ്പെട്ടു. മനസ്സിലാക്കിയിട്ടോ എന്തോ ചോദിച്ചില്ല. പകരം 'ഇനിയെങ്കിലും അമ്മ അമ്മയ്ക്ക് ഇഷ്ടമുള്ള കാര്യങ്ങൾ ചെയ്ത് മാക്സിമം ഹാപ്പിയായിട്ടിരിക്കൂ' എന്ന് പറഞ്ഞു. പതിനെട്ട് വയസ്സായ അവൾക്ക് എനിക്ക് ആ പ്രായത്തിൽ ഉണ്ടായിരുന്നതിനേക്കാൾ എത്ര ധൈര്യവും അവകാശബോധവും ഉണ്ടെന്നതിൽ അത്ഭുതം തോന്നി."

നീന കാലുകൾ കട്ടിലിനു മുകളിൽ കയറ്റി ചമ്രം പടിഞ്ഞിരുന്നു. കട്ടിലിന്റെ ആട്ടം നിന്ന് മെല്ലെ നിശ്ചലമാകാൻ തുടങ്ങി.

"എക്സാം കഴിഞ്ഞിട്ട് സൂരജ് പിന്നെയും വിളിച്ചില്ലേ?"

"ഉവ്വ്. അവസാനത്തെ എക്സാം കഴിഞ്ഞന്ന് രാത്രി. ആദർശ് ടിവി കാണുന്ന തിരക്കിലായിരുന്നു. അർച്ചന വാതിൽ അടച്ചിരുന്നു പഠിത്തത്തിൽ. അന്ന് ഞാൻ കുറച്ചുകൂടെ ധൈര്യത്തോടെ സംസാരിച്ചു. അത്രയും ദിവസം സൂരജ് കാണിച്ച ക്ഷമയും സഹകരണവും എനിക്കിഷ്ടമായി. എനിക്ക് താത്പര്യമില്ലെങ്കിലോ സമയമില്ലെങ്കിലോ ഒരു സെക്കൻഡ് പോലും കൂടുതലായി മെസ്സേജ് ചെയ്ത് എന്നെ ബുദ്ധിമുട്ടിക്കില്ല. ആ ഔചിത്യബോധത്തെ മനസ്സിൽ അഭിനന്ദിച്ചു. ആദർശിന്റെ പരീക്ഷകൾക്കിടയിലായി ഒരു ദിവസം ഹൈദരാബാദിൽ വന്നിരുന്നുവെന്നും തിരിച്ചുപോകുന്നതുവരെ എന്നെ ഓർത്തുകൊണ്ടിരുന്നു എന്നും പറഞ്ഞു.

ഞങ്ങളുടെ ബന്ധം വേറൊരു തലത്തിലേക്ക് നീങ്ങിക്കൊണ്ടിരിക്കുകയാണെന്ന് എനിക്ക് സംശയം തുടങ്ങിയിരുന്നു. എന്നാൽ രണ്ടുപേരും അത് ശരിവെക്കുന്ന രീതിയിൽ ഒന്നും തുറന്നു പറഞ്ഞിരുന്നില്ല. സൂരജിന്റെ മെസ്സേജ് നോട്ടിഫിക്കേഷൻ സൗണ്ട് എന്റെ കാതുകൾക്ക് സംഗീതമായിരുന്നു. സ്കൂളിൽ ക്ലാസിനിടയിൽ പോലും ചിലപ്പോൾ സൂരജ് മനസ്സിലേക്ക് വന്നു. സ്റ്റാഫ്റൂമിൽ ഇരിക്കുമ്പോൾ സൂരജിനെക്കുറിച്ചോർത്ത് ഞാനറിയാതെ തന്നെ മുഖത്തൊരു പുഞ്ചിരി വരുമായിരുന്നു. എന്നെത്തന്നെ ശാസിച്ച് ഞാനൊരു അധ്യാപികയും ഭാര്യയും അമ്മയും നാല്പത്തിയൊന്നുകാരിയുമാണെന്ന് ഓർമ്മപ്പെടുത്തി, സീരിയസ് ആയിരിക്കും. സ്റ്റുഡൻസ് ആരെങ്കിലും കണ്ടാൽ വില പോവില്ലേയെന്നും തോന്നി. അർച്ചനയുടെ പ്രായത്തിലേക്ക് ഞാൻ താഴ്ന്നുകൊണ്ടിരിക്കുകയാണോ എന്നു സ്വയം ചോദിച്ചപ്പോൾ ചമ്മൽ തോന്നി. പക്ഷേ ജീവിതത്തിൽ ആദ്യമായി അനുഭവിച്ചറിഞ്ഞ ആ സുഖവും കെയറിങ്ങും വേണ്ടെന്നു വയ്ക്കാൻ സാധിക്കുന്നുണ്ടായിരുന്നില്ല.

പുരുഷന്മാരുമായി എനിക്ക് സുഹൃദ്ബന്ധങ്ങൾ തീരെ ഉണ്ടായിരുന്നില്ല. അതുവരെ ഒരാളും എന്നെ തെറ്റായ ഉദ്ദേശ്യത്തോടെ സമീപിച്ച് സംസാരിച്ചിട്ടു പോലുമില്ല. സദാസമയവും പണികളും സ്കൂളും കുട്ടികളും മക്കളും മാത്രമായി നടന്നിരുന്ന എന്നെ പുരുഷന്മാർ ഒന്നു ശ്രദ്ധിക്കുന്നതുപോലും അതുവരെ കണ്ടിട്ടില്ല. ടീച്ചേഴ്സ് പറഞ്ഞാണ് ചില വെറിയന്മാർ പല സ്ത്രീകൾക്കും ടിപ്പിക്കൽ പഞ്ചാര മെസ്സേജ് അയയ്ക്കാറുണ്ടെന്നറിഞ്ഞത്. ഈ ഡ്രസ്സിന്റെയും പില്ലോയുടെയും ചോദ്യങ്ങളൊക്കെ അവരുടെ സ്ഥിരം ചവിട്ടുപടികളാണെന്നും കേട്ടിട്ടുണ്ടായിരുന്നു.

ഒരു ദിവസം സൂരജ്, ആദർശ് എക്സാമിനുശേഷം എന്തു ചെയ്യുന്നു എന്നും അർച്ചനയുടെ എൻട്രൻസ് എപ്പോഴാണ് തീരുന്നത് എന്നുമെല്ലാം മെസ്സേജ് ചെയ്തു ചോദിച്ചു. ഒരാഴ്ചയ്ക്കുശേഷം ആദർശ് ദുബായിലേക്ക് പോകാനുള്ള പ്ലാനിലായിരുന്നു. അതും കഴിഞ്ഞ് രണ്ടു മൂന്നാഴ്ചയ്ക്കു ശേഷമായിരുന്നു അർച്ചനയുടെ എൻട്രൻസ്. ആ രണ്ടു മൂന്നാഴ്ചയ്ക്കുള്ളിൽ ഒരു ദിവസം സൂരജ് ഹൈദരാബാദിൽ വരുന്നുണ്ടെന്നും നേരിട്ട് കാണാൻ പറ്റുമോ എന്നും ചോദിച്ചു. എനിക്ക് തീരെ താത്പര്യം ഇല്ലായിരുന്നു. എനിക്ക് ഇഷ്ടപ്പെടാത്ത എന്തെങ്കിലും സൂരജിന്റെ ഭാഗത്തു നിന്ന് ഉണ്ടാകുമോ എന്ന പേടിയായിരുന്നു പ്രധാനമായും. സൂരജ് നിർബന്ധിച്ചില്ല.

പിറ്റേദിവസം ഞാൻ ചോദിച്ചു എന്തിനാണ് നമ്മൾ തമ്മിൽ കാണുന്നത്, ചാറ്റിംഗിലൂടെ മാത്രം നമ്മുടെ സൗഹൃദം തുടർന്നുകൂടെയെന്ന്.

"നീ എനിക്ക് വെറും ഒരു സുഹൃത്ത് മാത്രമായിരിക്കുമെന്നാണ് ഞാൻ കരുതിയത്. പക്ഷേ എനിക്കെന്തോ അങ്ങനെ മാത്രമായി നിന്നെ കാണാൻ കഴിയുന്നില്ലെന്ന് ഓരോ ദിവസവും ഞാൻ മനസ്സിലാക്കിക്കൊണ്ടിരിക്കുകയാണ്. I started loving you Neena.' എന്നായിരുന്നു ഉത്തരം.

പെട്ടെന്ന് എന്തു മറുപടി പറയണമെന്ന് എനിക്ക് മനസ്സിലായില്ല. അപ്പോൾ തോന്നി ഞാൻ മനസ്സുകൊണ്ട് സ്വീകരിച്ചതായി തോന്നിയാൽ അത് ഒരു പ്രോത്സാഹനമാകും. വേണ്ട. ഞാൻ റിപ്ലൈ കൊടുക്കാതെ ഫോൺ മാറ്റിവെച്ചു. അത്തരത്തിലുള്ള യാതൊരു റിസ്ക് എടുക്കാനും ഞാൻ തയ്യാറായിരുന്നില്ല. വെറുതെ മനസ്സമാധാനം കളയുന്നതെന്തിനാണ്? സൂരജിന്റെ മെസ്സേജ് വന്നുകൊണ്ടേയിരുന്നു. അത് ഗൗനിക്കാതെ ഒരു മണിക്കൂർ എങ്ങനെയൊക്കെയോ തള്ളിനീക്കി. അവസാനം നിയന്ത്രണം കിട്ടാതെ ഞാൻ ഫോൺ എടുത്തു നോക്കി. കുഞ്ഞു കുഞ്ഞു മെസ്സേജുകളുടെ ഒരു നിര തന്നെയുണ്ടായിരുന്നു."

"നീനാ.."

"നീനാ..."

"ഒന്നു കാണുന്നതിൽ എന്തിനാണ് പേടിക്കുന്നത്? നമുക്ക് ഒരു പബ്ലിക് പ്ലേസിൽ വെച്ച് നേരിട്ട് കണ്ടാൽ മതി."

"നീനാ നീ എവിടെപ്പോയി?"

"നീനൂ..."

"സോറി ടൈപ്പ് എറർ. നീനാ..."

"By the way it is good. ഞാൻ ഇനി നിന്നെ നീനൂന്ന് വിളിക്കട്ടെ?"

"നീനാ പ്ലീസ്."

"കമോൺ നീനാ."

"കാണാൻ ഇഷ്ടമില്ലെങ്കിൽ വേണ്ട. Let's drop it."

"നീ തിരിച്ചുവരൂ, നീനാ."

"Let's not meet."

"ഞാൻ ഒരിക്കലും നിന്നോട് ഇനി അങ്ങനെ ചോദിക്കില്ല."

"നീയില്ലാതെ ഒരു ദിവസം പോലും എനിക്ക് പറ്റില്ല നീനാ."

"പ്ലീസ് റിപ്ലൈ."

"പ്ലീസ് മെസ്സേജ് മീ നീനാ."

ഒരു പുരുഷൻ ആദ്യമായിട്ടാണ് എനിക്ക് ഇത്രയും ഭാവം തരുന്നത്. ഞാൻ എന്തൊക്കെയോ ആണെന്ന് തോന്നി. കല്യാണം കഴിഞ്ഞ ആദ്യനാളുകളിൽ പോലും സോറി എന്നൊന്നു ജയേട്ടന്റെ വായിൽ നിന്നും കേട്ടിട്ടില്ല. ഞാൻ മറുപടി ടൈപ്പ് ചെയ്യാൻ തുടങ്ങി.

ഉടനെ ഇങ്ങോട്ട് മെസ്സേജ് വന്നു.

"നീനാ I'm sorry. ഇനി ഞാൻ കാണണംന്ന് പറയില്ല."

"It's okay."

"Thanks. ഞാൻ കുറച്ചു കാര്യങ്ങൾ ചോദിച്ചാൽ നീ സത്യം പറയുമോ?"

"പറയാം."

"നീന ഞാനുമായിട്ടുള്ള ചാറ്റിങ്ങിൽ കംഫർട്ടബിൾ ആണോ? Please tell me the truth."

"കംഫർട്ടബിൾ ആണ്."

"എന്റെ മെസ്സേജുകൾക്കായി കാത്തിരിക്കാറുണ്ടോ?"

"ഉണ്ട്."

"സ്കൂളിൽ ഉള്ളപ്പോൾ എന്നെ ഓർക്കാറുണ്ടോ?"

സത്യം പറയണോ എന്ന് സംശയിച്ചു, പിന്നെ പറഞ്ഞു:

"ഉണ്ട്."

"എന്റെ മെസ്സേജസ് പിന്നെയും പിന്നെയും വായിച്ചു നോക്കാറുണ്ടോ?"

എന്തുപറയണമെന്ന് ആലോചിക്കുമ്പോൾ പിന്നാലെ വന്നു

"സത്യമേ പറയാവൂ."

"ഉവ്വ്. ചിലപ്പോൾ. ബോറടിക്കുമ്പോൾ."

എന്നും രണ്ടാമത് വായിക്കാറുണ്ട് എന്ന് മനപ്പൂർവ്വം പറഞ്ഞില്ല.

"FBയിൽ എന്റെ പിക്സ് എത്ര തവണ നോക്കിയിട്ടുണ്ട്?"

നാല് മാസത്തിനുള്ളിൽ ഒരു പതിനഞ്ച് തവണയെങ്കിലും നോക്കിയിട്ടുണ്ടായിരുന്നു.

"പ്ലീസ് ടെൽ മി."

"രണ്ടുമൂന്നു പ്രാവശ്യം കണ്ടുകാണും. കൃത്യമായി ഓർമ്മയില്ല."

"ok , fine... well, എന്നെക്കുറിച്ച് ആലോചിക്കുമ്പോൾ മുഖത്ത് അറിയാതെ ഒരു സ്മൈൽ വരാറുണ്ടോ?"

"ഉണ്ട്." സമ്മതിച്ചു.

"Then why can't you admit that you love me?"

WHAT?

അപ്രതീക്ഷിതമായ ആ ചോദ്യത്തിൽ ഉത്തരംമുട്ടി ഞാൻ അസ്വസ്ഥയായി.

അന്ന് ജയേട്ടനോട് സംസാരിക്കുമ്പോൾ ശരിക്കും ശ്രദ്ധ കിട്ടുന്നുണ്ടായിരുന്നില്ല. കോൾ അവസാനിച്ചതിനു ശേഷവും ഉറക്കം വളരെ വൈകിയാണ് വന്നത്. ഇടയിൽ ഉണർന്നപ്പോൾ സൂരജുമായിട്ടുള്ള ചാറ്റിങ് ഓർത്ത് വീണ്ടും ഉറക്കം നഷ്ടപ്പെട്ടു. തിരിഞ്ഞും മറിഞ്ഞും കിടക്കുന്നതിനിടയിൽ വീണ്ടും ഫോണെടുത്തു ലാസ്റ്റ് ചാറ്റിങ് വായിച്ചുനോക്കി.

എത്ര സമർത്ഥമായാണ് സൂരജ് എന്റെ മനസ്സിലുള്ളത് പറയാതെ പറയിപ്പിച്ചത്. സത്യത്തിൽ ഇങ്ങനെയാണോ ഒരു പ്രണയത്തിൽ എല്ലാവരും ചെയ്യുന്നത്? ആയിരിക്കുമെന്ന് മനസ്സിലായെങ്കിലും അതംഗീകരിക്കാൻ എന്റെ അഭിമാനം സമ്മതിക്കുന്നുണ്ടായിരുന്നില്ല. സൂരജ് എന്തിനാണെന്നെ പ്രണയിക്കുന്നത്? സൂരജിനു ചേരുന്ന അവിവാഹിതകളായ ചെറുപ്പം പെൺകുട്ടികൾ ചുറ്റിലുമുള്ളപ്പോൾ എന്നോടെങ്ങനെയാണ് പ്രണയം തോന്നുന്നത്? പതിനൊന്നു വയസ്സിനു പ്രായം കൂടുതലുള്ള ഒരു പെണ്ണിനെ ആണുങ്ങൾക്ക് പ്രണയിക്കാൻ കഴിയുമോ? ഇതിലൂടെ എന്റെ ഇതുവരെയുള്ള സൽപ്പേരും സമാധാനവും ഒക്കെ നഷ്ടപ്പെടുമോ? എന്റെ സ്വസ്ഥത വീണ്ടും പോയി, ഉറക്കവും.

അടുത്ത കുറച്ച് ദിവസങ്ങളിൽ സൂരജ് വളരെ നോർമൽ ആയി ചാറ്റ് ചെയ്തു. തലേദിവസം അങ്ങനെയൊന്നും ചോദിച്ചിട്ടേയില്ല എന്ന മട്ടിൽ. ഇടയ്ക്കു വെറുതെ ടെക്സ്റ്റ് ചെയ്തു വിടും, "ഞാൻ ഏപ്രിൽ 18ന് ഹൈദരാബാദിൽ വരുന്നു" എന്ന്. ഞാനത് വായിച്ചതായി ഭാവിച്ചില്ല.

ഏപ്രിൽ 15നാണ് ആദർശ് ദുബായിൽ പോകുന്നത്. അവൻ ദുബായിലെ അവന്റെ ഫ്രണ്ട്സിനെ കാണാനും ഫുട്ബോൾ കളിക്കാനുമുള്ള അടങ്ങാത്ത ആഗ്രഹത്തിലാണ്. ഒപ്പം അവിടെ അവനിഷ്ടപ്പെട്ട ചില eateriesഉം അവനെ കൊതിപ്പിക്കുന്നുണ്ട്. അർച്ചനയുടെ എൻട്രൻസ്

പരീക്ഷകൾ കഴിയുമ്പോഴേക്കും മെയ് 10 കഴിയും. അതുവരെ ഞങ്ങൾ ഹൈദരാബാദിലായിരിക്കും. പിന്നെ ദുബായിൽ പോണോ നാട്ടിൽ പോണോ എന്ന ചർച്ചയിലായിരുന്നു ഞാനും അർച്ചനയും. നാട്ടിൽ പോയി അമ്മയുടെ ഒപ്പം കുറച്ചു ദിവസങ്ങൾ നിൽക്കണമെന്നായിരുന്നു എന്റെ ആഗ്രഹം. അർച്ചനയുടെ ദുബായിലെ ഫ്രണ്ട്സ് എല്ലാം പലവിധ കോഴ്സ് ചെയ്യാനായി ലോകത്തിന്റെ പല ഭാഗത്തായി ചിതറിപ്പോയിരുന്നു.

ഏപ്രിൽ പന്ത്രണ്ടാം തീയതി തൊട്ട് ഞങ്ങൾ ആദർശിന്റെ പാക്കിംഗ് തുടങ്ങി. അവന്റെ സാധനങ്ങളുടെയെല്ലാം ഒരു ലിസ്റ്റ് ഉണ്ടാക്കി പാക്ക് ചെയ്യാൻ അവനെ തന്നെ ഏൽപ്പിച്ചു. ജയേട്ടൻ പറഞ്ഞ രണ്ടുമൂന്ന് സാധനങ്ങളും ഞാൻ പോയി കടകൾ കണ്ടുപിടിച്ചു വാങ്ങിച്ചു പെട്ടിയിൽ വെച്ചു. 13ന് രാത്രി ജയേട്ടൻ വിളിച്ച് അവിടെയുള്ള പേരുകേട്ട ഒരു ഹോട്ടലിൽ നിന്നും ബിരിയാണി വാങ്ങി ആദർശിന്റ കയ്യിൽ കൊടുത്തയയ്ക്കണം എന്നു പറഞ്ഞു. 14ന് എനിക്ക് സ്കൂൾ ഉണ്ട്. ഉച്ചയ്ക്കുശേഷം PTM ഉം ഉണ്ട്. പേരൻസിന്റെ ആശങ്കകൾ എല്ലാം തീർത്ത് കഴിഞ്ഞ് മീറ്റിംഗ് എപ്പോൾ തീരുമെന്ന് പറയാൻ പറ്റില്ല.

15ന് രാവിലെ എട്ടുമണിക്കാണ് ഫ്ളൈറ്റ്. മൂന്ന് മണിക്കൂർ മുൻപെങ്കിലും എയർപോർട്ടിൽ എത്തണം. പതിന്നാലിനു എനിക്ക് വിഷു അവധി അല്ലേ എന്ന് ജയേട്ടൻ ചോദിച്ചു. ഇവിടെ അവധിയില്ലെന്നും പതിവു പോലെ എനിക്ക് സ്കൂളിൽ പോയേ പറ്റുകയുള്ളൂ എന്നും വല്ലാതെ വൈകുകയാണെങ്കിൽ ഒരുപക്ഷേ കാര്യം നടന്നുവെന്നു വരില്ലെന്നും ഞാൻ ഓർമ്മപ്പെടുത്തി. എന്നാൽ ലീവ് എടുത്തു കൂടെ, എന്നിട്ട് സാധനവും വാങ്ങി സ്വസ്ഥമായി പാക്ക് ചെയ്യാമല്ലോ എന്ന് ജയേട്ടൻ. ലീവ് എന്തായാലും PT മീറ്റിംഗ് കാരണം എടുക്കാൻ പറ്റില്ലെന്നും വീട്ടിൽ തിരിച്ചെത്തിയതിനു ശേഷം പോകാം എന്നും ഞാൻ പറഞ്ഞു. ഇരുട്ടിയാലും ദൂരെയാണെങ്കിലും ആദർശിനെ കൂടെ കൂട്ടി പോയി വരണം എന്നും അങ്ങനെയാണ് എന്റെ ഡ്രൈവിംഗ് സ്കില്ലും വിവിധ ഭാഗങ്ങളിലേക്കുള്ള റോഡുകളെക്കുറിച്ചുള്ള അറിവും കൂട്ടേണ്ടതെന്നും പിന്നെ ഒരു അടിക്കുറിപ്പും. 'ആദർശിനു എന്താ വേറെ പണി? അവൻ കൂടി വരട്ടെ' എന്ന് മറ്റൊരു സ്റ്റേറ്റ്മെന്റ്.

ജയേട്ടൻ ഒഴികെ വേറെ ആർക്കും ഒരു പണിയും ഇല്ല എന്നും എല്ലാവരും വെറുതെ ഇരിക്കുന്നതുകൊണ്ട് ജയേട്ടന് വേണ്ടി എപ്പോഴും എന്തും ചെയ്തു കൊടുക്കാൻ ബാക്കിയുള്ളവരൊക്കെ എപ്പോഴും എന്തിനും സന്നദ്ധരായിരിക്കണം എന്നുമാണ് ആളുടെ പൊതുവെയുള്ള വിശ്വാസം. കല്യാണം കഴിഞ്ഞ നാളുകൾ തൊട്ട് ഞാൻ സ്ഥിരം കേട്ടിട്ടുണ്ട് ബാങ്കിൽ ജയേട്ടനും ജയേട്ടന്റെ അത്രയും വരാത്ത വേറെ രണ്ടുപേരും ഒഴികെ വേറെയാരും ജോലി ചെയ്യാറില്ലെന്ന്.

അങ്ങനെ പതിന്നാലാം തീയതി പിടിഎം കഴിഞ്ഞ് റിപ്പോർട്ടും സബ്മിറ്റ് ചെയ്തു ഞാൻ വീട്ടിൽ എത്തിയപ്പോൾ സമയം അഞ്ചു മണി കഴിഞ്ഞു. പേരൻസിനു അവരുടെ മക്കളെപ്പറ്റിയുള്ള വിഷമങ്ങളും പരാതികളും ആകുലതകളും അഭിമാനവും അഹങ്കാരവും കണ്ടും കേട്ടും അതിനു ചേർന്ന മറുപടികൾ കൊടുത്തും ശ്വാസം വിടുമ്പോഴേക്കും ശക്തമായ തലവേദന തുടങ്ങിയിരുന്നു. ഇനി ബിരിയാണി വാങ്ങിക്കാൻ കൂടി പോകണമല്ലോ എന്നത് മനസ്സിൽ ഉടക്കിനിന്നു. വീട്ടിലെത്തിയ ഉടൻ തന്നെ പെയിൻ കില്ലർ കഴിച്ച് അരമണിക്കൂർ കണ്ണടച്ച് കിടന്നു. പിന്നെ എഴുന്നേറ്റു തയ്യാറായി. ആറു മണി കഴിഞ്ഞപ്പോൾ ആദർശിനേയും കൊണ്ടിറങ്ങി. വൈകുന്നേരമായതുകൊണ്ട് നല്ല തിരക്കായിരുന്നു റോഡിൽ. ജയേട്ടൻ പറഞ്ഞ റസ്റ്റോറന്റിലേക്ക് പത്തുകിലോമീറ്റർ ദൂരമുണ്ടായിരുന്നു. ചിലസ്ഥലങ്ങളിൽ മെല്ലെ നിരങ്ങിയാണ് ട്രാഫിക് നീങ്ങിയത്.

ആദർശ് എന്നോട് ചോദിച്ചു.

“അമ്മാ, അച്ഛനറിയില്ലേ, അതിത്രയും ദൂരെയാണെന്ന്?”

“അറിയാം.”

“അച്ഛനെപ്പോഴെങ്കിലും നമ്മൾക്ക് വേണ്ടി ഇത്രയും ദൂരം പോയി സാധനം വാങ്ങിച്ചിട്ടുണ്ടോ? ഇനി വാങ്ങിക്കും എന്നു തോന്നുന്നുണ്ടോ?”

“ഇല്ല്യ.”

“Then why is he asking us to do that, അതും അമ്മയോട്?”

“We can’t change him, Adarsh.”

“But you can change yourself... right?”

“എങ്ങനെ?”

“ചെയ്യാൻ പറ്റില്ലെന്ന് പറഞ്ഞുകൂടെ?”

ഇരുട്ടിയതിനു ശേഷം ഇരുപത് കിലോമീറ്റർ അങ്ങോട്ടുമിങ്ങോട്ടുമായി അറിയാത്ത വഴികളിലൂടെ കാറോടിച്ച് പോകുന്നതാണ് ജയേട്ടനെ ബോധ്യപ്പെടുത്തുന്നതിക്കാൾ കൂടുതൽ എളുപ്പം എന്ന് പറഞ്ഞാൽ അവന് മനസ്സിലാകുമോ എന്നുറപ്പില്ലാത്തതിനാൽ ഞാൻ പറഞ്ഞു.

“അച്ഛൻ ആഗ്രഹിച്ചതല്ലേ, ചെയ്യാൻ പറ്റുമെങ്കിൽ ചെയ്യാമല്ലോ.”

പെട്ടെന്നാണ് ഒരു തിരിവ് കഴിഞ്ഞതും റോഡ് ബ്ലോക്ക് കണ്ടതും. അവിടെ ബാരിക്കേഡുകളും പൊലീസും ഉണ്ടായിരുന്നു. ഞാൻ കാർ നിർത്തിയപ്പോൾ പൊലീസ് വന്ന് എവിടേക്കാണെന്ന് ചോദിച്ചു. സ്ഥലം പറഞ്ഞപ്പോൾ ഇപ്പോൾ ആ വഴി പോകാൻ കഴിയില്ലെന്നും അവിടെ ഒരു രാഷ്ട്രീയ പാർട്ടിയുടെ സമ്മേളനം ഉള്ളതിനാൽ അത്യാവശ്യക്കാരെ

മാത്രമേ കടത്തിവിടൂ എന്നും പറഞ്ഞു. എട്ടു കിലോമീറ്ററോളം ദൂരം എത്തിയതാണ്. ആവശ്യം ചോദിച്ചപ്പോൾ 'രണ്ടു പൊതി ബിരിയാണി വാങ്ങിക്കാൻ' എന്ന് പറയുന്നതിലെ അർത്ഥശൂന്യത മനസ്സിലാക്കി ക്കൊണ്ട് കാർ തിരിച്ചു വിട്ടു.

"ഇനി എന്തു ചെയ്യും അമ്മ?"

"കഴിയാഞ്ഞിട്ടല്ലേ, നീ അച്ഛനോട് വിവരം പറഞ്ഞാൽ മതി."

"നമുക്ക് പോകുന്ന വഴിയിൽ എവിടെ നിന്നെങ്കിലും വാങ്ങിയിട്ട് കൊണ്ടുപോയാലോ?"

"അതുവേണ്ട മോനേ. പാരഡൈസിലെ ബിരിയാണി എന്ന് പ്രത്യേകം ചോദിക്കുമ്പോൾ അതുതന്നെയല്ലേ കൊടുക്കേണ്ടത് കിട്ടിയില്ലെങ്കിൽ സാരമില്ല. നമ്മൾ ശ്രമിക്കാഞ്ഞിട്ടല്ലല്ലോ."

"If he gets angry?"

"ഇല്ലെടാ. നീ ഉണ്ടല്ലോ ഉണ്ടായതൊക്കെ പറയാൻ. അച്ഛനു മനസ്സി ലാകും."

ആദർശ് കൂടുതലൊന്നും പറഞ്ഞില്ല. ഞങ്ങൾ വീട്ടിലെത്തിയപ്പോ ഴേക്കും എട്ടു മണിയായി. വേഗം ഡിന്നർ ശരിയാക്കി കൊടുത്തു. ചെക്ക് ലിസ്റ്റ് നോക്കി എല്ലാം ഉറപ്പുവരുത്തി. പിറ്റേ ദിവസത്തേക്കുള്ള ഡ്രസ്സും എടുത്തുവെച്ചു. ജയേട്ടൻ ഒരു പാർട്ടിയിലാണെന്നും അത്യാവശ്യമെങ്കിൽ മാത്രം വിളിച്ചാൽ മതിയെന്നുമുള്ള മെസ്സേജ് കണ്ടപ്പോൾ ആശ്വാസം തോന്നി. നീണ്ടൊരു ദിവസത്തിന്റെ ക്ഷീണത്തിൽ ഒന്നുറങ്ങാൻ വേണ്ടി കാത്തിരിക്കുകയായിരുന്നു ഞാൻ. പിറ്റേന്ന് നാലുമണിക്കെങ്കിലും ഇറങ്ങി യാൽ മാത്രമേ ഷംഷാബാദ് എയർപോർട്ടിൽ സമയത്തിന് എത്താൻ പറ്റുള്ളൂ.

പതിനഞ്ചാം തീയതി ആദർശിനെ വിട്ടു ഞാൻ തിരിച്ചെത്തിയതിനു ശേഷം ജോലിക്കു പോവാനുള്ള ഒരുക്കങ്ങളും തുടർന്ന് സ്കൂളുമായി തിരക്കിലായി. ലീവ് എടുക്കാൻ പറ്റില്ലെന്നു പറഞ്ഞ് വെള്ളിയാഴ്ച ദിവസം ജയേട്ടന്റെ ഉറക്കത്തെ ബാധിക്കാത്ത വിധത്തിൽ എത്തുന്ന ഫ്ളൈറ്റ് നോക്കിയാണ് ടിക്കറ്റ് ബുക്ക് ചെയ്തിട്ടുണ്ടായിരുന്നത്. ഞാൻ സ്കൂളിൽ നിന്നും തിരിച്ചെത്തി ഒന്ന് ഫ്രഷായി കട്ടിലിൽ ഒന്ന് ചാഞ്ഞ ഉടനെയാണ് ജയേട്ടന്റെ ഫോൺ വന്നത്. മോൻ എത്തിയ വിവരത്തിന് അവന്റെ മെസ്സേജ് ഞാൻ വായിച്ചിരുന്നു. പിന്നെ എന്താണാവോ ഈ നേരത്ത് എന്ന് വിചാരിച്ചു. ഫോണെടുത്തതും ജയേട്ടൻ മുഖവുര ഇല്ലാതെ കാര്യത്തിലേക്ക് കടന്നു.

"ഞാൻ പറയുന്നത് ഒരിക്കലും അനുസരിക്കില്ലെന്ന് നീ ഉറപ്പിച്ചിരിക്കു കയാണ് അല്ലേ? എന്നെ ധിക്കരിച്ചാൽ നിനക്ക് സന്തോഷം കിട്ടുകയാ ണെങ്കിൽ ആയിക്കോട്ടെ. Go ahead. പക്ഷേ നീ ഒരു കാര്യം മറക്കരുത്.

നിന്നെ കണ്ടിട്ടാണ് കുട്ടികൾ വളരുന്നത്. ഈ ധിക്കാരം അവരുടെ സ്വഭാവ ത്തിലും വരാൻ തുടങ്ങിയിരിക്കുന്നു."

എന്താണ് ഞാൻ അനുസരിക്കാതിരുന്നതെന്നോ, എന്തിനെക്കുറി ച്ചാണ് പറയുന്നതെന്നോ, എവിടെയാണ് എനിക്ക് തെറ്റ് പറ്റിയതെന്നോ എനിക്ക് ചിന്തിക്കാനോ മനസ്സിലാക്കാനോ സാധിച്ചില്ല. ജയേട്ടൻ നിർത്തി യിട്ടുണ്ടായിരുന്നില്ല.

"ഞാൻ ക്ഷണിച്ചുവരുത്തിയ ആളുടെ മുൻപിലാണ് ഞാൻ നാണം കെട്ടത്. അല്ലെങ്കിലും നീ എപ്പോഴാണ് എനിക്കൊരു സപ്പോർട്ട് തന്നി ട്ടുള്ളത്? നീയൊരു കാര്യം മനസ്സിലാക്കണം. നീ വിചാരിക്കുന്നതുപോലെ നീയത്ര ഗ്രേറ്റ് ഒന്നുമല്ല. At times you are simply useless."

പറഞ്ഞുകൊണ്ടിരുന്ന കുത്തുവാക്കുകളും അപമാനിക്കലും ആദ്യ മായിട്ടല്ലാത്തതുകൊണ്ട് അതിലേറെ എന്റെ ക്ഷമ കെട്ടത് കാര്യമെന്തെന്ന് പറയാത്തതിലായിരുന്നു.

"ഒരു മിനിറ്റ്. ആദ്യം എന്താണ് കാര്യംന്ന് പറയൂ."

"ഞാൻ ആകെ ഒരു ബിരിയാണിയുടെ കാര്യമല്ലേ ആവശ്യപ്പെട്ടുള്ളൂ. അതുപോലും കൊടുത്തയയ്ക്കാൻ നിനക്കു പറ്റിയില്ലല്ലോ. Just because you don't want to do what I say."

ഇതിനാണോ ഇത്രയും ബഹളം വെച്ചത് എന്നു തോന്നി. ആദർശ് അപ്പോൾ എല്ലാം പറഞ്ഞില്ലേ?

"അവനെല്ലാം പറഞ്ഞില്ലേ?"

"How does it make a difference?"

"ശ്രമിക്കാഞ്ഞിട്ടല്ലല്ലോ. അവൻ പറഞ്ഞു കാണും, എട്ട് കിലോമീറ്റർ പോയതിനുശേഷമാണ് പെട്ടെന്നൊരു ബ്ലോക്കിനെപ്പറ്റി അറിഞ്ഞത്."

"പെട്ടെന്നുണ്ടാകാവുന്ന തടസ്സങ്ങൾ മുൻകൂട്ടി കണ്ടതുകൊണ്ടാണ് ഞാൻ നിന്നോട് ലീവ് എടുക്കാൻ പറഞ്ഞത്. പക്ഷേ നീ ഞാൻ പറ ഞ്ഞാൽ അനുസരിക്കില്ലെന്ന് ഒരിക്കൽകൂടി തെളിയിച്ചു."

"ഈ കാരണത്തിനു വേണ്ടി സ്കൂളിലെ ഒരു പ്രധാനപ്പെട്ട ദിവസം ഞാൻ എങ്ങനെ ലീവ് എടുക്കും?"

പക്ഷേ ഒരു വിശദീകരണത്തിനും ജയേട്ടനെ ശാന്തനാക്കാൻ കഴി ഞ്ഞില്ല. ബിരിയാണി കഴിക്കാൻ ക്ഷണിച്ചു വരുത്തിയ അതിഥിയുടെ മുമ്പിൽ നാണം കെട്ടു എന്നാണ് പറയുന്നത്. അയാളോട് സംഭവിച്ചത് പറയാമായിരുന്നില്ലേ എന്ന് ചോദിച്ചപ്പോൾ കൂടുതൽ ദേഷ്യം വന്നു.

"നീ ചെയ്യാനുള്ളത് ചെയ്തില്ല. ഇനി ഞാൻ ചെയ്യേണ്ടത് എന്താ ണെന്ന് എന്നെ പഠിപ്പിക്കേണ്ട" എന്നു പറഞ്ഞ് ഫോൺ കട്ട് ചെയ്തു.

ഞാൻ ഒന്നും പറയാതെ അത്രയും നേരം നീന പറയുന്നതു കേട്ടു കൊണ്ടിരിക്കുകയായിരുന്നു. ഇത്തരം കാര്യങ്ങൾ പറയുമ്പോൾ നീന കാണിച്ചിരുന്ന നിർവികാരത ഇപ്പോൾ കേട്ടുകൊണ്ടിരിക്കുന്ന എന്നിലും വന്നുതുടങ്ങിയിരുന്നു. ആകെ തോന്നിയ ഒരു കാര്യം തിരിച്ചു ചെല്ലു മ്പോൾ സഹദേവേട്ടനെ – എന്റെ ഭർത്താവിനെ – ഒന്നു കെട്ടിപ്പിടിച്ചിരി ക്കണം എന്നും ആ കവിളിൽ ഒരുമ്മ കൊടുക്കണം എന്നുമാണ്. പാവം!

നീന തുടർന്നു.

"അർച്ചന വരുന്നതുവരെയും ഞാൻ കിടക്കുകയായിരുന്നു. ഇടയി ലെപ്പോഴോ മയങ്ങിപ്പോയിരുന്നു. വാതിൽ തുറന്നു കൊടുത്തപ്പോൾ അവൾ എന്റെ മുഖം ശ്രദ്ധിച്ചു.

"എന്തുപറ്റി അമ്മ?"

ഞാൻ ഒന്നും പറയാതെ തിരിഞ്ഞുനടന്നു.

"അച്ഛൻ വിളിച്ചിരുന്നോ?"

"ഉവ്വ്."

"നോ വണ്ടർ. എന്താ ബിരിയാണി ഒരുപ്രശ്നമായോ?"

"ങ്ഊം. പ്രശ്നമായി."

"റിയലി? അപ്പോൾ അവനൊന്നും അച്ഛനോട് പറഞ്ഞില്ലേ?"

"പറഞ്ഞു. അച്ഛനു മനസ്സിലായി. പക്ഷേ ലീവെടുത്തു നേരത്തെ പോയിരുന്നുവെങ്കിൽ ബ്ലോക്ക് ഒഴിവാക്കാമായിരുന്നു എന്നാണ് പറയു ന്നത്."

അവൾ അവിശ്വസനീയതയോടെ എന്റെ മുഖത്തേക്ക് തുറിച്ചുനോക്കി.

"Will he do the same for us?"

അർച്ചനയുടേത് ഉത്തരം കിട്ടാനുള്ള ഒരു ചോദ്യമായിരുന്നില്ല. ഒരു ഓർമ്മപ്പെടുത്തലായിരുന്നു. അവൾ തുടർന്നു

"അമ്മാ, please don't spoil your mood. Leave it."

എന്നെക്കാൾ മുൻപേ ഇതൊരു പ്രശ്നമാകുമെന്ന് അർച്ചനയും ആദർശും ഊഹിച്ചിരുന്നു. ജയേട്ടൻ മാറില്ലെന്നും പ്രതീക്ഷകൾ വേണ്ടെന്നും ഈ കുട്ടികൾക്കു മനസ്സിലായത്ര പോലും മനസ്സിലാവാതെ എന്തോ അത്ഭുതം കാത്തിരിക്കുന്ന ഒരു വിഡ്ഢിയാണോ ഞാൻ?

അന്ന് ഡിന്നറിനു ശേഷവും എനിക്ക് പഴയ മൂഡിലേക്ക് തിരിച്ചു പോവാൻ കഴിഞ്ഞില്ല. സംസാരിച്ച രണ്ടു മിനിറ്റിനുള്ളിൽ ജയേട്ടൻ എന്നെ പ്പറ്റി പറഞ്ഞുകൂട്ടിയ കാര്യങ്ങൾ മനസ്സിൽ തികട്ടി വന്നു. സൂരജിന്റെ മെസ്സേജ് വന്നത് അറിഞ്ഞെങ്കിലും നോക്കാൻ പോയില്ല. ഉറങ്ങാൻ

പോവാണ് എന്ന് അർച്ചനയോട് പറയാൻ ചെന്നപ്പോൾ പതിനെട്ടാം തീയതി തിങ്കളാഴ്ച എട്ടു മണിവരെ ക്ലാസ് ഉണ്ടെന്നും കോട്ടയിൽ നിന്നുള്ള ഒരു ഫാക്കൽറ്റിയാണ് ഗസ്റ്റ് ലക്ചറർ ആയി വരുന്നതെന്നും പറഞ്ഞു.

ശനിയാഴ്ച സ്കൂൾ കഴിഞ്ഞു വന്നതോടുകൂടി ഞാൻ കുറെയൊക്കെ ശരിയായിരുന്നു. തലേന്ന് രാത്രിയിലെ സൂരജിന്റെ മെസ്സേജുകൾ വായിച്ചു നോക്കിയെങ്കിലും മറുപടി കൊടുത്തില്ല. അന്ന് രാത്രി പതിവു സമയത്ത് സൂരജിന്റെ മെസ്സേജ് വന്നു. എന്താണ് പ്രതികരിക്കാതിരിക്കുന്നതെന്ന് ചോദിച്ചു. മൂഡ് ഓഫ് ആയിരുന്നു എന്ന് പറഞ്ഞു.

“എന്തുപറ്റി? മന്ത്‌ലി മൂഡ് ഓഫ് ആണോ?”

പിരീഡ്സിനെയാണ് ഉദ്ദേശിച്ചത് എന്ന് മനസ്സിലായി. അതുകൊണ്ട് അല്ല എന്ന് പറഞ്ഞു. ഉടനെ ചോദിച്ചത് ഹസ്ബൻഡ് ആയി വഴക്കുണ്ടാക്കിയോ എന്നായിരുന്നു.

“അതെ.” എന്ന് ഒറ്റവാക്കിൽ ഉത്തരം പറഞ്ഞു.

വഴക്കെന്താണെന്നോ എങ്ങനെയാണെന്നോ സൂരജ് എന്നോട് ചോദിച്ചില്ല. ഒന്നുമാത്രം പറഞ്ഞു.

“നീനാ, നിങ്ങളുടെ റിലേഷനെപ്പറ്റി എനിക്ക് അറിയില്ല. But let me tell you one thing. പലരും വിചാരിക്കുന്നതുപോലെ പെണ്ണുങ്ങൾ അല്ല ആണുങ്ങളുടെ മീതെ ഡിപെൻഡൻഡ് ആയിരിക്കുന്നവർ. യഥാർത്ഥത്തിൽ ഞങ്ങൾ ആണുങ്ങളാണ് സ്ത്രീകളെ കൂടുതൽ ആശ്രയിക്കുന്നവർ. നിങ്ങളിൽ പലരും വരുമാനത്തിന് വേണ്ടിയാണ് പലപ്പോഴും ഒരാണിനെ ആശ്രയിക്കുന്നത്. But we men can’t live without a woman in their life. അത് അമ്മയുടെയോ ചേച്ചിയുടെയോ ഭാര്യയുടെയോ മകളുടെയോ കാമുകിയുടെയോ ഒരു സുഹൃത്തിന്റെയോ രൂപത്തിൽ ആകാം. പക്ഷേ ഒരു സ്ത്രീസ്പർശമില്ലാത്ത ജീവിതം എത്ര ദുസ്സഹമാണ്. എത്ര കുറ്റം പറഞ്ഞാലും കളിയാക്കിയാലും നിങ്ങൾ സ്ത്രീകൾ ഇല്ലാതെ ജീവിക്കാൻ അവർക്ക് കഴിയില്ല. So don’t worry Neena , your husband will get back to you shortly.”

ജയേട്ടൻ സംസാരിക്കുന്നതിനേക്കാൾ കൂടുതൽ സുഖവും സമാധാനവും സംസാരിക്കാത്തപ്പോഴാണ് കിട്ടാറുള്ളതെന്ന് ഞാൻ പറഞ്ഞില്ല. എന്തായാലും സൂരജ് സ്ത്രീകളെപ്പറ്റി പറഞ്ഞത് എനിക്കിഷ്ടമായി. സൂരജ് തുടർന്നു.

“You know Neena, എന്റെ അമ്മയില്ലായിരുന്നുവെങ്കിൽ ഞാനും അച്ഛനും എന്നേ തകർന്നുപോയേനേ. അമ്മയാണ് എന്റെ Pillar of strength. ഇപ്പോൾ നീയും.”

“ഞാനോ? ഞാൻ എങ്ങനെയാണ് ഹെൽപ് ചെയ്തത്?” ഞാനെന്ത് ചെയ്തു എന്ന് ഓർത്തു നോക്കി.

“നീനയെന്നെ അഞ്ചു വർഷം മുൻപാണ് പരിചയപ്പെട്ടിരുന്നതെങ്കിൽ നമ്മൾ ഒരിക്കലും അടുക്കുമായിരുന്നില്ല. I was too bsuy to notice you. സാമ്പത്തികമായും ശാരീരികമായും മാനസികമായും ഞാൻ തകർന്നപ്പോൾ എന്റെ ഫ്രണ്ട്സും റിലേറ്റീവ്സും എന്നേക്കാൾ കൂടുതൽ ബിസിയായി. എല്ലാവരുമായും കോൺടാക്ട് ഉണ്ടായിരുന്നെങ്കിലും ഞങ്ങൾക്കു വേണ്ടി ചെലവാക്കാൻ ആർക്കും സമയമുണ്ടായിരുന്നില്ല. ഞാൻ ആഗ്രഹിച്ച ആ സമയമാണ് നീ എനിക്ക് തന്നത്. അതെനിക്കു തന്ന ഊർജ്ജം കുറച്ചൊന്നുമല്ല. ഇനി ഞാൻ നിന്നെ വിട്ടുകളയില്ല, നീനാ.”

ഞാൻ കാരണം ഒരാളുടെ ജീവിതത്തിൽ വലിയ ഉന്മേഷം കൊണ്ടുവരാൻ കഴിഞ്ഞതിൽ സന്തോഷം തോന്നി. അന്ന് മെസ്സേജിങ്ങ് അവസാനിപ്പിക്കുമ്പോൾ പതിവുവാചകം വീണ്ടും അയച്ചു.

“18ന് തിങ്കളാഴ്ച ഹൈദരാബാദിൽ ഞാൻ എത്തുന്നു.”

ഒരു പുഞ്ചിരിയോടെ അത് വായിച്ച് ഞാൻ ഫോൺ മാറ്റിവെച്ചു.

പന്ത്രണ്ട്

# വിഹഗം

**വി**റ്റേന്ന് ബ്രേക്ക്ഫാസ്റ്റ് കഴിച്ചുകൊണ്ടിരിക്കുമ്പോഴാണ് സൂരജിന്റെ മെസ്സേജ് വന്നത്. എടുത്തു നോക്കിയപ്പോൾ പഴയ പല്ലവി.

"ഏപ്രിൽ 18 തിങ്കളാഴ്ച ഞാൻ ഹൈദരാബാദിൽ എത്തുന്നു."

കാണാൻ വരാൻ നേരിട്ട് ആവശ്യപ്പെടാതെതന്നെ എന്നെ ഓർമ്മിപ്പിച്ചുകൊണ്ടിരിക്കുകയാണ്. എന്റെ മനസ്സെപ്പോഴെങ്കിലും മാറിയാലോ എന്ന പ്രതീക്ഷയിലായിരിക്കണം. ഞായറാഴ്ചകളിൽ ഞാൻ കുറച്ചു പാചകത്തിരക്കിലാവാറുണ്ട്. അർച്ചനയ്ക്കിഷ്ടമുള്ള സാധനങ്ങൾ അവധി ദിവസം ഉണ്ടാക്കിയാലേ ആസ്വദിച്ച് കഴിക്കാൻ പറ്റൂ എന്നാണ് അവൾ പറയുന്നത്. ലഞ്ച് കഴിച്ചു കൊണ്ടിരിക്കുമ്പോൾ അർച്ചനയെന്നോട് ചോദിച്ചു.

"അമ്മാ, ഞാനൊരു കാര്യം ചോദിക്കട്ടെ?"

"എന്ത്?" പുതിയ ഫ്രണ്ടിനെപ്പറ്റിയാകുമോ എന്ന് ഞാൻ ചെറുതായി ഭയന്നു.

"അമ്മാ, you are strict with your students and us. I mean you know where to say NO. അമ്മയെ പറ്റിക്കാനും മുതലെടുക്കാനും അമ്മ ആരേയും അനുവദിക്കാറില്ല. ഡെയ്ലി നമ്മൾ ഡീൽ ചെയ്യുന്ന vendors, maids, drivers, shop keepers, securtiy guards അങ്ങനെ എല്ലാവരോടും അമ്മ പറയേണ്ട കാര്യങ്ങൾ ഒരു മടിയും കൂടാതെ പറയും. എനിക്കു തന്നെ ചിലപ്പോൾ അത്ഭുതം തോന്നാറുണ്ട് അമ്മ എങ്ങനെ ഇതെല്ലാം ഇത്ര സ്റ്റേണായി പറയുന്നു എന്ന്."

"ഓക്കേ... so?" എന്താണ് ചോദിക്കാൻ വരുന്നതെന്നറിയാൻ എനിക്കും ആകാംക്ഷയായി.

"Yeah.. but why are you so submissive to Achchan?"

ഞാൻ തന്നെ എന്നിൽ ശ്രദ്ധിച്ചിട്ടുള്ള ഒരു കാര്യമാണ് അവൾ ചോദിച്ചത്.

ഞാൻ പറഞ്ഞു,

"നമ്മുടെ ഫാമിലി മെമ്പേഴ്സ് തന്നെയാണ് നമ്മുടെ ശക്തിയും വീക്ക്നെസ്സും. മറ്റുള്ളവരുമായുള്ള ഡീലിംഗ് ചുരുങ്ങിയ നേരത്തേക്ക് മാത്രമാണ്. ഇഷ്ടപ്പെട്ടില്ലെങ്കിൽ എനിക്കു വേറെ ആൾക്കാരെയോ അവർക്ക് വേറെ കസ്റ്റമറേയോ നോക്കാം. ഉദാഹരണത്തിന് നമ്മുടെ മേയ്ഡും ഞാനും തമ്മിൽ ഒരു പ്രശ്നമുണ്ടായാൽ അവൾക്ക് എന്നെ വിട്ടു വേറെ വീടു നോക്കാം. എനിക്കു വേറെ മേയ്ഡിനേയും. പക്ഷേ നമ്മുടെ വീട്ടിലുള്ളവരെ നമുക്ക് അങ്ങനെ പരസ്പരം ഉപേക്ഷിക്കാൻ പറ്റുമോ? ഒപ്പം ജീവിക്കുന്നവരുടെ തെറ്റുകുറ്റങ്ങൾ നമുക്ക് ക്ഷമിക്കേണ്ടിവരും. അതുകൊണ്ടാണ് പലതും കണ്ടില്ലാന്നും കേട്ടില്ലാന്നും വെക്കുന്നത്."

"അമ്മ പറഞ്ഞത് ശരിയാണ്. പക്ഷേ ആ വിചാരം അമ്മയ്ക്ക് മാത്രമല്ല വേണ്ടത്."

"അച്ഛനെ മാറ്റാൻ ആർക്കെങ്കിലും പറ്റും എന്ന് നിനക്ക് തോന്നുന്നുണ്ടോ?"

"I know that. പക്ഷേ, ഞാനൊരു കാര്യം മാത്രം പറയട്ടെ. ബാക്കിയൊക്കെ അമ്മ സ്വയം മനസ്സിലാക്കി ചെയ്യ്."

ഞാൻ അവളെ ചോദ്യഭാവത്തിൽ നോക്കി.

"എല്ലാവർക്കും അവരുടെ ലൈഫ് ഇംപ്രൂവ് ചെയ്യാൻ പലപ്പോഴും അവസരങ്ങൾ കിട്ടും. ഒന്നുകിൽ നമ്മളത് തിരിച്ചറിയുന്നില്ല അല്ലെങ്കിൽ ട്രൈ ചെയ്യാൻ റെഡിയല്ല. നമ്മുടെ സന്തോഷത്തിന്റെ താക്കോൽ ചില സമയത്തെങ്കിലും നമ്മുടെ കയ്യിൽ വരും. ശരിയായ സ്ഥലത്ത്, ശരിയായ താക്കോൽ വെച്ച് തുറന്നാൽ മാത്രം മതി."

ഇതൊക്കെ ഇവളെങ്ങനെ മനസ്സിലാക്കി എന്നു വിചാരിച്ചുകൊണ്ടിരിക്കുമ്പോൾ അവൾ കൂട്ടിച്ചേർത്തു.

"ഇതെന്റെ 12thലെ ഇംഗ്ലീഷ് ടീച്ചർ ഇടയ്ക്കിടെ പറഞ്ഞ് ഓർമ്മിപ്പിക്കാറുള്ള കാര്യമായിരുന്നു. I always follow this. അമ്മ ഒരു കാര്യം ഓർക്കണം. ഇനിയുള്ള കാലത്ത് അമ്മയുടെ സഹനത്തിന്റെയും ക്ഷമയുടെയും കഥകളൊക്കെ ആരുമൊന്നും അറിയാനും appreciate ചെയ്യാനും പോകുന്നില്ല. That's only your loss."

അവൾ പറഞ്ഞത് എത്ര ശരിയാണ് എന്നെനിക്ക് തോന്നി. പക്ഷേ ദുബായിൽ ഉണ്ടായിരുന്നതിനേക്കാൾ അവൾ പറഞ്ഞ കാര്യത്തിൽ ഞാൻ മെച്ചപ്പെട്ടിട്ടുണ്ട് എന്ന് എനിക്കറിയാമായിരുന്നു. ജയേട്ടനു മുന്നിൽ കുറച്ചുകൂടി പിടിച്ചുനിൽക്കാൻ സാധിക്കുന്നുണ്ടായിരുന്നു.

വൈകുന്നേരം വിളക്കു കൊളുത്തി പ്രാർത്ഥിക്കുന്ന സമയത്ത് എനിക്ക് പെട്ടെന്ന് സൂരജിനെ ഓർമ്മവന്നു. പിറ്റേന്ന് ഹൈദരാബാദിൽ വരുന്നുണ്ടെന്ന് കാര്യവും. ഞാൻ പ്രാർത്ഥിച്ചു കഴിഞ്ഞ് ചെന്ന് ഫോണെടുത്ത് 'വരുന്നുണ്ട്' എന്ന് പറയുന്ന ആ മെസ്സേജ് ഒന്നുകൂടി വായിച്ചു.

ഒന്നു പോയി കണ്ടാലോ എന്നൊരു ചിന്ത എങ്ങനെയോ മനസ്സിൽ പെട്ടെന്ന് കയറിക്കൂടി. പക്ഷേ അർച്ചന ക്ലാസ് കഴിഞ്ഞ് വരുമ്പോൾ കണ്ടില്ലെങ്കിൽ എവിടെപ്പോയതെന്ന് പറയും? അപ്പോൾ മാത്രമാണ് അവൾക്കു തിങ്കളാഴ്ച രാത്രി എട്ടുമണി വരെ ക്ലാസ്സുണ്ടെന്നു പറഞ്ഞത് ഓർത്തത്. അങ്ങനെ ആ പ്രശ്നം ഒഴിവായി.

എന്നാലും അത് ശരിയാകുമോ? പെട്ടെന്ന് ഞാൻ അർച്ചനയുടെ ഉപദേശമോർത്തു. സൂരജ് വരുന്ന അതേദിവസം തന്നെ അർച്ചനയുടെ എക്സ്ട്രാ ക്ലാസും സെറ്റാക്കിതന്ന് സന്തോഷിക്കാനുള്ള ഒരു താക്കോൽ ഈശ്വരൻ കയ്യിൽ വെച്ചു തന്നതാണോ?

ഞാൻ വേഗം എഴുന്നേറ്റു പൂജാമുറിയിലേക്ക് പോയി. ഒരു കഷണം കടലാസ് എടുത്തു. ഒരു പുറത്ത് Yes എന്നും മറുപുറത്ത് No എന്നും എഴുതി കയ്യിൽ പിടിച്ച് പ്രാർത്ഥിച്ചു, നല്ലൊരു തീരുമാനമെടുക്കാൻ Yes എന്നോ No എന്നോ മൂന്നിൽ രണ്ട് പ്രാവശ്യമെങ്കിലും കാണിച്ചു തരണേ എന്ന്. ഓരോ തവണയും ആ കടലാസ് മുകളിലേക്കിട്ടപ്പോൾ Yes എന്നു മീതെയായി മലർന്നുവീണു. ഞാനാ കടലാസ് നെഞ്ചോട് ചേർത്ത് പിടിച്ചു സകല ദൈവങ്ങളോടും നന്ദി പറഞ്ഞു. എനിക്കുതന്നെ പരിചിതമല്ലാതിരുന്ന ധൈര്യത്തോടെയും ആത്മവിശ്വാസത്തോടുകൂടി ഫോണെടുത്ത് സൂരജിനൊരു മെസ്സേജ് അയച്ചു.

"I am coming to meet you. എവിടെയാണ് വരേണ്ടതെന്ന് പറഞ്ഞാൽ മതി."

സൂരജിനു വളരെ സന്തോഷമായി. നൃത്തം ചെയ്യുന്ന പത്തു ഇമോജികൾക്കൊപ്പം എഴുതി:

"I am so excited Neena. അവസാനം ഞാൻ എന്റെ നീനയെ നേരിൽ കാണാൻ പോകുന്നു."

സൂരജിന്റെ സന്തോഷം കണ്ട് എനിക്കും സന്തോഷം തോന്നി. ഞാൻ കണ്ണാടിയിൽ നോക്കി. എനിക്ക് 42ന്റെ പ്രായം തോന്നിക്കുന്നുണ്ടോ, മുഖത്ത് ഫേസ്പേക്ക് ഇടണോ, കൈകളിലെ അടർന്ന നെയിൽപോളിഷ് എല്ലാം റിമൂവ് ചെയ്തു നീറ്റ് ആക്കി വെക്കണോ, മുടി ഷാംപൂ ചെയ്യണോ, സാരി വേണോ, ചുരിദാർ ഇടണോ അങ്ങനെ പലവിധ സംശയങ്ങളും ചോദ്യങ്ങളും മനസ്സിൽ വന്നു. മുഖത്ത് കുറച്ചു മുൾട്ടാണി മിട്ടി ഇട്ട് വെച്ച നേരത്താണ് അർച്ചന വന്നത്.

“അമ്മാ, എന്തുപറ്റി? ഞാൻ പറഞ്ഞാൽ കേൾക്കാത്ത ആള് ഇന്ന് തനിയെ പലതും ചെയ്യുന്നുണ്ടല്ലോ?”

“നാളെ സ്കൂളിൽ നിന്നും വന്നതിനുശേഷം അശ്വതി മിസ്സിന്റെ വീട്ടിലൊന്ന് പോകുന്നുണ്ട്. അവരുടെ മോളുടെ ബെർത്ഡേ ആണത്രേ.”

കുറച്ചു മുൻപേ തന്നെ മനസ്സിൽ പറഞ്ഞുറപ്പിച്ച കാരണം പറഞ്ഞു.

“ഗുഡ്. പക്ഷേ ആ നെയിൽപോളിഷ് ഒന്ന് മാറ്റണേ. പ്ലീസ്.”

ഞാൻ ചെയ്യാമെന്ന് പറഞ്ഞെങ്കിലും അവൾ തന്നെ റിമൂവറും പുതിയ നെയിൽപോളിഷും കൊണ്ടുവന്ന് പണി തുടങ്ങി. കുറച്ചു നേരത്തിനുള്ളിൽ പഴയതും അടർന്നതും എല്ലാം കളഞ്ഞു നല്ലൊരു കളർ പോളിഷ് ഇട്ടു തന്നു. ഞാനവളെ കെട്ടിപ്പിടിച്ചൊരുമ്മ കൊടുത്തു.

പിറ്റേന്ന് സ്കൂളിൽ നിന്നും വന്നതിനുശേഷം കുളിച്ച് ഫ്രഷായി. അഞ്ചു മണിയായപ്പോഴേക്കും റെഡിയായി. എന്തോ ഒരു സാഹസത്തിനു പോകുന്ന ആകാംക്ഷയോടെയാണ് ഞാൻ കാർ സ്റ്റാർട്ട് ചെയ്തിറങ്ങിയത്. നേരെ സൂരജ് കാത്തു നിൽക്കാം എന്നു പറഞ്ഞ സ്ഥലത്തേക്ക് തിരിച്ചു.

“നീനാ, നീ സാരിയല്ലേ ഉടുത്തത്?”

ഞാൻ പെട്ടെന്ന് ചോദിച്ചു പോയി.

“ചുരിദാറാണിട്ടത്. സാധാരണ സ്കൂളിലേക്ക് മാത്രമല്ലേ ഞാൻ സാരിയുടുക്കാറുള്ളൂ.”

സാരിയുടുത്ത് പോയിരുന്നുവെങ്കിൽ അവൾ കൂടുതൽ സുന്ദരിയായേനേ എന്ന് എനിക്കു തോന്നി.

“ഞാനങ്ങനെ എല്ലാം വിശദമായി പറഞ്ഞാൽ എളേമ്മയ്ക്ക് ബോറടിക്കില്ലേ?”

നീന ചിരിച്ചുകൊണ്ട് ചോദിച്ചു.

“ഒരിക്കലുമില്ല. ഇത്രയും നേരത്തിനിടയിൽ ഒരു സെക്കൻഡ് പോലും ഞാൻ ditsracted ആയില്ല.”

നീന വാച്ച് നോക്കി പറഞ്ഞു

“രണ്ടരയായിരിക്കുന്നു. രണ്ട് മണിക്കൂറായി നമ്മളൊരേ ഇരിപ്പിൽ. ഇങ്ങനെ.”

“അത് സാരമില്ല.. നീ ബാക്കി പറയൂ. എനിക്ക് എല്ലാം വിശദമായി തന്നെ കേൾക്കണം. എന്നിട്ട് നിങ്ങൾ കണ്ടില്ലേ?”

നീന തുടർന്നു.

“ഒരു ഇരുപത് മിനിറ്റിനുള്ളിൽ ഞാൻ സൂരജ് പറഞ്ഞ സ്ഥലത്ത് എത്തി. കാർ പാർക്ക് ചെയ്തതും സൂരജിന്റെ ഫോൺ വന്നു.

കാറിന്റെ കളറും നമ്പറും എക്സാറ്റ് പാർക്കിംഗ് സ്പോട്ടും ഞാൻ പറഞ്ഞുകൊടുത്തു.

നാലുമാസമായി എന്റെ ജീവിതത്തിലെ ഒരു പ്രധാന ഭാഗമായ ഒരാളെയാണ് ഞാൻ നേരിട്ട് കാണാൻ പോകുന്നത്. ഫോട്ടോയിലെ പോലെ തന്നെയായിരിക്കുമോ? എങ്ങനെയായിരിക്കും ബോഡി ലേംഗ്വേജ്? മടുപ്പിക്കുന്ന ഒന്നും ഞങ്ങൾക്കിടയിൽ സംഭവിക്കരുതെന്ന് ആത്മാർത്ഥമായും ആഗ്രഹിച്ചു.

ഇടതുവശത്തെ മുൻവാതിലിന്റെ ചില്ലിൽ മുട്ടുന്ന ശബ്ദം കേട്ട് നോക്കിയപ്പോൾ ഒരു കൈയും ഇളം നീലക്കളറിൽ ഉള്ള ഒരു കോട്ടൻ ഷർട്ടും മാത്രമാണ് കണ്ടത്. ഞാൻ ഡോർ ഓപ്പൺ ബട്ടണമർത്തി. സൂരജ് അകത്തു കയറി സീറ്റിലിരിക്കുന്നതിനൊപ്പം എന്നെ ഗ്രീറ്റ് ചെയ്തു.

"Hi Neena. how are you?"

"Good. How are you?"

"Very happy" എന്നുപറഞ്ഞ് സൂരജ് സീറ്റ് വലിച്ച് പിന്നിലേക്ക് ആക്കി ഉയരത്തിനനുസരിച്ച് അഡ്ജസ്റ്റ് ചെയ്തു.

എങ്ങനെ തുടങ്ങണം എന്തു പറയണം എന്നുള്ളതിൽ രണ്ടുപേർക്കും ചെറിയൊരു അങ്കലാപ്പുണ്ടായിരുന്നു.

"സ്ഥലം കണ്ടുപിടിക്കാൻ ബുദ്ധിമുട്ടിയോ?" സൂരജ് ചോദിച്ചു.

"ഇല്ല."

"നമുക്ക് ഇവിടെ അധികനേരം പാർക്ക് ചെയ്തിരിക്കാൻ പറ്റില്ല. ഈ തിരക്കിൽ നിന്നും മാറി വേറെ എവിടെയെങ്കിലും പോയാലോ?"

"എവിടെ, ദൂരെയാണോ?"

"പ്രത്യേകിച്ച് ഒരു സ്ഥലത്തേക്കൊന്നുമല്ല. ഒരു ചെറിയ ഡ്രൈവ് ആയാലോ?"

ഞാൻ സമ്മതിച്ചു.

"നീന ഇവിടത്തെ വൈൻ യാർഡ്സ് കണ്ടിട്ടുണ്ടോ?"

"ഇല്ല."

"Then that is where we must go. ആ റോഡിലൂടെ ഒന്ന് ഡ്രൈവ് ചെയ്താൽ മതി, കാറിലിരുന്നുകൊണ്ടുതന്നെ നമുക്ക് രണ്ടു വശങ്ങളിലുമുള്ള മുന്തിരിത്തോട്ടങ്ങൾ കാണാം."

അവിടേക്കുള്ള വഴി എങ്ങനെയാണാവോ എന്ന് വിചാരിക്കുമ്പോഴേക്കും സൂരജ് ചോദിച്ചു

"Shall I drive?"

"Sure. please."

എനിക്കാശ്വാസമായി. ഞങ്ങൾ പുറത്തിറങ്ങി ചുറ്റിവന്ന് സീറ്റ് മാറിയിരുന്നു. സൂരജ് ഡ്രൈവിംഗ് സീറ്റും പിന്നിലേക്ക് വലിച്ചു സ്വന്തം ഉയരത്തിനനുസരിച്ച് ശരിയാക്കി. എന്നിട്ട് കാർ റോഡിലേക്ക് എടുത്തു. ട്രാഫിക് ഒന്ന് ക്രമത്തിൽ ആയപ്പോൾ സൂരജ് സംസാരിച്ച് തുടങ്ങി.

"So... my beautiful Neena, tell me."

ഞാൻ തല തിരിച്ച് സൂരജിന്റെ മുഖത്തേക്ക് നോക്കി. സൂരജ് എന്നേയും.

"How did the Miracle happen?"

"Which miracle?"

"ഈ മനസ്സെങ്ങനെ മാറി? എന്നെ നേരിട്ട് കാണാമെന്ന് തീരുമാനിക്കാൻ കാരണം?"

"എന്തോ ഇന്നലെ വൈകുന്നേരമായപ്പോൾ അങ്ങനെ തോന്നി. പിന്നെ മോൾക്കിന്ന് എട്ടുമണിവരെ എക്സ്ട്രാ ക്ലാസ്സും ഉണ്ട്."

"That is the only reason?"

"വേറെന്താ?"

"Not because you love me?"

ഞാൻ ഒന്നും പറയാതെ മുന്നിലേക്ക് നോക്കി. സൂരജ് തുടർന്നു.

"You are blushing Neena."

ഞാൻ എതിര് പറഞ്ഞില്ല. സൂരജിനെ നോക്കി പുഞ്ചിരിച്ചു. സൂരജിന്റെ മുഖത്തും സ്നേഹാർദ്രമായ മന്ദഹാസം ഉണ്ടായിരുന്നു. അതുവരെയുണ്ടായിരുന്ന എന്റെ ടെൻഷൻ എവിടെയോ ഉരുകിപ്പോകുന്നത് അറിഞ്ഞു. ഞാൻ ഹെഡ്റെസ്റ്റിൽ തലചായ്ച്ചിരുന്നു. എന്തെന്നില്ലാത്ത ഒരു സുഖവും സന്തോഷവും ശാന്തതയും ഒരു കുളിർകാറ്റുപോലെ മനസ്സിനെ തലോടിക്കൊണ്ടിരുന്നു. കുറച്ചുനേരം ഞങ്ങൾ നിശ്ശബ്ദരായിരുന്നു.ആ നിശ്ശബ്ദതയിലൂടെ ഞങ്ങൾ പരസ്പരം അറിയുകയായിരുന്നു.

കാർ കുറച്ചു ട്രാഫിക് കുറഞ്ഞ റോഡിലേക്ക് കടന്നു. കാർ മുന്നോട്ടു പോകവേ റോഡിന്റെ വശങ്ങളിൽ പതുക്കെ മുന്തിരിത്തോട്ടങ്ങൾ കാണാൻ തുടങ്ങി.

"പവിഴം പോൽ പവിഴാധരം പോൽ..." എന്ന പാട്ടും അതിലെ സോളമനേയും സോഫിയേയും എനിക്കോർമ്മ വന്നു.

"നീന ഇതൊക്കെ മുമ്പ് കണ്ടിട്ടുണ്ടോ?"

തോട്ടങ്ങളിൽ നിന്നും കണ്ണെടുക്കാതെ ഞാൻ പറഞ്ഞു.

"ഇല്ല. It's really good."

"I know. ഞാൻ ഹൈദരാബാദിലുണ്ടായിരുന്നപ്പോൾ യീൽഡിങ് സമയത്ത് തീർച്ചയായും വരുമായിരുന്നു, ഫ്രണ്ട്സിന്റെ ഒപ്പം. അപ്പോൾ ദാ, ഈ കാണുന്ന റോഡ് ഇതുപോലൊന്നുമല്ല. ഓരോ അമ്പത് മീറ്ററിലും ഗ്രേപ്സ് വിൽക്കാനായി ആൾക്കാർ നിൽക്കുന്നുണ്ടാവും. ഒരു കിലോയോ ബോക്സായിട്ടോ എങ്ങനെ വേണമെങ്കിലും കിട്ടും. And so fresh they are."

സൂരജ് തുടർന്നു.

"And you know Neena, ഈ തോട്ടങ്ങളിൽ പലതിന്റെയും ഓണേഴ്സ് ഏതെങ്കിലും പൊളിറ്റീഷ്യൻസോ ആക്ടേർസോ ആണ്."

എനിക്ക് അതൊക്കെ പുതിയ കാഴ്ചകളും അറിവുകളും ആയിരുന്നു.

"നമുക്ക് ഈ റോഡിൽ തന്നെ സൈഡിൽ പാർക്ക് ചെയ്താലോ? ഡ്രൈവ് ചെയ്തുകൊണ്ടിരുന്നാൽ സമാധാനമായി സംസാരിക്കാൻ പറ്റില്ല" എന്നു പറഞ്ഞു സൂരജ് ഒരു സൈഡിൽ കാർ നിർത്തി.

എനിക്ക് പാട്ടുകൾ ഇഷ്ടമാണോ എന്ന് ചോദിച്ചപ്പോൾ കിഷോർ കുമാറിന്റെ പഴയ പാട്ടുകളോടാണ് ഇഷ്ടം എന്നു പറഞ്ഞു.

"എന്നും പാട്ടു കേൾക്കുമോ?"

'എന്നുമില്ല. നല്ല സന്തോഷത്തിലായിരിക്കുമ്പോൾ കേൾക്കാറുണ്ട്' എന്ന് ഞാൻ പറഞ്ഞുകൊണ്ടിരിക്കുമ്പോൾ സൂരജ് നാലുവശത്തേക്കും നോക്കുന്നത് കണ്ടു.

പെട്ടെന്നായിരുന്നു എന്റെ കവിളിൽ സൂരജിന്റെ ചുണ്ടുകളമർന്നത്. തികച്ചും അപ്രതീക്ഷിതമായമായതുകൊണ്ട് പറഞ്ഞുകൊണ്ടിരുന്ന കാര്യം എന്താണെന്നു പോലും ഞാൻ മറന്നു. അതെന്റെ കവിളിലല്ല ഹൃദയത്തിലാണ് പതിഞ്ഞതെന്ന് തോന്നി. എന്നാലും ഞാനൊന്ന് ഞെട്ടാതിരുന്നില്ല. സൂരജ് എന്റെ മനസ്സ് വായിച്ചിട്ടെന്നോണം പറഞ്ഞു.

"I know this is not the right place to do this."

സൂരജ് ഒരു കൈകൊണ്ട് എന്റെ മുടിയുടെ പിന്നിൽ തുമ്പുവരെ തലോടിക്കൊണ്ട് തുടർന്നു.

"But what to do. നിന്നെ എന്റെ അടുത്തിങ്ങനെ കിട്ടിയിട്ട് എനിക്കെന്റെ സ്നേഹം ഇത്രയെങ്കിലും കാണിക്കാതിരിക്കാൻ പറ്റുമോ? We are grown up man and woman."

അപ്പോഴാണ് സൂരജിന്റെ കവിളിനു താഴെയുള്ള സ്റ്റിച്ച് മാർക്ക് കണ്ണിൽപ്പെട്ടത്. എന്റെ നോട്ടം അങ്ങോട്ടേക്കാണെന്ന് മനസ്സിലാക്കിയ സൂരജ് പറഞ്ഞു,

“ഇപ്പോൾ നന്നായി ഉണങ്ങി വരുന്നു. എന്നാലും വായ അധികം തുറക്കുമ്പോൾ ഒരു വലിവ് തോന്നാറുണ്ട്.”

“വേദനയുണ്ടോ?”

“തൊട്ടു നോക്കൂ. പറയാം.”

ഒരു കുസൃതി ഭാവത്തോടെയത് പറഞ്ഞ് സൂരജ് സീറ്റിൽ എന്റെ നേർക്കായി തിരിഞ്ഞിരുന്നു. ഞാനും വലത്തോട്ട് സൂരജിന്റെ നേർക്കായി തിരിഞ്ഞിരുന്നു. സ്റ്റിച്ചിൽ സൂക്ഷിച്ചുനോക്കി. നെറ്റിയിൽ മുടികൊണ്ട് മറയ്ക്കാവുന്ന സ്ഥലത്തായി വേറൊരു മുറിപ്പാടുണ്ട്. ഈ പാടുകളൊക്കെ എത്രകാലം കൊണ്ട് പോകുമോ എന്തോ?

സൂരജ് എന്നെ വളരെ പ്രതീക്ഷയോടെ നോക്കിക്കൊണ്ടിരിക്കുകയാണ്. ഞാൻ വലതുകൈ ഉയർത്തി കവിളിനും താടിക്കും ഇടയിലുള്ള മുറിപ്പാടിൽ മൃദുവായി തൊട്ടു. അതിനു മീതെ മെല്ലെ വിരലോടിച്ചു. സൂരജ് ആദ്യം ഒന്ന് കണ്ണടച്ചു. പിന്നെ എന്റെ കൈ പിടിച്ചു സൂരജിന്റെ ചുണ്ടിൽ കൊണ്ടുവെച്ച് വിരലുകളിൽ ചുംബിച്ചു. ആത്മാർത്ഥമായും സൂരജിന് എന്നോടിത്രയും പ്രണയം തോന്നുന്നുണ്ടോയെന്ന് ആ നല്ല നിമിഷങ്ങളിലും ഞാൻ ആലോചിച്ചു.

ഒരു കാൽനടക്കാരനെ കണ്ടപ്പോൾ ഞങ്ങൾ സീറ്റിൽ നേരെ ഇരുന്നു. വേറെ ഏതോ വിഷയത്തെക്കുറിച്ച് സംസാരിക്കാൻ തുടങ്ങി. നേരം ഇരുട്ടി തുടങ്ങിയിരുന്നു. അർച്ചനയെ പിക്ക്അപ് ചെയ്യാൻ അവളുടെ കോച്ചിംഗ് സെന്ററിൽ എട്ടുമണിക്ക് എത്താവുന്ന വിധത്തിൽ തിരിച്ചു പോകണം എന്ന് സൂരജിനെ ഓർമ്മിപ്പിച്ചു. അങ്ങനെയെങ്കിൽ കുറച്ചുകൂടി ദൂരം പോയാൽ അവിടെ ഒരു ചെറിയ അമ്പലമുണ്ടെന്നും അവിടെ പോയിട്ട് തിരിച്ചുപോവാമെന്നും സൂരജ് അഭിപ്രായപ്പെട്ടു. കാർ വീണ്ടും റോഡിലേക്ക് എടുത്തു. സൂരജ് കാറിലെ മ്യൂസിക് ഓൺ ചെയ്തു. കിഷോർ കുമാറിന്റെ പാട്ടുകളിൽ ഒന്ന് പകുതിയിൽ നിന്നും തുടർന്ന് പാടാൻ തുടങ്ങി.

“Tum mere baahom mein aake behekne lagoge...  
Hosh kho jaayega...  
Pyar ho jaayega...  
Dilbar mere kab tak mujhe  
Aise hi tadpaoge....  
Mein aag dil mein laga doonga woh....  
Ke pal mein pighal jaoge....  
Ek din aayega...  
Pyar ho jaayega...”

അമിതാഭ് ബച്ചനും ഹേമമാലിനിയും എന്റെ മനസ്സിലേക്ക് ഓടിയെത്തി.

“Wow!!! what a song!!! what a timing!!!!”

സൂരജ് എന്തോ നേടിയ ആഹ്ലാദത്തിൽ ചിരിച്ചുകൊണ്ട് പറഞ്ഞു.

പാട്ടിന്റെ ആ നനുത്ത സുഖത്തോടെ കുറച്ചു ദൂരം ചെന്നപ്പോഴേക്കും അമ്പലമെത്തി. അമ്പലത്തിലേക്കുള്ള ചവിട്ടുപടികൾ കയറാൻ തുടങ്ങിയപ്പോൾ ഞങ്ങൾക്കെതിരെ കടന്നുപോയ രണ്ടുപേരെ ഒഴികെ വേറെ ആരെയും മുകളിലെ പടികളിലായി കാണുന്നുണ്ടായിരുന്നില്ല.

ചുറ്റും നോക്കിയ ശേഷം, സൂരജ് എന്റെ വലതു കൈ മുറുകെ പിടിച്ചു; ഒപ്പം നടന്നു. അത് സൂരജിലുള്ള എന്റെ വിശ്വാസം വർദ്ധിപ്പിച്ചു. പടികൾ കയറി മുകളിലെത്തിയപ്പോൾ പൂജാരി മാത്രമേ ഉണ്ടായിരുന്നുള്ളൂ. അയാൾ അമ്പലം പൂട്ടി തിരിച്ചുപോകാനുള്ള തിരക്കിലായിരുന്നു. വേഗം തൊഴുതു തീർക്കാൻ പറഞ്ഞയാൾ തിരക്കുകൂട്ടി. ഞങ്ങൾ തൊഴുതു കഴിഞ്ഞതും അയാൾ നടയടച്ച് ഞങ്ങൾക്ക് മുൻപേ പടികളിറങ്ങി പോകാൻ തുടങ്ങി. ഞങ്ങൾ വളരെ പതുക്കെയാണ് ഇറങ്ങിയത്. സൂരജ് വീണ്ടും എന്റെ വലതു കൈ പിടിച്ചു. എന്റെ സമ്മതവും ആ കരുതലിനുള്ള നന്ദിയും ഞാൻ സൂരജിന്റെ കൈകളിൽ അമർത്തിപ്പിടിച്ചറിയിച്ചു. ഓരോ പടികൾ ഇറങ്ങുമ്പോഴും ഞങ്ങളുടെ ശരീരങ്ങൾ അടുത്തുവന്നുകൊണ്ടിരുന്നു. ഞങ്ങളുടെ തോളുകളും കൈകളും ഒട്ടും താളബോധമില്ലാതെ തട്ടിയും മുട്ടിയും ഞങ്ങളുടെ മനസ്സിനെ ഉണർത്തിക്കൊണ്ടിരുന്നു. അവസാനത്തെ പടി ഇറങ്ങുമ്പോഴേക്കും മനസ്സിനൊപ്പം ശരീരവും ഉണരുമോ എന്ന് സംശയിച്ചു. അപ്പോഴാണ് ഞങ്ങൾക്ക് മുൻപേ ഇറങ്ങിപ്പോയ ആ പൂജാരി കാറിന് അടുത്തുനിന്ന് ചുറ്റും നോക്കിക്കൊണ്ടിരിക്കുന്നത് കണ്ടത്. ഞങ്ങൾ കൈ വിട്ട് അകന്നു നിന്നു. ഞങ്ങളെ കണ്ടതും അയാൾ ചോദിച്ചു. ടൗണിലേക്ക് പോകുന്ന വഴിക്കൊരു സ്ഥലത്ത് ഇറക്കി കൊടുക്കാമോ എന്ന്.

തീർച്ചയായും എന്നു പറഞ്ഞ് സൂരജ് പിന്നിലെ ഡോർ തുറന്നു കൊടുത്തു. ഞങ്ങൾക്ക് രണ്ടുപേർക്കും ഞങ്ങളുടെ സ്വകാര്യത പോയതിൽ നിരാശ തോന്നി. പക്ഷേ അതൊന്നും പ്രകടിപ്പിക്കാതെ, ഞങ്ങൾ ആ വഴിക്കല്ല പോകുന്നത് എന്ന് നുണ പറയാത, സൂരജ് പൂജാരിയോട് വളരെ മാന്യമായി പെരുമാറിയത് എനിക്കിഷ്ടപ്പെട്ടു. മകനെ ഒരു ഡോക്ടറെ കാണിക്കേണ്ടതുകൊണ്ടാണ് വേഗം നടയടച്ചതെന്നും അതിൽ നീരസം ഒന്നും തോന്നരുതെന്നും അയാൾ പറഞ്ഞു. പൂജാരി ഇറങ്ങിയതിനുശേഷം ഞങ്ങൾക്ക് പിന്നെയും കുറച്ച് സമയം ഉണ്ടായിരുന്നു. വേനലിലെ ദാഹം ശരിക്കും തോന്നി തുടങ്ങിയതിനാൽ ഞങ്ങൾ ഒരു ജ്യൂസ് പാർലറിൽ കയറി.

ഇനി എപ്പോഴാണ് വീണ്ടും കാണാൻ പറ്റുക എന്നു ചോദിച്ചപ്പോൾ മോളുടെ എക്സാം തീരാതെ എനിക്ക് ഒഴിവുണ്ടാകില്ലെന്ന് അറിയിച്ചു. സൂരജ് എപ്പോഴാണിനി ഹൈദരാബാദിൽ വരുന്നതെന്ന് ചോദിച്ചപ്പോൾ കൃത്യമായി പറയാൻ പറ്റില്ലെന്നും മാസത്തിലൊരിക്കൽ ബിസിനസ് ആവശ്യങ്ങൾക്കു വേണ്ടി വന്നേ പറ്റൂ എന്നും പറഞ്ഞു.

അവിടെ നിന്നിറങ്ങിയപ്പോൾ ഞാനാണ് ഡ്രൈവ് ചെയ്തത്. ഹൃദ്യമായ ആ കണ്ടുമുട്ടൽ അവസാനിക്കാൻ പോകുന്നതിൽ എനിക്ക് കുറച്ച് വിഷമം തോന്നി. ഗുജറാത്തി സമാജത്തിന്റെ ഗസ്റ്റ് ഹൗസിനടുത്തായി സൂരജിനിറങ്ങാൻ ഞാൻ കാർ നിർത്തി. സൂരജ് എന്റെ നേരെ തിരിഞ്ഞിരുന്ന് എന്റെ ഇടതുകയ്യിൽ മെല്ലെ അമർത്തി "ലവ് യൂ നീന" എന്ന് വളരെ പ്രണയം നിറഞ്ഞ സ്വരത്തോടെ പറഞ്ഞു. ഞാൻ എന്റെ കണ്ണുകൾ കൊണ്ട് ആ സ്നേഹം സ്വീകരിച്ചു.

നല്ല ആൾത്തിരക്കും വാഹനങ്ങളും ഉള്ള സ്ഥലമാണ്. തിരിച്ചു പോകാൻ ശരിക്കു വഴി അറിയില്ലേ എന്ന് ചോദിച്ചു. എവിടെയെങ്കിലും പെട്ടുപോയാൽ വിളിക്കണമെന്നും വീട്ടിലെത്തിയാൽ ആ വിവരം മെസ്സേജ് ചെയ്യണം എന്നും എന്നോട് പറഞ്ഞേൽപ്പിച്ചു. എന്നിട്ട് മിന്നൽ വേഗത്തിൽ ഒരുമ്മ എന്റെ നെറ്റിയിൽ തന്ന് സൂരജ് കാറിൽ നിന്നിറങ്ങി. പുറത്തു നിന്ന് കൈവീശി കാണിച്ച് നടന്നു നീങ്ങി.

ഇയാൾക്ക് എങ്ങനെയാണ് എന്റെ മനസ്സിനെ ഇത്രയും കീഴടക്കാൻ സാധിച്ചത്? ഞാൻ സൂരജിനെ കുറച്ച് സെക്കൻഡുകൾ നോക്കിയിരുന്നു. ഫോട്ടോയിൽ കണ്ടതിനേക്കാൾ കുറച്ചു തടി വെച്ചിട്ടുണ്ടെങ്കിലും മെലിഞ്ഞിട്ടു തന്നെ. ചുരുണ്ടിയത് ആറടി ഉയരം കാണണം. അമ്പലത്തിലെ പടികൾ ഇറങ്ങുന്ന സമയത്ത് ഞാൻ സൂരജിന്റെ തോളിനൊപ്പം വരെയേ എത്തുന്നുണ്ടായിരുന്നുള്ളൂ എന്ന് ഞാനോർത്തു.

അർച്ചന എത്തിയപ്പോൾ എട്ടേകാൽ ആയി.

കാറിൽ കയറിയിരുന്ന ഉടനെ അവളാദ്യം പറഞ്ഞത് നല്ലൊരു മണമുണ്ടല്ലോ കാറിനുള്ളിൽ എന്നായിരുന്നു. വേറെ സ്റ്റാഫ് ഉണ്ടായിരുന്നു എന്റെ ഒപ്പം കാറിൽ എന്നു പറഞ്ഞു. കാർ ഓടിച്ചുകൊണ്ടിരിക്കുമ്പോൾ അവൾ ഇടയ്ക്കിടെ എന്നെ നോക്കുന്നുണ്ട് എന്ന് തോന്നി.

"ങ്ഊം, എന്താ?" തലതിരിച്ച് ഞാൻ ചോദിച്ചു.

"അമ്മേനെ കാണാനിന്നു നല്ല ഭംഗീണ്ട്. You look happy too."

വളരെ സ്നേഹത്തോടെ അവൾ പറഞ്ഞു. എന്റെ മനസ്സൊന്നു പിടച്ചു. അറിയാതെ കൈ കവിളിലേക്ക് പോയി. അമ്മയിങ്ങനെ നല്ല ഫ്രണ്ട്സിനെ ഉണ്ടാക്കണമെന്നും ഇടയ്ക്കിടെ അവരെയൊക്കെ മീറ്റ് ചെയ്ത് സന്തോഷമായിട്ടിരിക്കണം എന്നും അവൾ പറഞ്ഞു.

ഞാനും സൂരജും തമ്മിലുള്ള ചാറ്റിംഗ് ദിവസവും തുടർന്നു. ആദ്യത്തെ കണ്ടുമുട്ടലിനു ശേഷം ഞങ്ങൾ കുറച്ചുകൂടി ധൈര്യത്തോടെ മെസ്സേജുകളിൽ അടുപ്പം കാണിക്കാൻ തുടങ്ങി. അമ്പലത്തിൽ വച്ച് പടികളിറങ്ങി വരുന്ന സമയത്ത് അവിടെ കാറിനടുത്ത് പൂജാരി കാത്തുനിൽക്കുന്നില്ലായിരുന്നുവെങ്കിൽ എന്നെ മുറുകെ കെട്ടിപ്പിടിച്ച് എന്റെ ചുണ്ടുകളിൽ ചുംബിച്ചേനേ എന്ന് സൂരജ് പറഞ്ഞു. ആദ്യത്തെ കൂടിക്കാഴ്ചയിൽ പരസ്പരം തോന്നിയ സ്പാർക്ക് തുടർന്നങ്ങോട്ടുള്ള മെസ്സേജുകളിൽ ഒരു തീയായി പടർന്നു കയറി. എന്നെ ഏറ്റവും അത്ഭുതപ്പെടുത്തിയ കാര്യം ഞാനതെത്ര മാത്രം ആസ്വദിച്ചു എന്നതായിരുന്നു. എന്തായാലും ഞങ്ങളുടെ ദുബായ് സന്ദർശനം എല്ലാറ്റിനും ഒരു താൽക്കാലിക വിരാമം ഇടും എന്ന് ഞാൻ സൂരജിനെ ഓർമ്മിപ്പിച്ചു.

അർച്ചനയുടെ എല്ലാ പരീക്ഷകളും മെയ് പത്താം തീയതിയോടുകൂടി കഴിഞ്ഞു. നല്ല റാങ്ക് കിട്ടുമെന്ന് പ്രതീക്ഷയുണ്ടെന്ന് അവൾ പറഞ്ഞു. മെയ് അവസാനം ആദർശിന്റെ റിസൾട്ട് വരുമെന്ന പ്രതീക്ഷയിൽ ഞങ്ങൾ ആദ്യം ദുബായിൽ തന്നെ പോകാൻ തീരുമാനിച്ചു.

ജയേട്ടൻ ബിരിയാണി സംഭവത്തിനുശേഷം ഒരാഴ്ചയ്ക്ക് എന്നോട് സംസാരിച്ചില്ല. എന്തെങ്കിലും ആവശ്യങ്ങളോ ജോലികളോ ഉണ്ടെങ്കിൽ ആദർശിനെക്കൊണ്ട് പറയിപ്പിക്കും. എനിക്ക് പകരം അർച്ചനയെ വിളിച്ച് സംസാരിക്കും. ഒരാഴ്ച കഴിഞ്ഞപ്പോൾ ശരിയായി സംസാരിക്കാൻ തുടങ്ങി.

ദുബായിലെത്തിയപ്പോൾ, വായിച്ചു കഴിഞ്ഞ പഴയ അധ്യായങ്ങൾ വീണ്ടും വായിക്കുന്നത് പോലെയായിരുന്നു ജീവിതം. ഓരോ മിനിറ്റിലും അറിയാം ജയേട്ടൻ അടുത്തതായി എന്തു പറയും എന്നും എന്തു ചെയ്യുമെന്നും. നവവരന്മാരുമായി ഒരു സംസാരം ഉണ്ടായാൽ അവരോടു വീട്ടിൽ ഭാര്യമാരെ സഹായിക്കേണ്ടതിനെപ്പറ്റിയും സ്ത്രീസമത്വത്തെപ്പറ്റിയുമെല്ലാം ജയേട്ടൻ ഉപദേശിക്കുന്നത് കേൾക്കുമ്പോൾ ഞാനും മക്കളും അറിയാതെ തന്നെ പരസ്പരം നോക്കിപ്പോവാറുണ്ട്.

ഞാൻ യാതൊരുവിധ ടാലന്റുകളില്ലാത്തവളാണെന്നും socialisingൽ തീരെ താത്പര്യമില്ലാത്തവളാണെന്നും ഭർത്താവിന്റെ കാര്യങ്ങളിൽ ശ്രദ്ധയോ സപ്പോർട്ടോ കൊടുക്കാത്തവളാണെന്നും എന്നെ വീണ്ടും ഓർമ്മിപ്പിച്ചു. ഞാൻ എന്തെങ്കിലുമൊക്കെ ആണെന്ന് എനിക്ക് തോന്നിത്തുടങ്ങിയിട്ടുണ്ടെങ്കിൽ, അത് തിരുത്തുന്നതാണ് സ്വയം improve ചെയ്യണമെങ്കിൽ നല്ലതെന്നും ജയേട്ടനില്ലെങ്കിൽ ഞാൻ ഒന്നുമാകില്ലെന്നും എവിടെയും എത്തുമായിരുന്നില്ലെന്നും അടിവരയിട്ടു പറഞ്ഞു. ഹൈദരാബാദിലേക്ക് തിരിച്ചുപോവാൻ ദിവസങ്ങൾ മാത്രമല്ലേ ഉള്ളൂ എന്നതായിരുന്നു ഒരാശ്വാസം.

മക്കൾക്ക് നല്ലൊരു ചേഞ്ച് ആയിരുന്നു. രണ്ടുപേരും ഒരു വർഷം നീണ്ട അവരുടെ അദ്ധ്വാനഭാരം ഇറക്കിവെച്ച് ഓരോ ദിവസവും ആഘോഷിച്ചു.

തിരിച്ചുപോരാൻ നേരത്ത് ജയേട്ടന് ഞങ്ങളെ പിരിഞ്ഞിരിക്കേണ്ടി വരുമല്ലോ എന്നു പറഞ്ഞ് വിഷമിക്കുന്നുണ്ടായിരുന്നു. 'ഒന്നിനും കൊള്ളാത്ത' ഒരു ഭാര്യയെ പിരിഞ്ഞിരിക്കുന്നതിൽ എന്തിനാണിത്ര വിഷമം എന്ന് ഞാൻ ഉള്ളിൽ ചോദിച്ചു. ഒന്നിനെയും കുറിച്ച് ചിന്തിക്കാതെ, ഒരു ഉത്തരവാദിത്വവും ഏറ്റെടുക്കാതെ സുഖലോലുപനായി കഴിഞ്ഞ ദിവസങ്ങൾ അവസാനിക്കുന്നതിന്റെ വിഷമം കാണുമല്ലോ. എല്ലാ വർഷവും വെക്കേഷൻ സമയത്ത് ഞാനും മക്കളും നാട്ടിൽ പോകുമ്പോൾ അടച്ചിട്ട കൂട്ടിൽ നിന്നും പറന്നു പോകുന്ന ഒരു പക്ഷിയുടെ ആഹ്ലാദവും സ്വാതന്ത്ര്യവുമാണ് അനുഭവിച്ചിരുന്നത്. ഈ തിരിച്ചു വരവിലും തോന്നിയത് വ്യത്യസ്തമായിരുന്നില്ല.

ഹൈദരാബാദിൽ എത്തി, പതിവു ചാറ്റിംഗ് സമയത്തിനു മുൻപേ പണികളെല്ലാം തീർത്തു ഞാൻ ഫ്രീയായി. എന്നെ വളരെയധികം മിസ്സ് ചെയ്തെന്നും എങ്ങനെയുണ്ടായിരുന്നു ദുബായിൽ കഴിഞ്ഞ ദിവസങ്ങളെന്നും സൂരജ് ചോദിച്ചു. പൊതുവായിട്ടുള്ള കാര്യങ്ങൾ മാത്രം പറഞ്ഞു. ജയേട്ടൻ എങ്ങനെയാണെന്ന് സൂരജ് ഒരിക്കലും എന്നോട് ചോദിക്കുകയോ ഞാൻ പറയുകയോ ചെയ്തില്ല.

ആദർശിന്റെ റിസൾട്ട് വന്നപ്പോൾ നല്ല മാർക്കുണ്ടായിരുന്നു. അവന്റെ ലക്ഷ്യം IIT ആയതിനാൽ പതിനൊന്നും പന്ത്രണ്ടും ഒപ്പം കോച്ചിങ്ങിനുമായി അർച്ചനയുടെ കോച്ചിംഗ് ഇൻസ്റ്റിറ്റ്യൂട്ടിൽ തന്നെ ചേരാൻ തീരുമാനിച്ചു. രണ്ടും ചേർന്നൊരു കംബൈൻഡ് കോഴ്സ് ആയിരുന്നു അത്. അവിടത്തെ അഡ്മിഷൻ ഫോർമാലിറ്റീസ് തീർത്തതിനുശേഷം ഞങ്ങൾ എല്ലാവരുംകൂടി നാട്ടിൽ പോയി ഒരാഴ്ച നിന്നു. അവിടത്തെ തിരക്കിൽ രാത്രി ഉറങ്ങുന്നതിന് തൊട്ടുമുൻപൊഴികെ സൂരജിനോട് ചാറ്റ് ചെയ്യാൻ ഒരു വഴിയുമില്ലായിരുന്നു. രാത്രി കിടക്കുന്നതുവരെ എല്ലാവരുംകൂടി വർത്തമാനം തന്നെയായിരുന്നല്ലോ.

എളേമ്മയും ഉണ്ടായിരുന്നു രണ്ടുദിവസം.

നീന ചോദ്യഭാവത്തിൽ എന്നെ നോക്കി.

"ഞാൻ ഓർക്കുന്നുണ്ട്. ഞാനുള്ളപ്പോഴാണല്ലോ മോൾടെ എൻട്രൻസ് റിസൾട്ട് വന്നതും ആഘോഷിച്ചതുമെല്ലാം."

"അതെ. അവൾക്കു ഹൈ റാങ്ക് കിട്ടിയത് ആദർശിനു വലിയ പ്രചോദനമായി. പല കാര്യങ്ങളിലും അവന്റെ റോൾ മോഡൽ ചേച്ചിയായിരുന്നു."

"ജയകൃഷ്ണനും വലിയ സന്തോഷമായി കാണുമല്ലേ?"

“തീർച്ചയായും. ഇപ്പോൾ മനസ്സിലായില്ലേ ഞാൻ നിങ്ങളെയൊക്കെ ഉപദേശിച്ചതിന്റെ ഗുണം എന്ന് അർച്ചനയോട് പറഞ്ഞത്രേ. അപ്പോൾ എന്റെ സക്സെസിൽ എന്റെ കോൺട്രിബ്യൂഷൻ ഒന്നുമില്ലേ അമ്മേ എന്ന് അവളെന്നോട് ചോദിച്ചു.”

“തിരിച്ചു പോയിട്ട് നീയും സൂരജും തമ്മിൽ പിന്നെപ്പോഴാണ് അടുത്തതായി കണ്ടത്?”

എനിക്ക് ജയകൃഷ്ണനെപ്പറ്റി സംസാരിക്കാനല്ല സൂരജിനേയും നീനയേയും കുറിച്ചറിയാനായിരുന്നു കൂടുതൽ താത്പര്യം.

അവൾ തുടർന്നു:

“കോച്ചിംഗ് സ്കൂളിൽ മോനെ ചേർത്തു. അർച്ചനയ്ക്ക് അവളുടെ ആഗ്രഹപ്രകാരം ഹൈദരാബാദിലെ തന്നെ മെഡിക്കൽ കോളേജിൽ കിട്ടി. സ്കൂൾ തുറന്നു. വീണ്ടും ഞങ്ങൾ എല്ലാവരും പഠിത്തത്തിലും ജോലിയിലും മുങ്ങിക്കൊണ്ടിരിക്കുമ്പോഴാണ് സൂരജ് ഹൈദരാബാദിലേക്കുള്ള അടുത്ത വരവിനെപ്പറ്റി എന്നോട് സൂചിപ്പിച്ചത്. ഇപ്രാവശ്യം കാറിൽ അല്ലാതെ, സ്വസ്ഥമായി, നീണ്ടുനിവർന്നു നിൽക്കാനോ ഇരിക്കാനോ പറ്റിയ ഒരു സ്ഥലത്തായിരിക്കണം തമ്മിൽ കാണേണ്ടതെന്ന് പകുതി തമാശയായും പകുതി കാര്യമായും സൂരജ് പറഞ്ഞു. ഒരുപാടു ചർച്ചകൾക്കും കണക്കുകൂട്ടലുകൾക്കും കൂട്ടികിഴിക്കലുകൾക്കും ഒടുവിൽ ഒരു ദിവസം അങ്ങനെ എവിടെയെങ്കിലും വെച്ച് തന്നെ കാണാം എന്ന് തീരുമാനിച്ചു.

# വിലംബനം

**ജീ**വിതത്തിൽ ആദ്യമായി അഭിമാനത്തിന്റെയും അനുരാഗത്തിന്റെയും സ്വാതന്ത്ര്യത്തിന്റെയും രുചിയറിഞ്ഞ നാളുകളായിരുന്നു ഹൈദരാബാദ് ജീവിതം സമ്മാനിച്ചത്. ജോലിയിലും സംതൃപ്തയായിരുന്നു. ചെറിയ ചെറിയ പ്രശ്നങ്ങൾ ജീവിതത്തിലും സ്കൂളിലും തീരെ ഇല്ലാഞ്ഞിട്ടല്ല. പക്ഷേ ദിവസവസാനം മുൻപൊന്നുമില്ലാത്ത ഒരു ആത്മസംതൃപ്തി ഉണ്ടായിരുന്നു.

സൂരജിനും ആവശ്യത്തിന് പ്രശ്നങ്ങൾ ഉണ്ടായിരുന്നു. എന്നാലും വളരെ പോസിറ്റീവ് ആയി തന്നെ എല്ലാം കൈകാര്യം ചെയ്തിരുന്നു. എന്തും ചോദിക്കാൻ പൂർണസ്വാതന്ത്ര്യം തോന്നിയ ഒരു സമയത്ത് ഞാൻ പഴയ കാമുകിയുമായുള്ള ബന്ധത്തെക്കുറിച്ച് ചോദിച്ചു. അഞ്ചുവർഷത്തോളം അവർ ഗാഢപ്രേമത്തിലായിരുന്നുവെന്നും വിവാഹം കഴിക്കുമെന്നുതന്നെ വിശ്വസിച്ചിരുന്നുവെന്നും പറഞ്ഞു. അവർ തമ്മിൽ ശാരീരികമായി ബന്ധപ്പെട്ടിരുന്നുവോ എന്ന് ചോദിച്ചപ്പോൾ അതിലെന്താ സംശയം, അത്രയും വർഷങ്ങൾ നീണ്ട ഒരു ബന്ധത്തിൽ സെക്സ് ഇല്ലാതിരിക്കുമോ എന്ന് എന്നോട് തിരിച്ചു ചോദിച്ചു.

എന്റെ മനസ്സിൽ തോന്നിയ നീറ്റലിന് ഒരു ചെറിയ ആശ്വാസം തരാനെന്നപോലെ അടുത്ത വാചകം വന്നു. മൂന്നോ നാലോ തവണയിൽ കൂടുതൽ ചെയ്തിട്ടില്ലെന്ന്. വിവാഹം കഴിഞ്ഞ് 21 വർഷമായി എന്ന് എത്ര പെട്ടെന്നാണ് ഞാൻ വിസ്മരിച്ചത്.

പിന്നീട് ആരും ജീവിതത്തിലേക്ക് വന്നില്ലേയെന്ന് ചോദിച്ചപ്പോൾ ആദ്യത്തെ ഒരാകർഷണത്തിൽ കൂടുതൽ ആർക്കും തന്നെ മനസ്സുകൊണ്ട് അടുപ്പിക്കാൻ സാധിച്ചില്ലെന്ന് പറഞ്ഞു. അറിഞ്ഞവരാകട്ടെ സൂരജിന്റെ കുടുംബം സാമ്പത്തികമായി തകർന്നു നിൽക്കുകയാണെന്ന് അറിയാവുന്നതുകൊണ്ട് ഒരു പരീക്ഷണത്തിന് മുതിർന്നതുമില്ല. പഴയ കാമുകിയെക്കുറിച്ച് കേട്ടപ്പോൾ എനിക്ക് കുറച്ച് അസൂയ തോന്നുന്നു എന്ന് പറഞ്ഞപ്പോൾ സൂരജ് എന്നോട് പറഞ്ഞു.

“ആർഷിയെ ഞാൻ ഇപ്പോഴാണ് കണ്ടുമുട്ടുന്നതെങ്കിൽ എനിക്കവളുമായി ഒരിക്കലും ഒരു എഫയർ ഉണ്ടാവില്ലായിരുന്നു. പത്തുവർഷം മുൻപ് ഞാൻ ഒരു പെൺകുട്ടിയിൽ ഇഷ്ടപ്പെട്ടതും ഇപ്പോൾ ഇഷ്ടപ്പെടുന്നതും ആയ കാര്യങ്ങൾ വളരെ വ്യത്യസ്തമാണ്.

തുടക്കത്തിൽ തന്നെ നിന്റെ ബിഹേവിയർ എനിക്കിഷ്ടമായി. ആ സമയത്ത് നിനക്ക് എത്ര വയസ്സായി എന്നോ നീ കാണാൻ സുന്ദരിയാണെന്നോ ബാക്ക്ഗ്രൗണ്ട് എന്താണെന്നോ ഒന്നും എനിക്ക് അറിയില്ലായിരുന്നു. നിന്റെ വ്യക്തിത്വത്തിൽ കൂടുതലായി നിന്നെ ഇഷ്ടപ്പെട്ടുതുടങ്ങിയപ്പോഴാണ് ഞാൻ നിന്നെക്കുറിച്ചുള്ള ഡീറ്റെയിൽസ് കൂടുതലായി അറിയുന്നത്. ഒരാഴ്ച കഴിയും വരെ നീയെനിക്ക് മിസ്സിസ് കൃഷ്ണൻ മാത്രമായിരുന്നു. നമ്മുടെ ശബ്ദം പോലും എങ്ങനെയെന്ന് നമുക്ക് അറിയാതിരുന്ന സമയത്താണ് നമ്മൾ പ്രണയിച്ചുതുടങ്ങിയത്. അതുകൊണ്ട് ഇനി ഒന്നിനും നമ്മളെ അകറ്റാനാകില്ല നീനാ. പിന്നെ ആർഷിയുടെ കാര്യം.

‘That’s my past. She had got married within six months after our break up...’

ആർഷി പാസ്റ്റ് ആയിരുന്നെങ്കിൽ ഞാൻ പ്രസന്റ് ആണെന്ന് എനിക്ക് മനസ്സിലായി. ഒരിക്കലും ഫ്യൂച്ചർ ആകാൻ കഴിയില്ല എന്നും. പക്ഷേ അതിനെക്കുറിച്ചൊന്നും ഓർത്ത് ഒരു നല്ല സമയം ഇല്ലാതാക്കാൻ രണ്ടുപേർക്കും തോന്നിയില്ല. ഒരാൾക്ക് മുൻവിധികളില്ലാതെ എല്ലാം തുറന്നു പറയാനും കേൾക്കാനും മറ്റേയാളെ വേണമായിരുന്നു. ജീവിതയാത്ര മുന്നോട്ടുപോകുമ്പോൾ ഒപ്പം നടക്കുന്ന ഒരാളല്ല കൂടെയുള്ളത് എന്ന് മനസ്സിലാക്കിയപ്പോൾ, വീണുപോയ ഹൃദയത്തെ, കൈക്കുമ്പിളിൽ പിടിച്ചുയർത്തിയത് സൂരജിന്റെ കരങ്ങളായിരുന്നു.

നിശ്ചയിച്ച ദിവസം അടുക്കാറായപ്പോൾ ഉത്തരം കിട്ടാത്ത ഒരു ചോദ്യമായി തുടരെ വന്നുകൊണ്ടിരുന്നത് എവിടെവച്ച് ഞങ്ങൾ കണ്ടുമുട്ടും എന്നതായിരുന്നു. ആദ്യം എന്നെക്കൊണ്ട് സമ്മതിപ്പിക്കാനായിരുന്നു പ്രശ്നം.

കാണാൻ ഇഷ്ടമില്ലാഞ്ഞിട്ടല്ല. എന്തെങ്കിലും പ്രശ്നമാകുമോ, കണ്ടുപിടിച്ചാൽ മക്കൾക്കു മാനസികവിഷമം ഉണ്ടാകുമോ എന്നൊക്കെയായിരുന്നു പേടി. എന്റെ സ്റ്റുഡൻസോ അവരുടെ പേരൻസോ ആരെങ്കിലും പുറത്ത് എവിടെയെങ്കിലും സൂരജിന്റെ ഒപ്പം കണ്ട് സംശയിച്ചാലോ എന്നത് അടുത്ത പേടി.

ഞാൻ ഒരു അദ്ധ്യാപികയും അമ്മയും മാത്രമല്ല ചിന്തിക്കാനും ആഗ്രഹിക്കാനും പ്രണയിക്കാനും സെക്സ് ചെയ്യാനുമൊക്കെ അവകാശമുള്ള ഒരു സ്ത്രീ കൂടിയാണെന്ന് ഓർക്കേണ്ടത് അവരാണെന്ന് സൂരജ്. ഇനിയും അത്രയ്ക്ക് പേടിയാണെങ്കിൽ വീട്ടിൽ വരാമെന്ന് പറഞ്ഞു. അതൊരു വലിയ തെറ്റാകുമോ എന്നെനിക്കു തോന്നി.

സൂരജ് വരുന്ന ദിവസമനുസരിച്ച് എനിക്ക് സ്കൂളിൽ നിന്ന് വന്നതിനുശേഷം കുട്ടികൾ വരുന്നതുവരെ ആകെ രണ്ടു മണിക്കൂറാണ് കിട്ടുക. സൂരജിനെ കാണണം എന്ന ആഗ്രഹം ഒരുവശത്ത്. കുട്ടികൾ നേരത്തെ തിരിച്ചു വന്നാലോ, ജയേട്ടനോട് ഞാൻ ചെയ്യുന്നത് ശരിയാണോ, അങ്ങനെ ബന്ധം തുടരുന്നതിലൂടെ ഞാൻ ഒരു ചീത്ത പെണ്ണായി മാറുമോ എന്നൊക്കെയുള്ള പേടി മറുവശത്ത്. ഒടുവിൽ എക്കാലത്തും മനുഷ്യന്റെ ബലഹീനതയായ സ്നേഹത്തിനു മുമ്പിൽ തോറ്റ് ഞാനും സൂരജിനോട് രണ്ടു മണിക്കൂർ നേരത്തിനുള്ളിൽ വീട്ടിലേക്ക് വരാൻ സമ്മതം കൊടുത്തു.

ഏതുകാലത്തും നമ്മളെയൊക്കെ അടിയറവു പറയിപ്പിക്കുന്നത് സ്നേഹമാണെന്ന് ഞാൻ തിരിച്ചറിഞ്ഞു.

മാതാപിതാക്കൾ മക്കൾക്കു വേണ്ടിയും ഭർത്താവ് ഭാര്യയ്ക്കു വേണ്ടിയും ഭാര്യ ഭർത്താവിനു വേണ്ടിയും കാമുകൻ കാമുകിക്കു വേണ്ടിയും ഒരു സുഹൃത്ത് മറ്റൊരു സുഹൃത്തിനു വേണ്ടിയും ഒക്കെ എപ്പോഴെങ്കിലും ഒരു അപ്രതീക്ഷിത തീരുമാനമെടുക്കുകയും മറ്റൊരാളെ തള്ളിപ്പറയുകയോ ചെയ്തിട്ടുണ്ടാകാം. പക്ഷേ അതൊക്കെ പിന്നീട് അവരുടെ കടമകളായി ചരിത്രം പാടിപ്പുകഴ്ത്തും. എന്തിനേറെ ഒരു ഭർത്താവ് സ്വന്തം ഭാര്യ അറിയാതെ വേറൊരു ഭാര്യയും കുടുംബവും ഉണ്ടാക്കിയാൽ പോലും അത് പിന്നീട് സ്വീകരിക്കുന്ന ആദ്യ ഭാര്യയേയും കുടുംബങ്ങളെയും അതു പ്രശ്നമാക്കാത്ത സമൂഹത്തെയും ഞാൻ കണ്ടിട്ടുണ്ട്. പക്ഷേ എക്കാലത്തും 'പവിത്രവൽക്കരിക്കപ്പെടേണ്ട' ഒരു ഭാര്യയോ അമ്മയോ ഒരു ആൺസുഹൃത്തിനെ ഉണ്ടാക്കിയാൽ പോലും അതാവില്ല സ്ഥിതി എന്ന് എന്റെ പ്രായോഗികബുദ്ധി ഓർമ്മിപ്പിച്ചുകൊണ്ടിരുന്നു. അതിൽ എന്നെ കുഴപ്പത്തിൽ ചാടിച്ച് വിഷമിപ്പിക്കരുതേ എന്നും ചെയ്യാൻ പാടില്ലാത്ത കാര്യമാണെങ്കിൽ എന്തെങ്കിലും തടസ്സങ്ങൾ സൃഷ്ടിച്ച് വീണ്ടും കണ്ടുമുട്ടുന്നതൊഴിവാക്കിത്തരണേ എന്നും പ്രാർത്ഥിച്ച് എതിരിട്ടു.

ഒടുവിൽ ആ ദിവസം എത്തിയപ്പോൾ, എനിക്ക് സ്കൂളിൽ വെച്ച് പോലും അന്നുണ്ടാകാൻ പോകുന്ന കണ്ടുമുട്ടൽ ഓർത്തു വിറയൽ തോന്നി. അന്നത്തെപ്പോലെ പുറത്തെവിടെയെങ്കിലും വെച്ചായിരുന്നുവെങ്കിൽ ഒരു പ്രശ്നവും കൂടാതെ പോയി വരുമായിരുന്നു. എന്നാൽ വീട്ടിൽ വെച്ചുള്ളതായതുകൊണ്ട് ആ സ്വകാര്യതയിൽ കൂടുതലായി എന്തെങ്കിലും സംഭവിക്കുമോ എന്ന പേടിയുണ്ടായിരുന്നു. ഒരു വാരിപ്പുണരലിനോ ചുംബനത്തിനോ അപ്പുറത്തേക്ക് നീളുന്ന സ്നേഹപ്രകടനങ്ങളോട് എനിക്കൊരു വിമുഖതയുണ്ടായിരുന്നു. 21 വർഷം നീണ്ട ദാമ്പത്യത്തിലെ വഴിപാട് മനസ്സിനു യാതൊരു സുഖവും തന്നിട്ടില്ലാത്തതിനാൽ അത് മറ്റൊരാൾക്കൊപ്പം ചെയ്യുന്നതിനെപ്പറ്റി ഞാൻ ഒരിക്കലും

ആലോചിച്ചിട്ടില്ലായിരുന്നു. സൂരജ് അതാഗ്രഹിക്കുന്നുവെന്ന് മനസ്സിലാക്കിയപ്പോഴാണ് സൂരജിനെ സ്വകാര്യതയിൽ കണ്ടുമുട്ടണോയെന്ന് രണ്ടാമതൊന്ന് ആലോചിക്കേണ്ടി വന്നത്. എന്റെ മനസ്സിൽ എവിടെയോ സെക്സിനോട് ചെറിയ ഒരു ഫോബിയ തന്നെ ഉണ്ടായിരുന്നോ എന്നെനിക്ക് സംശയം തോന്നി. ഒപ്പം 42 വയസ്സിന്റെ അപകർഷതാബോധവും ആത്മവിശ്വാസക്കുറവും ഉണ്ടായിരുന്നിരിക്കാം.

സ്കൂളിൽ നിന്നും തിരിച്ചു വന്നുകൊണ്ടിരിക്കുമ്പോൾ ഞാനൊരു തീരുമാനം എടുത്തു. എന്തായാലും സമ്മതം കൊടുത്തു. ഇനി ടെൻഷനടിക്കാതെ കിട്ടുന്ന സമയം മനസ്സിന് സുഖവും സന്തോഷവും കിട്ടുന്ന രീതിയിൽ ഒന്നിച്ചിരുന്നും സംസാരിച്ചും പ്രണയിച്ചും ചെലവിടുക. ഒരു പരിധി ലംഘിക്കുന്നു എന്ന് തോന്നിയാൽ ഇനി വേണ്ട എന്ന് പറയണം. ഞാൻ അറിയുന്ന സൂരജ് ജെനുവിൻ ആണെങ്കിൽ എനിക്ക് ഇഷ്ടമില്ലാത്ത കാര്യങ്ങൾ ഒരിക്കലും എന്നോട് ചെയ്യില്ല.

വീട്ടിലെത്തിയ ഉടനെ തന്നെ കുളിച്ചു ഫ്രഷ് ആയി. വഴിയിലാണെന്നും പതിനഞ്ചു മിനിറ്റിനുള്ളിൽ എത്തുമെന്നും സൂരജിന്റെ മെസ്സേജ് വന്നു. ഞാനന്ന് ഒരു ജോർജറ്റ് സാരിയാണ് എടുത്തത്. ചാടിത്തുടങ്ങിയ വയർ ശ്രദ്ധയിൽപ്പെടാത്ത വിധം ഉടുക്കാൻ ഞാൻ ശ്രദ്ധിച്ചു. പലവട്ടം കണ്ണാടിയിൽ നോക്കി നന്നായിരിക്കുന്നുണ്ടെന്ന് ഉറപ്പുവരുത്തി.

ടിവിയിൽ യൂട്യൂബ് കണക്ട് ചെയ്തു പഴയ ഹിന്ദി ഗാനങ്ങൾ ഓൺ ചെയ്തു. എന്നിട്ട് വീടാകെ, പ്രത്യേകിച്ച് സ്വീകരണമുറിയും ഡൈനിങ് ടേബിളുമെല്ലാം വൃത്തിയും ചിട്ടയും ആയിരിക്കുന്നില്ലേയെന്ന് പരിശോധിച്ചു. പശ്ചാത്തലത്തിൽ ആ പഴയ സുന്ദരഗാനം വരുന്നുണ്ടായിരുന്നു.

“Humei aur jeene ki chaahat na hote...

Agar tum Na hote... Agar tum Na hote...”

ഒരു നിമിഷം ഞാനത് ശ്രദ്ധിച്ചു നിന്നു. അനുരാഗബന്ധിതരായിരിക്കുമ്പോൾ കേൾക്കുന്ന സകല പ്രണയഗാനങ്ങളും തനിക്കുവേണ്ടി എഴുതിയതാണെന്ന് തോന്നുമല്ലോ.

തുടക്കത്തിലെ പറയണം എന്ന് തോന്നിയതുകൊണ്ട് ഞാൻ ഇടയിൽ കയറി പറഞ്ഞു.

“നീന ഞാനൊരു കാര്യം പറയട്ടെ.” അവളുടെ മുഖത്ത് എന്താണെന്നുള്ള ചോദ്യം നിറഞ്ഞു.

“If you don’t mind, സൂരജ് വന്നതിനു ശേഷമുള്ള കാര്യങ്ങൾ ഒന്ന് വിശദീകരിച്ചു പറയാമോ? വേറൊന്നും കൊണ്ടല്ല. ഇതൊരു സാധാരണ കൗമാരപ്രണയമല്ലല്ലോ. എങ്ങനെയാണ് സൂരജ് നിന്നെ ഇത്രമാത്രം അല്ലെങ്കിൽ എത്രമാത്രം സ്വാധീനിച്ചതെന്നറിയാൻ എനിക്ക് വളരെ ആകാംക്ഷയുണ്ട്.”

ഒന്നു പുഞ്ചിരിച്ച ശേഷം മറുപടി പറയാതെ അവൾ തുടർന്നു.

"സൂരജ് വരുമ്പോൾ കൊടുക്കാനുള്ള ജ്യൂസ് റെഡിയാണെന്ന് ഉറപ്പു വരുത്തി. വാഷ്ബേസിനടുത്ത് പുതിയ ടവ്വലില്ലേയെന്ന് നോക്കി. മിനിട്ടുകൾക്കുള്ളിൽ സൂരജ് ഇവിടെ എത്തും എന്ന് ആലോചിച്ചപ്പോൾ തന്നെ ഹൃദയം പടപടാന്ന് മിടിക്കാൻ തുടങ്ങി. വേറെ പാട്ട് തുടങ്ങിയപ്പോഴേക്കും കോളിംഗ് ബെൽ മുഴങ്ങി. റിമോട്ട് എടുത്ത് പോസ് ചെയ്തു, ചെന്ന് വാതിൽ തുറന്നു. ചിരിച്ചുകൊണ്ട് സൂരജ് അകത്തുകയറി.

"How are you Neena?"

"Good."

"Looking pretty in saree. so sexy too."

"Thanks."

മനസ്സിലെ വെപ്രാളം കഴിയുന്നത്ര മറച്ചുകൊണ്ട് ചോദിച്ചു.

"ജ്യൂസെടുക്കട്ടെ കുടിക്കാൻ?"

"ജ്യൂസ് എല്ലാം പിന്നെ. ഇപ്പോൾ കുറച്ച് വെള്ളം മാത്രം മതി."

ഞാൻ വെള്ളം കൊണ്ട് കൊടുക്കുമ്പോൾ സൂരജ് ടിവിയുടെ റിമോട്ട് കയ്യിലെടുത്തു നിൽക്കുകയായിരുന്നു.

"പാട്ടുകേട്ട് മൂഡിൽ ആവുകയായിരുന്നോ?"

"അങ്ങനെയും പറയാം."

വെള്ളം കുടിക്കുന്നതിനിടയിൽ സൂരജ് റിമോട്ട് ഉപയോഗിച്ച് ടിവി സ്ക്രീനിലെ പാട്ടുകളിലൂടെ ഒന്നു കണ്ണോടിച്ചു.

"Let me select one for you."

ഞാൻ ഗ്ലാസ് അടുക്കളയിൽ കൊണ്ട് വെച്ച് തിരിച്ചുവന്നപ്പോഴും സൂരജ് പാട്ടുകൾ തിരയുന്ന തിരക്കിലായിരുന്നു. ഞാൻ അടുത്തെത്തിയപ്പോൾ, ടിവിയിൽ നിന്നും കണ്ണെടുക്കാതെ തന്നെ സൂരജ് ഇടതുകൈകൊണ്ട് എന്നെ വലിച്ചു ചുറ്റിപ്പിടിച്ച് സ്വന്തം ശരീരത്തോട് ചേർത്തു നിർത്തി. എന്നിട്ട് പറഞ്ഞു

"I have selected a song for you, my love. listen to it."

തെരഞ്ഞെടുത്ത പാട്ട് സൂരജ് പ്ലേ ചെയ്തു. സ്ക്രീനിൽ അമിതാഭ് ബച്ചനും രാഖിയും പ്രത്യക്ഷപ്പെട്ടു.

"Kabhi Kabhi mere Dil mein ye khayaal aata hein...

Ke Jaise tujhko banaya gaya hei mere liye..."

(ചിലപ്പോഴൊക്കെ എനിക്ക് തോന്നാറുണ്ട്

നിന്നെ സൃഷ്ടിച്ചിട്ടുള്ളതുതന്നെ എനിക്ക് വേണ്ടിയാണെന്ന്)

സൂരജ് ഇടതുകൈയിൽ ചുറ്റിപ്പിടിച്ച് എന്റെ മുഖത്തേക്കു തന്നെ നോക്കിക്കൊണ്ടിരുന്നു. ഞാൻ ശ്രദ്ധിക്കുന്നുണ്ട് എന്ന് ഉറപ്പുവരുത്തും പോലെ.

"Tu abse pehle sitaron mein bas rahi thi kahin...

Tujhe zameen pe bulaya gaya hei mere liye..."

(നീ ഇതുവരെയും നക്ഷത്രങ്ങൾക്കൊപ്പം കഴിയുകയായിരുന്നു.

നീ ഭൂമിയിലേക്ക് വിളിക്കപ്പെട്ടതുതന്നെ എനിക്ക് വേണ്ടിയാണ്.)

സൂരജ് എന്നെ തിരിച്ച് മുഖാമുഖമായി നിർത്തി മുഖത്തേക്ക് നോക്കിക്കൊണ്ട് എന്റെ കൈകൾ എടുത്ത് സൂരജിനെ ചുറ്റിപ്പിടിപ്പിച്ച് എന്നെ നെഞ്ചോടു ചേർത്തു.

"Kabhi Kabhi mere dil mein khayaal aata hai...

Ke Jaise Tu mujhe chahegi umr bhar yuuhim..."

(നീയെന്നെ ഇതുപോലെ ജീവിതം

മുഴുവൻ സ്നേഹിച്ചുകൊണ്ടിരിക്കും.)

സൂരജ് എന്റെ താടിയിൽ പിടിച്ചുയർത്തി എന്റെ കണ്ണുകളിലേക്ക് തന്നെ നോക്കി.

"Uthegi meri taraf pyaar ki nazar yoonhi..."

(സ്നേഹം നിറഞ്ഞ നിന്റെയീ നോട്ടം

എപ്പോഴും എനിക്ക് നേരെയാവണം)

"Mein jaanta hu Tu gair hai magar yoonhi..."

(എനിക്കറിയാം നീ വേറെ ആരുടെയോ ആണെന്ന്. എന്നാലും...)

സൂരജ് എന്റെ മുഖം രണ്ടു കയ്യിലും എടുത്തു. എന്റെ നെറ്റിയിലും കണ്ണുകളിലും ചുംബിച്ചു.

"Kabhi Kabhi mere Dil mein ye khayaal aata hai...

Ke yeh badan yeh nigahein mere amaanat hai..."

(ചിലപ്പോഴെല്ലാം എനിക്ക് തോന്നാറുണ്ട്

ഈ ശരീരവും ഈ കണ്ണുകളും എന്റെ സ്വത്തുക്കൾ ആണെന്ന് )

സൂരജിന്റെ കൈകൾ എന്റെ പുറത്തലഞ്ഞു നടന്നു.

"Yeh gesuon ki ghani chhaon hai mere khatir..."

(നിന്റെ മുടിയുടെ കനത്ത തണൽ എനിക്കു വേണ്ടിയാണ്)

എന്റെ മുടികൾക്കിടയിൽ സൂരജ് വിരലുകളൊളിപ്പിച്ചു.

"Yeh honth aur ye baahein mere amaanat hai..."

(ഈ ചുണ്ടുകളും കരങ്ങളും എനിക്ക് സ്വന്തമാണ്)

കണ്ണുകളിൽ നിന്ന് താഴോട്ട് ഇറങ്ങി വന്ന് സൂരജിന്റെ ചുണ്ടുകളുടെ മൃദുസ്പർശം എന്റെ ചുണ്ടുകളിൽ അമർന്നു നിന്നു. അത് പൂർണമായും സ്വന്തമാക്കാൻ ഞാൻ കാൽവിരലുകളിലൂന്നി നിന്നു.

അതിനായി എന്നെ താങ്ങിയ കൈകൾ എന്നെ മുറുകെ ചുറ്റിവരിഞ്ഞു.

"Suhaag raat hai ghoonghat utha raha hoon main..."

(വിവാഹ രാത്രിയിൽ നിന്റെ മൂടുപടം ഞാൻ അഴിച്ചു മാറ്റുകയാണ്)

തോളിൽ നിന്നും സാരിത്തലപ്പ് ഉതിർന്നുവീഴുന്നത് അറിഞ്ഞപ്പോൾ ഞാൻ സൂരജിനെ ചേർന്നു നിന്നു.

"Simat rahi hai tu sharma ke apni baahom mein..."

(നിന്റെ നാണം നീ നിന്റെ പുണരലുകളിൽ ഒളിപ്പിക്കുകയാണ് )

സൂരജ് ഒന്നുകൂടെ എന്നെ മുറുകെ അടക്കിപ്പിടിച്ചു.

നമുക്ക് ഇതിൽ കൂടുതലായി ഒന്നും ചെയ്യണ്ട എന്ന് പറയാൻ ശ്രമിച്ചതും എന്റെ ചുണ്ടുകൾ വീണ്ടും സൂരജിന്റെ അധികാരത്തിലായി. ആ അധികാരത്തിനൊരു കുറവും കാണിക്കാതെ സൂരജ് എന്നെ സോഫയിലേക്കാനയിച്ച് കിടത്തി. ഇടയിൽ വന്ന റിമോട്ട് എടുത്ത് ടിവി ഓഫ് ചെയ്ത്, അത് കോഫിടേബിളിൽ വെച്ചു.

കൈ കൊണ്ട് ചെറുതായി സൂരജിനെ തള്ളി, നിർത്താനും ഇനി മുന്നോട്ട് വേണ്ടെന്നും സൂചിപ്പിക്കാമായിരുന്നു. പക്ഷേ അങ്ങനെ ചെയ്യണമെന്നേ തോന്നിയില്ല. എന്റെ മുഖത്തിനും താഴേക്കൊഴുകിയ സൂരജിന്റെ ചുംബനപ്രവാഹം എന്റെ കഴുത്തിൽ നിന്നും താഴേക്കിറങ്ങി ബ്ലൗസിന്റെ അരികുകൾ എത്തും വരെ.

എന്റെ അടഞ്ഞ കണ്ണുകൾ തന്റെ ഉത്തരവാദിത്വം എല്ലാം കൊണ്ടറിയാൻ കഴിവുള്ള ശരീരത്തിന് കൈമാറി. ആനന്ദാന്വേഷണത്തിൽ സ്വയം മറന്ന് ആ ചുണ്ടുകൾ ബ്ലൗസിന് മുകളിലൂടെ പല വഴികൾ കയറി ഇറങ്ങി എന്റെ വയറിലേക്കെത്തി. വീണ്ടും മുകളിലേക്ക് വന്ന് എന്റെ മുഖത്താകെ മുത്തമിടുമ്പോൾ സൂരജിന്റെ കൈകൾ കുറച്ചു മുൻപ് ചുണ്ടുകൾ കടന്നുപോയ കയറ്റിറക്കങ്ങളിൽ ആധിപത്യം സ്ഥാപിക്കുന്നത് ഞാനറിഞ്ഞു. എന്നാൽ ഞാനപ്പോൾ എനിക്ക് കിട്ടിയ ചുംബനങ്ങളുടെ പകുതിയെങ്കിലും സൂരജിനു തിരികെ കൊടുത്ത് കടം വീട്ടുന്ന തിരക്കിലായിരുന്നു. ബ്ലൗസിന്റെ മുകളിൽ നിന്നുള്ള ആദ്യത്തെ ഹുക്കിനരികിൽ ഒരു വിരലനക്കം തോന്നിയതും ഞാൻ കൈ പിടിച്ചു.

"What happened baby? I want to remove it."

കൂടുതലായി എന്തെങ്കിലും ചെയ്യാൻ ഞാൻ മനസ്സുകൊണ്ട് തയ്യാറായിട്ടില്ലെന്നും ഇപ്പോൾ അതിന് കഴിയില്ല എന്നും ഞാൻ പറഞ്ഞു.

വീണ്ടും എന്നോട് ചോദിച്ചുറപ്പു വരുത്തി. കുറച്ചു നിരാശ ആ മുഖത്ത് കണ്ടെങ്കിലും സൂരജ് നിർബന്ധിച്ചില്ല. എന്റെ നെഞ്ചിൽ തലവെച്ച് കിടന്നു.

ഊഞ്ഞാലിലെ വിനുവിനെ എന്നെ ഓർമ്മിപ്പിച്ച സൂരജിനോട് എനിക്ക് അതിയായ പ്രണയം തോന്നി. ജീവിതത്തിലാദ്യമായി സ്വമനസ്സാലെ ഞാനൊരു പുരുഷനെ ആസ്വദിച്ച് ചുംബിച്ചിരിക്കുന്നു. കുറ്റബോധത്തിന് പകരം സംതൃപ്തിയാണ് തോന്നിയത്. സൂരജിന്റെ മുടിയിൽ ചുംബിക്കുകയും തലോടുകയും ചെയ്യുന്നതിനോടൊപ്പം സൂരജിനെ ഞാനെന്റെ നെഞ്ചോട് കൂടുതൽ ചേർത്ത് പിടിച്ചു."

നീന കുറച്ചുനേരം ഒന്നും മിണ്ടാതെ ഇരുന്നു. അവളുടെ മനസ്സിൽ എന്തായിരുന്നു എന്ന് മുഖഭാവത്തിൽനിന്ന് വായിച്ചെടുക്കാൻ പറ്റിയില്ല. ഒരു വിഷാദ ലാഞ്ഛന എവിടെയോ മിന്നിയതുപോലെ തോന്നി.

"കൂടുതലായൊന്നും ചെയ്യാൻ സൂരജ് നിർബന്ധിച്ചില്ലേ?"

"എന്റെ സമ്മതമില്ലാതെ, എനിക്കിഷ്ടമില്ലാതെ, ഒന്നും സൂരജ് ചെയ്യില്ലായിരുന്നു. He was so loving എളേമ്മേ."

അവൾക്ക് സൂരജിനോടുള്ള ആദരവ് ആ സ്വരത്തിൽ വ്യക്തമായിരുന്നു.

"ങ്ഉൗം."

എനിക്ക് അവളോട് സഹതാപം തോന്നി. 42 വയസ്സിൽ ആണല്ലോ അവൾ ഇതൊക്കെ ഇഷ്ടപ്പെടുകയും ആസ്വദിക്കുകയും ചെയ്തു തുടങ്ങിയത്.

"പിന്നീട് നിങ്ങൾ തമ്മിൽ കണ്ടില്ലേ? ഒരിക്കലും പൂർണ്ണമായൊരു ബന്ധം ഉണ്ടായില്ലേ?"

"ഓഗസ്റ്റിലെ ആ കണ്ടുമുട്ടലിനുശേഷം ഒക്ടോബറിൽ ജയേട്ടൻ വന്നു. 15 ദിവസത്തിനുള്ളിൽ അത്ഭുതങ്ങൾ ഒന്നും സംഭവിക്കില്ലല്ലോ. മനസ്സില്ലാമനസ്സോടെയാണ് ഞാൻ രാത്രികളിൽ ജയേട്ടനോട് സഹകരിച്ചത്. എന്റെ ജീവിതത്തിലേക്കുള്ള സൂരജിന്റെ എൻട്രി ജയേട്ടന്റേയും എന്റെയും ജീവിതത്തെ ഒട്ടും ബാധിച്ചിരുന്നില്ല.

കാരണം അതിനു മുൻപേ തന്നെ പല സ്ഥലങ്ങളിൽ പൊട്ടിപ്പോയി, വീണ്ടും കൂട്ടിക്കെട്ടി, കെട്ടുകൾകൊണ്ട് നിറഞ്ഞ ഒരു കയർകൊണ്ട് കാര്യം നടത്തുന്നതു പോലെയായിരുന്നു ഞങ്ങളുടെ ജീവിതം. പക്ഷേ അതിനു വേണ്ടി താഴ്ന്നു തോറ്റു കൊടുത്ത എനിക്കു മാത്രമേ ആ കെട്ടുകൾ കാണാൻ സാധിക്കുമായിരുന്നുള്ളൂ എന്നുമാത്രം.

ജയേട്ടന്റെ ഏറ്റവും വലിയ കംഫർട്ട് സോൺ സ്വന്തം വീടായിരുന്നു. എന്നാൽ, പലപ്പോഴും, ജയേട്ടനുള്ള വീടുവിട്ട് വല്ല ആശ്രമത്തിലും പോയി

ജീവിച്ചാലോ എന്നുവരെ സൂരജിനെ കണ്ടുമുട്ടുന്നതിന് മുൻപുവരെ എനിക്ക് തോന്നിയിരുന്നു. മറ്റൊരു പുരുഷൻ എന്റെ സ്വപ്നങ്ങളിൽ പോലും ഉണ്ടായിരുന്നില്ല. സൂരജ് എന്റെ ജീവിതത്തിലെ സ്ഥായിയായ ഒരു മാറ്റമൊന്നുമല്ലെന്ന് നല്ല ബോധ്യമുണ്ടായിരുന്നു.

മക്കളെ മറന്ന് വേറൊരു ജീവിതത്തിന് ഞാൻ പോകില്ലെന്ന് സൂരജിനും സൂരജിന്റെ മാതാപിതാക്കളെ വേദനിപ്പിക്കുന്ന ഒരു സാമൂഹ്യ ബന്ധത്തിനു സൂരജും പോവില്ലെന്ന് എനിക്കും അറിയാമായിരുന്നു.

ജയേട്ടൻ ഉള്ള ദിവസങ്ങളിൽ എല്ലാവർക്കും ഒരുമിച്ച് നിൽക്കാമെന്ന് കരുതി അർച്ചനയും ഹോസ്റ്റലിൽ നിന്നും വീട്ടിൽ വന്നു നിന്നു. വളരെ യധികം ദൂരമൊന്നും വീട്ടിൽ നിന്നും കോളേജിലേക്കില്ലെങ്കിലും യാത്ര സമയം ലാഭിക്കാൻ വേണ്ടി അവൾ ഹോസ്റ്റലിലേക്ക് മാറിയിരുന്നു. ജയേട്ടന് ഒട്ടും പരിചയമില്ലാത്ത മെഡിക്കൽ പഠനത്തിൽ ശ്രദ്ധിക്കേണ്ട കാര്യങ്ങളിൽ തുടങ്ങി അവസാനം മെഡിക്കൽ കോളേജുകളിൽ വരു ത്തേണ്ട മാറ്റങ്ങളെക്കുറിച്ച് ഡീനിനോട് സംസാരിക്കാൻ വരെ അവളോട് പറയാൻ ജയേട്ടൻ തുടങ്ങിയപ്പോൾ അച്ഛനെ മുഷിപ്പിക്കാതിരിക്കാൻ അവൾ തിരിച്ച് ഹോസ്റ്റലിലേക്ക് പോയി.

ആദർശിന് പക്ഷേ സമയമേ ഉണ്ടായിരുന്നില്ല. എന്നാലും ഭക്ഷണം കഴിക്കാൻ ഒന്നിച്ചിരിക്കുന്ന സമയത്ത്, ഐഐടി കഴിഞ്ഞാൽ ഏതു കമ്പനികൾ ചൂസ് ചെയ്യണമെന്നും ഐഐഎം ഏത് കോളേജിൽ ആണ് ചെയ്യേണ്ടത് എന്നുമൊക്കെയുള്ള യൂസ്ഫുൾ ടിപ്സ് കൊടുക്കാൻ തുടങ്ങി. രണ്ടു ദിവസം അവൻ ശ്രദ്ധയോടെ കേട്ടിരുന്നു. മൂന്നാമത്തെ ദിവസം ആവർത്തിച്ചപ്പോൾ അവൻ ഒന്നുകിൽ ഒരുമിച്ചിരിക്കാതിരിക്കു കയോ അല്ലെങ്കിൽ പഠിക്കാനുണ്ടെന്ന് പറഞ്ഞു പെട്ടെന്ന് എഴുന്നേറ്റ് പോകുകയോ ചെയ്യാൻ തുടങ്ങി.

തന്റെയത്രയും എല്ലാം തികഞ്ഞ ഒരാൾ താനൊഴികെ ആരും തന്റെ വീട്ടിലോ കുടുംബക്കാർക്കിടയിലോ സുഹൃത്തുക്കൾക്കിടയിലോ ബാങ്കിലോ ഇല്ലെന്ന ജയേട്ടന്റെ മൂഢവിശ്വാസം പൊതുവേ ഞങ്ങളടക്കം സ്ഥിരമായി ജയേട്ടനുമായി ഇടപെടുന്നവരെ മനസ്സുകൊണ്ട് അകറ്റാൻ കാരണമായി. ഒരാളെയും കുറിച്ച് നല്ലത് പറയാതെ എല്ലാ മനുഷ്യരോടും തോന്നുന്ന അവജ്ഞയും അവിശ്വാസവും പ്രായം ചെല്ലുന്തോറും കൂടുക യാണെന്ന് എനിക്ക് തോന്നി. അതുകൊണ്ടുകൂടിയാകാം ജയേട്ടന്റെ സുഹൃത്‌വലയങ്ങളും ചുരുങ്ങിക്കൊണ്ടിരുന്നത്. ഒരുപാട് തിരുത്തലുകളി ലൂടെ എന്റെ സുഹൃത്ബന്ധങ്ങൾ കൂടുതൽ വിപുലവും ദൃഢവുമായി ത്തീർന്നു. ഞങ്ങൾ പോലുമറിയാതെ രണ്ടു ധ്രുവങ്ങളിലേക്ക് മാറി പ്പൊയ്ക്കൊണ്ടിരുന്നു ഞങ്ങൾ.

ജോലികഴിഞ്ഞ് വീട്ടിൽ വന്നു കയറുന്ന കാര്യത്തിൽ സാധാരണ പോലെ ഒരു ഉത്സാഹവും തോന്നിയിരുന്നില്ല. റെസ്റ്റ് എടുക്കാൻ പോലും

സമ്മതിക്കില്ലെന്നറിയാം. പതിനഞ്ച് രാത്രികളും ആക്ടീവാക്കി ബാക്കി രാത്രികളുടെ കുറവ് നികത്തണമെന്നായിരുന്നു ജയേട്ടന്റെ ആഗ്രഹം. നീണ്ട ഒരു ദിവസത്തിന്റെ ക്ഷീണത്തേക്കാളേറെ മനസ്സിലായിരുന്നു മടുപ്പ്. ഹൃദയത്തെ ഉണർത്താൻ കഴിയുന്ന ഒന്നും ജയേട്ടനിൽ കണ്ടില്ല. രണ്ടു മൂന്ന് രാത്രികളിലെ പ്രകടനം കഴിഞ്ഞപ്പോൾ എനിക്ക് മതിയായി. അതി നടുത്ത ദിവസം ഉറങ്ങാൻ ചെന്നപ്പോൾ ആൾ ഇയർഫോൺ ചെവിയിൽ വെച്ച് പാട്ട് കേട്ടുകൊണ്ട് ഉറങ്ങിപ്പോയിരുന്നു. ഞാൻ ഒട്ടും ശബ്ദമുണ്ടാക്കാതെ വാതിൽ അടച്ചു. ഉണർത്താതിരിക്കാൻ ശ്രദ്ധിച്ച് മെല്ലെ ചെന്ന് കിടന്നുറങ്ങി. കുറച്ചുനേരം കഴിഞ്ഞ് ഉണർന്നപ്പോൾ ഞാൻ ഉറങ്ങിക്കിടക്കുന്നത് കണ്ട് ദേഷ്യം വന്നിട്ടുണ്ടാകാം.

പിറ്റേദിവസം എന്നോട് സംസാരിക്കാതെ നടക്കുന്നത് കണ്ടപ്പോൾ സംശയം പുറത്തുകാണിക്കാതെ എന്താണെന്ന് ചോദിച്ചപ്പോൾ ഒരു രാത്രികൊണ്ട് പുകച്ചുകൂട്ടിയ നിരാശയുടെയും ദേഷ്യത്തിന്റേയും പ്രവാഹം പുറത്തു ചാടി. യാതൊരു പ്രയോജനവും സപ്പോർട്ടും സ്നേഹവും കൊടുക്കാത്ത ഭാര്യയാണ് ഞാൻ എന്നുള്ളതിന്റെ വിവിധ ഉദാഹരണങ്ങൾ നിരത്തി. സാധാരണ ഇത്തരം കാര്യങ്ങൾ പറഞ്ഞു കേൾക്കുമ്പോൾ ദേഷ്യവും സങ്കടവും വന്നു അങ്ങനെയല്ലെന്ന് വിശദീകരിച്ചുകൊണ്ട് വഴക്കിടുമായിരുന്നു. എന്നാൽ അന്നെനിക്ക് ഞാൻ സ്നേഹം ഇല്ലാത്തവളാണ് എന്ന ആരോപണം സത്യമാണെന്ന് അംഗീകരിച്ചു കൊടുക്കാനാണ് തോന്നിയത്. അതുകൊണ്ട് ഒന്നും തിരിച്ചു മിണ്ടാതെയും പ്രതികരിക്കാതെയും ഞാനത് അവിടെ അവസാനിപ്പിച്ചു."

"നിങ്ങൾ രണ്ടുപേരും കൂടി സാധാരണ സമയങ്ങളിൽ ഒന്നിച്ചിരുന്ന് സമാധാനത്തോടെ ചർച്ച ചെയ്തു നോക്കിയിട്ടില്ലേ?"

"ഉണ്ട്. പക്ഷേ തന്റെ കയ്യിൽ ഒരു തെറ്റുമില്ലെന്ന് വിശ്വസിച്ച് ഒന്നും കേൾക്കാൻ പോലും തയ്യാറാകാത്തയാളെ എങ്ങനെ ഒരു കാര്യം ബോധ്യപ്പെടുത്തും? ഉള്ള സമാധാനവും കൂടി പോയി കിട്ടും എന്നല്ലാതെ ഒരു കാര്യവും ഉണ്ടായിട്ടില്ല."

"എന്നിട്ട്?"

"മൂന്നു നാലു ദിവസങ്ങൾ കഴിഞ്ഞപ്പോൾ പിന്നെ ഞാൻ മെല്ലെ തണുപ്പിച്ചെടുത്തു, പതിനഞ്ചു ദിവസം എങ്ങനെയോ തീർത്തു. പക്ഷേ വിട്ടുവീഴ്ചകളുടെ ജീവിതനാടകം സംവിധാനം ചെയ്തും കളിച്ചും ഞാൻ ക്ഷീണിച്ചു തുടങ്ങിയിരുന്നു. അഗ്നിപർവ്വതം പോലെ ഉള്ളിൽ പുകഞ്ഞു കൊണ്ടിരുന്ന ഞാൻ ഒരു ദിവസം എവിടെയെങ്കിലും പൊട്ടിത്തെറിക്കും എന്നും അങ്ങനെ ഉണ്ടാകാത്തപക്ഷം ആ തീയിൽ തന്നെ ഞാൻ ഉരുകിത്തീരും എന്നും എനിക്ക് ബോധ്യമായി.

എനിക്ക് ആശ്ചര്യം തോന്നാറുണ്ട് നമ്മുടെ സമൂഹത്തിന്റെ ഇരട്ടത്താപ്പ് കാണുമ്പോൾ. കല്യാണനാൾ വരെ നിഷിദ്ധമായ സെക്സ് ഒരു കല്യാണ പകൽ രാത്രിയാകുന്നതോടെ പവിത്രമാകുന്നു. അന്നുതൊട്ട് പുരുഷന് സുഖം കൊടുത്തില്ലെങ്കിൽ, അവന്റെ ഇഷ്ടത്തിന് നിന്നില്ലെങ്കിൽ അതുവരെ ആ പെണ്ണിന്റെ സംയമനത്തിൽ അഭിമാനിച്ചിരുന്ന കുടുംബക്കാർ തന്നെ പറയും, "പിന്നെന്തിനാ അവൾ കല്യാണം കഴിച്ചത്? അവനൊരാണല്ലേ? എത്ര നാളെന്നു വെച്ചാ സഹിക്ക്യാ?"

അവർ പറയുന്നത് കേട്ടാൽ തോന്നും അവൾക്ക് അവനെത്തന്നെ വേണമെന്ന് പറഞ്ഞ് പിന്നാലെ നടന്നതുകൊണ്ട് നടത്തിക്കൊടുത്ത കല്യാണമാണെന്ന്. വീട്ടുകാർ അവരുടെ സാമൂഹികവും സാമ്പത്തികവുമായ തുല്യതയനുസരിച്ച് സ്വജാതിയിൽ നിന്ന്, സെക്സ് ചെയ്യാൻ കണ്ടുപിടിച്ചു കാണിച്ചു കൊടുത്തവനാണെന്ന് അവർ സൗകര്യപൂർവ്വം വിസ്മരിക്കും. എന്നെ സംബന്ധിച്ചിടത്തോളം വിവാഹമെന്ന ഏർപ്പാടിൽ ഞാൻ വെറുത്ത ഒരേയൊരു കാര്യം തന്റെ മനസ്സിൽ പ്രണയം തോന്നാത്ത (തോന്നിയാലും) ഒരാളുടെ ഒപ്പം തനിക്കിഷ്ടമില്ലാത്തപ്പോഴും ഒരു ഭാര്യയുടെ കടമയുടെ പേരിൽ മാത്രം സെക്സ് ചെയ്യേണ്ടി വരുന്ന ഒരു പെണ്ണിന്റെ നിസ്സഹായതയായായിരുന്നു. എല്ലാ ബന്ധങ്ങളും എന്റേതുപോലെയല്ലെന്നെനിക്കറിയാം. പല പുരുഷന്മാരും അവരുടെ സ്വഭാവസവിശേഷതകൊണ്ട് ഭാര്യമാരിൽ ആരാധനയും പ്രണയവും ജനിപ്പിച്ച് അവരെ അടിയറവ് പറയിപ്പിക്കാറുണ്ട്. പക്ഷേ ആ ഭാഗ്യം കിട്ടാത്തവരോ? ആദ്യം കുടുംബക്കാരെ നാണംകെടുത്താതിരിക്കാൻ.പിന്നെ കുട്ടികളെ വിഷമിപ്പിക്കാതിരിക്കാൻ. ആ കയ്പുനീർ കുടിച്ചിറക്കുന്നു. ഞാനും ആ കഷായം കുറേ കുടിച്ചിട്ടുണ്ടായിരുന്നു.

പക്ഷേ സൂരജുമായിട്ടുള്ള പ്രണയത്തിന്റെ മാധുര്യം ഒരു വലിയ സത്യം കൂടി എന്നെ പഠിപ്പിച്ചു.

കഷായം കുടിക്കുന്നതിനിടയിൽ കുറച്ച് ശർക്കര കൂടി കഴിച്ചതുകൊണ്ടാണ് അത് കുടിക്കുന്നതിന്റെ ബുദ്ധിമുട്ടും ഇനിയും തുടർന്ന് ആ കഷായം കുടിക്കാനുള്ള മടുപ്പും കുറഞ്ഞത് എന്ന്."

# ഫീനിക്സുകൾ ഉണ്ടാകുന്നത്

"നവംബറായപ്പോഴേക്കും നിങ്ങൾ തമ്മിൽ പരിചയപ്പെട്ടിട്ട് ഒരു കൊല്ലമായിട്ടുണ്ടാകുമല്ലേ?"

"അതേ."

"പിന്നീട് കാണണമെന്നും കൂടുതൽ സ്നേഹിക്കണമെന്നും സൂരജ് പറഞ്ഞില്ലേ?"

"പറഞ്ഞു. അടുത്ത കാണലിൽ ശരീരവും ഒന്നാവണമെന്ന് പറഞ്ഞു."

"സ്വന്തം കല്യാണം ശരിയാകുന്നതുവരെയുള്ള സെക്സിനു വേണ്ടിയാണ് സൂരജ് നിന്നെ സ്നേഹിക്കുന്നതെന്ന് നിനക്ക് തോന്നിയോ?"

"ഇടയ്ക്ക് അങ്ങനെ സംശയിച്ചിരുന്നു. എന്നാൽ സൂരജ് ഒരിക്കൽ എന്നോട് പറഞ്ഞു:

"Sex ഇല്ലാതെ എനിക്ക് ജീവിക്കാൻ പറ്റാഞ്ഞിട്ടൊന്നുമല്ല. കഴിഞ്ഞ അഞ്ചുവർഷം എന്റെ ജീവിതത്തിൽ ഇല്ലാതിരുന്നത് ആളെ കിട്ടാഞ്ഞിട്ടുമല്ല. പക്ഷേ ഞാൻ സ്നേഹിക്കുന്ന ഒരു പെണ്ണിന്റെയൊപ്പമേ എനിക്ക് ചെയ്യാൻ പറ്റുകയുള്ളൂ. ആർഷിയെ ഞാൻ വളരെയധികം സ്നേഹിച്ചിരുന്ന സമയത്താണ് ഞങ്ങൾ തമ്മിൽ ബന്ധപ്പെട്ടിട്ടുള്ളത്. നൗ ഐ ലവ് യു. സ്നേഹത്തിന്റെ ഒരു പ്രതിഫലനമാണ് സെക്സ്. ഞാൻ നിന്നെ അത്രമാത്രം സ്നേഹിക്കുന്നതുകൊണ്ടാണ് എനിക്ക് നിന്റെ കൂടെ ചെയ്യണം എന്ന് തോന്നുന്നത്. പക്ഷേ നീനയുടെ പൂർണ്ണസമ്മതമില്ലാതെ ഞാൻ ഒരിക്കലും ചെയ്യില്ല. ഇനി നീന സമ്മതിച്ചില്ല എന്നു കരുതി ഞാൻ നീനയെ വിട്ടുപോവുകയുമില്ല." എന്ന്.

"പൂർണമായും ചെയ്യണമെന്ന് നിനക്കൊരിക്കലും തോന്നിയില്ലേ?"

"സത്യം പറഞ്ഞാൽ ഒരു ഫുൾ സെക്സിൽ എത്തുന്ന കാര്യം എനിക്ക് സങ്കല്പിക്കാൻ പറ്റുന്നുണ്ടായിരുന്നില്ല."

“വിശ്വസിക്കാൻ പ്രയാസം തോന്നുന്നു. സമൂഹത്തെ പേടിച്ച് ചെയ്തില്ലെങ്കിലും ഇത്രയൊക്കെ ആയ സ്ഥിതിക്ക് അത് മുഴുവനായി ചെയ്തു തീർക്കുന്നതിനെപ്പറ്റി ഒരു പെണ്ണ് മനസ്സിലെങ്കിലും സങ്കല്പിക്കാതിരിക്കുമോ?”

“ആ അവിശ്വസനീയത എനിക്ക് തന്നെ തോന്നിയതുകൊണ്ടാണ് എനിക്കെന്തോ പ്രശ്നമുണ്ടെന്ന് തോന്നിയത്. പ്രണയലീലകൾക്കപ്പുറം സെക്സ് എൻജോയ് ചെയ്യാൻ തോന്നാതിരിക്കാൻ മാത്രം ഞാൻ മുരടിച്ചുപോയോ? ലൈംഗികമായി തണുത്തുറച്ച് വിരക്തി പൂണ്ടൊരു പെണ്ണാണെന്നും മനസ്സിനും ശരീരത്തിനും ചികിത്സ വേണമെന്നും ഒക്ടോബറിൽ നടന്ന വഴക്കിനിടയിൽ ജയേട്ടൻ പറഞ്ഞത് ഞാനോർത്തു. എന്റെ യഥാർത്ഥ പ്രശ്നം എന്താണ്? ചെയ്താലും ചെയ്തില്ലെങ്കിലും എന്നെക്കുറിച്ചുള്ള ആ അവ്യക്തതയിൽ നിന്നും പുറത്തു വരേണ്ടത് ഒരു അത്യാവശ്യമാണെന്ന് തോന്നി. ഒരു രാത്രി സ്വസ്ഥമായി ഇരുന്നും കിടന്നും സ്വയം ഒരവലോകനം നടത്തി.

സൂരജിന്റെ ആഗ്രഹത്തിനു സമ്മതിക്കാതിരിക്കാൻ എന്നെ പിടിച്ചു നിർത്തുന്ന കാരണമെന്താണ്? എന്റെ ചോദ്യങ്ങൾക്ക് എനിക്കു മാത്രമേ ഉത്തരം പറയാൻ കഴിയുമായിരുന്നുള്ളൂ.

“ഇഷ്ടമില്ലാത്തതുകൊണ്ട്?”

“അല്ല, വളരെ ഇഷ്ടപ്പെടുന്നു.”

“സമൂഹത്തെ പേടിച്ച്?”

“പേടിയുണ്ട്.”

“ജയേട്ടനെ വഞ്ചിക്കുന്നതുകൊണ്ട്?”

“അത് കുറച്ചൊരു വഞ്ചനയല്ലേ?”

“ആരെയാണ് വഞ്ചിക്കുന്നതെന്നു പറയുക?”

“നമ്മളെ സ്നേഹിക്കുന്നവരെ.”

“നമ്മളെ സ്നേഹിക്കുന്നവരെയോ നമ്മൾ സ്നേഹിക്കുന്നവരെയോ?”

“രണ്ടും.”

“നീ ജയേട്ടനെ സ്നേഹിച്ചിട്ടുണ്ടോ?”

“അങ്ങനെ ചോദിച്ചാൽ?”

“നിനക്കു തന്നെ തോന്നിയിട്ടില്ലേ, സ്നേഹത്തേക്കാളേറെ നീ കടമകളാണ് ചെയ്യുന്നതെന്ന്?”

“ഉണ്ട്.”

“അതിനർത്ഥം നീ സ്വമനസ്സോടെ ജയേട്ടനെ സ്നേഹിച്ചിട്ടില്ല എന്നല്ലേ?”

“അതെ.”

“എങ്കിൽ സ്നേഹിക്കാത്ത ഒരാളെ വഞ്ചിക്കുന്നതെങ്ങനെ?”

“.......”

“ഇനി ജയേട്ടൻ നിന്നെ സ്നേഹിച്ചിട്ടുണ്ടോ?”

“ഉണ്ടെന്ന് പറയുന്നു.”

“എന്തെങ്കിലും കാര്യങ്ങൾ ഓർത്തു പറയൂ.”

“എനിക്കു വേണ്ടതെല്ലാം വാങ്ങിത്തരും. ഒരു അനുഭവം പെട്ടെന്നോർക്കാനില്ല.”

“പിന്നെ നീ ആരെയാണ് വഞ്ചിക്കുന്നത്? പോട്ടെ, നീ നിന്നെ സ്നേഹിച്ചിട്ടുണ്ടോ?”

“.......”

“Actually നീ നിന്നെയാണ് വഞ്ചിക്കുന്നത്.”

“പക്ഷേ എന്റെ ശരീരം? യൗവ്വനം കഴിഞ്ഞുകൊണ്ടിരിക്കുകയാണ്.”

“അത് സൂരജിന്റെ പ്രശ്നമല്ലേ?നീ ചിന്തിക്കുന്നതെന്തിനാണ്?”

“സൂരജ് ചെറുപ്പമല്ലേ?”

“അതുകൊണ്ട്? സൂരജല്ലേ ആവശ്യപ്പെട്ടത്?”

“ങ്ഉം.”

“ഇനി സൂരജ് എല്ലാം തികഞ്ഞയാളാണോ? ഒന്ന് ചിന്തിച്ചു നോക്കൂ.”

“.....”

“ജയേട്ടനേക്കാൾ attractive ആണോ?”

“അല്ല.”

“ശരീരം? ജയേട്ടന്റെ അത്രയും കരുത്തുറ്റ ശരീരവും കാഴ്ചയിലെ പൗരുഷവും?”

“ഇല്ല.”

“സോഷ്യൽസ്റ്റാറ്റസ്?”

“ഇല്ല.”

“പൊസിഷൻ?”

“ഇല്ല.”

“പൈസ?”

“ഇല്ല.”

“നിനക്കെന്തെങ്കിലും വിലപിടിച്ച സമ്മാനങ്ങൾ?”

"ഇല്ല."

"നിനക്കിഷ്ടപ്പെട്ട ചോക്ലേറ്റ്/ഐസ്ക്രീം എങ്കിലും വാങ്ങിത്തന്നിട്ടുണ്ടോ?"

"ഇല്ല."

"പിന്നെ നീ എന്തിനാണ് സൂരജിനെ ഇഷ്ടപ്പെടുന്നത്?"

"അത്... സൂരജ്... പല കാരണങ്ങളുമുണ്ട്."

"അതുപോലെ സൂരജിന് നിന്നെ ഇഷ്ടപ്പെടാനും ഒരുപാട് കാരണങ്ങളുണ്ട്."

"ശരീരംകൊണ്ട് കുറച്ചെങ്കിലും നീ ഇതിനകം സൂരജിന് സമർപ്പിച്ചില്ലേ?"

"ഉണ്ട്."

"നിനക്കത് ഇഷ്ടപ്പെട്ടില്ലേ?"

"ഇഷ്ടപ്പെട്ടു."

"എങ്കിൽ ആ ഇഷ്ടം പൂർണമായിട്ട് അനുഭവിച്ചുകൂടെ?"

"ഞാൻ ഒരു മോശം പെണ്ണായി മാറില്ലേ?"

"അങ്ങനെയെങ്കിൽ നീ ഇപ്പോഴേ പകുതി 'മോശക്കാരി'യായില്ലേ?"

"ശരിയാണ്."

"മോശക്കാരി അല്ലാതിരുന്നപ്പോൾ നീ സന്തോഷവതിയായിരുന്നോ?"

"ഒരിക്കലുമല്ല."

"പകുതി മോശക്കാരി ആയപ്പോഴും നീ കുറച്ചൊക്കെ സന്തോഷിച്ചില്ലേ?"

"ഉണ്ട്, കുറേ സന്തോഷിച്ചു."

"എങ്കിൽ പൂർണമായും സന്തോഷിച്ചുകൂടെ?"

"എങ്ങനെ?"

"ദൈവം അന്ധനല്ല. നിന്റെ സന്തോഷത്തിന്റെ താക്കോൽ നിന്റെയടുത്തു ദൈവം തന്നിരിക്കുന്നു. കുറച്ചുനാൾ കഴിഞ്ഞാൽ അർഹിക്കുന്ന വേറെ ആർക്കെങ്കിലും ദൈവം ആ താക്കോൽ കൈ മാറും. അതിനു മുൻപ് ആ താക്കോൽ ഉപയോഗിച്ച് സന്തോഷത്തിന്റെ അറകൾ തുറന്ന് നോക്കി അറിഞ്ഞുകൂടെ അതിനുള്ളിൽ എന്താണെന്ന്? അവസരങ്ങൾ കിട്ടിയിട്ടും ഉപയോഗിക്കാത്തവരെ ദൈവം പോലും പിന്നെ തിരിഞ്ഞു നോക്കില്ല."

"....."

“നിന്റെ മക്കൾക്കും ഭർത്താവിനും വേണ്ടതെല്ലാം നീ ചെയ്തു കൊടുക്കുന്നില്ലേ?”

“ഉണ്ട്.”

“നിനക്ക് വേണ്ടത് ആരാണ് ചെയ്തു തരാറുള്ളത്?”

“ഞാൻ തന്നെ. ഈശ്വരൻ സഹായിക്കാറുണ്ട്.”

“ആ ദൈവം തന്നെയാണ് ഇതും തന്നിരിക്കുന്നത്.”

“.....?”

“നിന്നെ നീ സ്നേഹിച്ചിട്ടുണ്ടോ?”

“അറിയില്ല.”

“നിന്റെ ആവശ്യങ്ങൾ ഏറ്റവുമധികം അറിയുന്ന നീയത് നിനക്ക് വേണ്ടി നിറവേറ്റിക്കൊടുത്തിട്ടുണ്ടോ? പിന്നെയെങ്ങനെയാണ് ജയകൃഷ്ണൻ നിന്നെ മനസ്സിലാക്കിയില്ലെന്നും കണ്ടറിഞ്ഞ് ചെയ്യുന്നില്ലെന്നും പരാതി പറയുന്നത്?

ആത്മസംതൃപ്തി നേടാത്തവരെല്ലാം വയസ്സുകാലത്ത് ഭർത്താവിനെയും മക്കളെയും പരാതികളുടെയും അസംതൃപ്തിയുടെയും ഭാണ്ഡക്കെട്ടുകൾ തുറന്നു, അവരെ മുഷിപ്പിച്ചുകൊണ്ടേയിരിക്കും. ‘ഞാൻ നിങ്ങൾക്കു വേണ്ടി എന്തെല്ലാം ചെയ്തു! എന്റെ ഇഷ്ടങ്ങളൊക്കെ വേണ്ടെന്നുവെച്ചു രാവും പകലും നിങ്ങളെയെല്ലാം ഊട്ടാനും വളർത്താനും കഷ്ടപ്പെട്ടു’ എന്നു തുടങ്ങി പുറത്തെടുക്കുന്ന വിവരപട്ടിക ആർക്കുവേണം?

‘അമ്മയ്ക്കതിൽ സന്തോഷം കിട്ടിയതുകൊണ്ട് അമ്മ പലതും ഞങ്ങൾക്ക് വേണ്ടി ചെയ്തിട്ടുണ്ടാകും. അല്ലാതെ ഞങ്ങൾ പറഞ്ഞോ അമ്മയോട് ഞങ്ങൾക്ക് വേണ്ടി കഷ്ടപ്പെടാൻ’ എന്ന് മക്കൾ തിരിച്ചു ചോദിക്കുകയും പറയുകയും ചെയ്യുന്ന ഇക്കാലത്ത് നീയൊരു ടിപ്പിക്കൽ അമ്മയാവല്ലേ നീന. Change yourself. നിന്നെ സ്നേഹിക്കുന്നവർക്കും ആശ്രയിക്കുന്നവർക്കും ഒരു കുറവും വരുത്താതെ നിന്റെ ഇഷ്ടങ്ങൾ നിറവേറ്റാൻ കഴിയുമെങ്കിൽ നീ നിന്റെ സന്തോഷങ്ങൾ വേണ്ടെന്നു വെയ്ക്കരുത്.”

“എന്നാലും?”

“പെനിട്രേഷനെക്കുറിച്ച് പേടിയുണ്ടോ?”

“അതും ഒരു പേടിയാണ്.”

“എന്തിന്?”

“വറ്റിപ്പോയ വഴികൾ വീണ്ടും ഒരു വേദന സമ്മതിച്ചാൽ?”

"ആണോ, സൂരജിനും അതുപോലെ വരണ്ട വഴികളിലൂടെ പോകേണ്ടി വരും എന്ന് നിനക്ക് തോന്നുന്നുണ്ടോ?"

"അറിയില്ല."

"നിനക്കതറിയാം. അന്നത്തെ കാര്യം നീ മറന്നോ?"

"എന്ത്?"

"പ്രണയലീലകൾ പാതിവഴിയിൽ നിന്നെങ്കിലും നിന്റെ ശരീരം സൂരജിനെ സ്വീകരിക്കാൻ തയ്യാറായിരുന്നു. സത്യമല്ലേ?"

"സത്യമാണ്."

"ഒരിക്കൽ വരണ്ടു കിടന്നിരുന്ന അതേ പുഴകൾ തന്നെയാണ് മേഘങ്ങളുടെ സ്നേഹമഴയിൽ നിറഞ്ഞൊഴുകുന്നതും. നിനക്ക് നിന്നെ തന്നെ അറിയേണ്ടേ..?"

"വേണം."

"പിന്നെന്താണ് പ്രശ്നം?"

"ആരെങ്കിലും വന്നാലോ? ഒരു സ്ത്രീ ഒരു അന്യപുരുഷന്റെയൊപ്പം ഈ അടഞ്ഞ വീടിനുള്ളിൽ സമയം ചെലവഴിച്ചാൽ അവിഹിതം എന്ന് തന്നെയല്ലേ വിളിക്കുക?"

"അത് അവരുടെ ഇഷ്ടം. ഒരു കാര്യം ചോദിക്കട്ടെ?"

"എന്ത്?"

"ഞങ്ങൾ ഒന്നും ചെയ്തില്ല, വെറുതെ വർത്തമാനം പറഞ്ഞിരുന്നതേയുള്ളൂ എന്ന് സത്യമാണെങ്കിൽ കൂടി പറഞ്ഞാൽ പുറത്തുള്ള ആളുകൾ വിശ്വസിക്കുമോ? അല്ലെങ്കിൽ ഒരു പൂർണ്ണബന്ധത്തിലേർപ്പെട്ടിരുന്നില്ല എന്ന് നിങ്ങൾ വാതിൽ തുറക്കുമ്പോൾ പറഞ്ഞാൽ അവർ വിശ്വസിക്കുമോ?'

"ഇല്ല."

"നിങ്ങളെ ഒരുമിച്ച് കാണുന്നവരെ സംബന്ധിച്ചിടത്തോളം നിങ്ങൾക്കിടയിൽ എന്തുവേണമെങ്കിലും അവരുടെ മനോകാമനയ്ക്കനുസരിച്ച് നടന്നിരിക്കാം. ശരിയല്ലേ.?"

"അതെ."

"നിങ്ങൾ ടിവി കണ്ട് മാത്രമിരുന്നാലും പുറത്തുള്ള ആൾക്ക് നിങ്ങളുടെ ഇടയിൽ എല്ലാം സംഭവിച്ചിരിക്കുന്നു. അപ്പോൾ പിന്നെ എന്തിനാണ് നനയാതെ ഈറൻ ചുമക്കുന്നത്? നനഞ്ഞെങ്കിൽ കുളിച്ച് കയറിക്കൂടെ?"

ഒരിക്കലെങ്കിലും പരിപൂർണ്ണ ഇഷ്ടത്തോടെയും ആഗ്രഹത്തോടെയും ആവേശത്തോടെയും ചെയ്യുന്നതെങ്ങനെയെന്ന് നിനക്ക് അറിയേണ്ടേ?

ഒരു പെണ്ണ് തനിക്ക് ഇഷ്ടപ്പെട്ട പുരുഷന്റെയൊപ്പം തുല്യപങ്കാളിത്ത ത്തോടെ സെക്സ് ചെയ്യുന്നതെങ്ങനെയെന്ന് നിനക്ക് അറിയേണ്ടേ? എല്ലാ പെണ്ണുങ്ങൾക്കും ഉള്ള വിചാരങ്ങളും വികാരങ്ങളും നിനക്കുമുണ്ടെന്നും നിന്നെ അപൂർണ്ണമായിട്ടല്ല ദൈവം സൃഷ്ടിച്ചിരിക്കുന്നതെന്നും നിനക്ക് നിന്നോടെങ്കിലും തെളിയിക്കേണ്ടേ? നീ സന്ന്യാസിനിയല്ല. കല്യാണം ലൈംഗികതയ്ക്കുള്ള ലൈസൻസ് ആണെങ്കിൽ അതിന്റെ യഥാർത്ഥ അനുഭവം അറിയാനുള്ള അവകാശവും നിനക്കുണ്ട്. അതറിഞ്ഞാൽ മാത്രമേ നീയൊരു കംപ്ലീറ്റ് വുമൺ ആവുകയുള്ളൂ. നീനാ, നീ ഒരു തീരുമാനമെടുത്തേ പറ്റൂ. തീരുമാനം വൈകിച്ചാൽ സൂരജ് ഒരുപക്ഷേ നിന്റെ ജീവിതത്തിൽ ഉണ്ടാവുകയില്ല. ഇപ്പോൾ തന്നെ ഒരു വർഷം ആയിരിക്കുന്നു. നിനക്കോ സൂരജിന് എന്തെങ്കിലും സംഭവിച്ചാൽ സമൂഹത്തിനല്ല, നഷ്ടം നിന്റേത് മാത്രമാണ്. വേണ്ടെന്നു വെയ്ക്കുന്നതിലൂടെ നീ ചെയ്യുന്ന ത്യാഗം ഒരാളും അറിയാൻ പോകുന്നില്ല. അത് നിന്റെ മാത്രം നഷ്ടമാണ്."

ചോദ്യോത്തരങ്ങൾക്കും ആലോചനകൾക്കുമൊടുവിൽ എന്റെ സന്തോഷത്തിന്റെ താക്കോൽ ഉപയോഗിക്കാൻ തന്നെ തീരുമാനിച്ചു, എനിക്കുവേണ്ടി. എനിക്കുവേണ്ടി മാത്രം. ഞാൻ മാത്രം എടുക്കേണ്ട തീരുമാനം ആയിരുന്നു അത്. അവിടെ ഞാനാണ് എന്റെ ശരീരത്തിന്റെ ഉടമ. എനിക്കാണതിന്റെ അധികാരം. ഞാനാണ്, എനിക്കുവേണ്ടി. എന്റെ ശരീരത്തിനു വേണ്ടി, ഞാൻ ഇഷ്ടപ്പെടുന്ന പുരുഷനൊപ്പം, എപ്പോൾ എവിടെ എനിക്ക് വേണം എന്ന് തീരുമാനിക്കുന്നത്, എന്ന വസ്തുതയും സ്വാതന്ത്ര്യവും എന്റെ ആത്മാഭിമാനം വർദ്ധിപ്പിച്ചു. ആത്മവിശ്വാസത്തോടെ എന്റെ സമ്മതം സൂരജിനെ അറിയിച്ചു."

ഞാൻ തെല്ലൊരു അവിശ്വസനീയതയോടെയും ആശ്ചര്യത്തോടെയും ഉള്ളിൽ കുറച്ചൊരു സന്തോഷത്തോടെയും നീനയെ തന്നെ നോക്കിയിരുന്നു.

"അങ്ങനെ എല്ലാംകൊണ്ടും സൗകര്യപ്പെട്ട ഒരു ദിവസം കിട്ടി. വീക്ഡേ ആയതുകൊണ്ടും പ്രാക്ടിക്കൽ ഉള്ളതുകൊണ്ടും അർച്ചന എന്തായാലും വീട്ടിലേക്ക് വരില്ലായായിരുന്നു. ആദർശ് അവന്റെ ഫ്രണ്ടിന്റെ ബർത്ത് ഡേ പാർട്ടിക്കു പോയി പത്തു പതിനൊന്നു മണിയോടുകൂടിയേ തിരിച്ചുവരൂ എന്ന് പറഞ്ഞു. സൂരജ് വന്ന് തിരിച്ചു പോകുന്നതുവരെ ആരും വരരുതെന്നും വേറെ പ്രശ്നങ്ങളൊന്നും ഉണ്ടാകരുതെന്നും പ്രാർത്ഥിച്ചു കൊണ്ടിരുന്നു."

"വീട്ടിൽ വെച്ച് തന്നെയായിരുന്നോ?"

"അതെ."

"എന്നിട്ട് അന്ന് നിനക്ക് ചെയ്യാൻ പേടി തോന്നിയില്ലേ?"

"ഇല്ല, ഒട്ടും തോന്നിയില്ല. മനസ്സും ശരീരവും അതിനുവേണ്ടി തയ്യാറായി. ഇപ്രാവശ്യം സൂരജ് വീടിനടുത്ത് എത്താറായി എന്ന മെസ്സേജ് വായിച്ചപ്പോൾ വിറയലും പേടിയും ഒന്നുമായിരുന്നില്ല, സന്തോഷവും ആകാംക്ഷയും മാത്രമായിരുന്നു. വാതിൽ തുറന്നപ്പോൾ അവിടെ ഒരു സ്വീറ്റ് സ്മൈലുമായി സൂരജ് നിൽക്കുന്നുണ്ടായിരുന്നു. കതകടച്ചതിനു ശേഷം എനിക്കൊന്നു മാത്രമേ ചോദിക്കാൻ കഴിഞ്ഞുള്ളൂ.

"എങ്ങനെ വന്നു?"

'Ola.' എന്നുപറഞ്ഞ് സൂരജ് രണ്ടുകൈകളും എന്റെ നേരെ നീട്ടി, എന്നെ സ്വീകരിച്ചു. ഒരേ ശരീരമായി നിന്നും സോഫയിൽ ഇരുന്നും പിന്നെ നടന്നും ബെഡ്റൂമിൽ എത്തിയതിനുശേഷം നടന്നതൊക്കെ ഒരു സ്വപ്നം പോലെ ആയിരുന്നു. എന്റെ ജീവിതത്തിൽ ഒരിക്കലെങ്കിലും ഞാൻ അനുഭവിക്കും എന്ന് വിചാരിച്ചിട്ടില്ലാത്ത ഒരു സ്വപ്നം.

ആ സ്വപ്നത്തിൽ വിട്ടു കൊടുക്കേണ്ട സമയത്ത് ഞാൻ എന്നെ പൂർണമായും വിട്ടു കൊടുത്തു. ആവശ്യപ്പെടേണ്ടത് ആവശ്യപ്പെട്ടു. കീഴ്‌വഴങ്ങുന്നതിൽ മാത്രമല്ല കീഴ്പ്പെടുത്തുന്നതിലും അതിന്റേതായ സുഖവും ആനന്ദവും അഭിമാനവും ഉണ്ടെന്ന് മനസ്സിലാക്കി. ഈ ലോകത്തിൽ ഞങ്ങളല്ലാതെ വേറെ ആരുമില്ലെന്നപോലെ ചുറ്റും മറന്ന് സെക്സ് ചെയ്യുന്നതിന്റെ ആഹ്ലാദം ഞാനറിഞ്ഞു. അതിൽ അഭിമാനിച്ചു.

"നിങ്ങൾ പൂർണ്ണമായും?"

"അതേ എളേമ്മേ. It was a complete action. physically and emotionally complete."

"നിന്റെ മനസ്സിലെന്താണ് തോന്നിയത്?"

"രണ്ട് പ്രസവിച്ച എന്റെ യഥാർത്ഥ പ്രഥമരതി നടന്ന ആ ദിവസം ആഘോഷിക്കാനാണെനിക്ക് തോന്നിയത്. ഞാൻ ലൈംഗികമായി തണുത്തുറച്ചിട്ടില്ലെന്നും വിരക്തി പൂണ്ടവളല്ലെന്നും സ്വയം മനസ്സിലാക്കാനും എന്നെ മനസ്സിലാക്കിത്തരാനും കഴിയാത്ത നിങ്ങൾക്കാണ് ചികിത്സ വേണ്ടതെന്ന് ജയേട്ടനോട് ഉറക്കെ വിളിച്ചുപറയാൻ തോന്നി. ഒരു പ്രതികാരം ചെയ്തു കഴിഞ്ഞാൽ കിട്ടുന്നപോലെ, പേരറിയാത്ത ഒരു സുഖം മനസ്സിൽ തിരതല്ലി. ഞാനെന്ന പെണ്ണോ എന്റെ വികാരങ്ങളോ മുരടിച്ചു പോയിട്ടില്ലെന്ന അറിവ് വലിയ നേട്ടം പോലെയാണ് അനുഭവപ്പെട്ടത്.

എനിക്കെന്തു തോന്നുന്നുവെന്ന് സൂരജെന്നോട് ചോദിച്ചു. എനിക്കത്രയും നല്ലൊരു അനുഭവം തന്നതിന് താങ്ക്സ് പറഞ്ഞു."

"ഞാനൊരു കാര്യം ചോദിക്കട്ടെ നിന്നോട്?"

"എന്താ?"

"നീ കംഫർട്ടബിൾ ആണെങ്കിൽ മാത്രം തുറന്നു പറഞ്ഞാൽ മതി. കുറച്ചു intimate matter ആണ്. പക്ഷേ അതു കൂടി അറിഞ്ഞാൽ മാത്രമേ നമ്മുടെ ചർച്ച കംപ്ലീറ്റ് ആവുകയുള്ളൂ."

"എളേമ്മ ചോദിച്ചോളൂ. ഞാൻ ഇന്ന് കുറെയൊക്കെ തുറന്നു പറഞ്ഞില്ലേ."

"ജയകൃഷ്ണന്റെ ഒപ്പം ബന്ധപ്പെടുമ്പോൾ നിനക്കു പെനിട്രേഷൻ മാത്രമേ പ്രശ്നമായിരുന്നുള്ളൂ? അതായത് kissing and embracing ഉം ഒന്നും ഇഷ്ടപ്പെട്ടിരുന്നില്ലേ?"

"ജയേട്ടന് എന്റെ വീട്ടിലെ, എന്റെ ജീവിതത്തിലെ ഒരു പ്രധാന വ്യക്തി എന്ന നിലയിലുള്ള സ്നേഹവും വാത്സല്യവും ഞാൻ പലപ്പോഴും കൊടുത്തിരുന്നു. ഞങ്ങൾ നല്ല നേരങ്ങളിലുള്ളപ്പോൾ ഞാൻ ജയേട്ടന്റെ കവിളിലും നെറ്റിയിലും ഉമ്മ വെയ്ക്കുകയും കവിളിൽ കടിക്കുകയും കൊഞ്ചിക്കുകയും ഓടിച്ചെന്ന് മുന്നിൽ നിന്നും പിന്നിൽ നിന്നും കെട്ടിപ്പിടിക്കുകയും ഒക്കെ ചെയ്തിട്ടുണ്ട്. പക്ഷേ ഒരിക്കലും... if I remember correctly, ആദ്യ രാത്രി തൊട്ടുതന്നെ തന്നെ എനിക്കാ ചുണ്ടുകളിൽ പ്രണയത്തോടെയോ കാമത്തോടെയോ ചുംബിക്കാൻ കഴിഞ്ഞിട്ടില്ല. രണ്ടുമൂന്ന് സെക്കൻഡുകൾക്കപ്പുറം ഞങ്ങളുടെ കിസ്സിങ് നീണ്ടു നിന്നിട്ടില്ല. ഫ്രഞ്ച് കിസ്സെല്ലാം തുടങ്ങുമ്പോഴേ എനിക്കു മടുത്ത്, ജയേട്ടനെ വേദനിപ്പിക്കാത്ത തരത്തിൽ മുഖം തിരിക്കുമായിരുന്നു."

"അതെന്തുകൊണ്ടായിരുന്നു? എന്തെങ്കിലും ഹൈജീൻ പ്രോബ്ലം?"

"എനിക്കിഷ്ടമില്ലാത്ത സിഗരറ്റ് സ്മെൽ ഉണ്ടാകാറുണ്ട്. പക്ഷേ വൃത്തിക്കുറവൊന്നും തോന്നിയിട്ടില്ല."

"പിന്നെയെന്തെങ്കിലും കാരണം?"

"സ്വമേധയാ പ്രണയം തോന്നാത്തതുകൊണ്ടും അങ്ങനെ തോന്നിപ്പിക്കുന്ന വിധത്തിൽ ജയേട്ടനെന്നെ പരിഗണിക്കാത്തതുകൊണ്ടുമായിരിക്കും."

"സൂരജുമായിട്ടോ?"

"ഞാൻ തന്നെയായിരുന്നോ അത് എന്ന് സംശയിക്കുംപോലെയാണ് മിനിറ്റുകളോളം നീണ്ടുനിൽക്കുന്ന ചുംബനങ്ങൾപോലും ഞാൻ ആസ്വദിച്ചത്."

അവൾ കൂടുതൽ വ്യക്തമാക്കാൻ വേണ്ടി തുടർന്നു.

"ജയേട്ടന് ഞാൻ പലപ്പോഴും ഒരു രക്ഷിതാവിന്റെ സ്ഥാനമാണ് കൊടുത്തിട്ടുള്ളതെന്നെനിക്ക് തോന്നിയിട്ടുണ്ട്. നമ്മളെ എപ്പോഴും ശാസിക്കുകയും തിരുത്തുകയും മാത്രം ചെയ്യുന്ന ഒരു രക്ഷിതാവ്. അപ്പോൾ പിന്നെ അവരെ വേറെ രീതിയിൽ കാണാൻ പറ്റില്ലല്ലോ. അതുകൊണ്ട് കൂടിയാകണം ഞാൻ പ്രതീക്ഷിച്ച കുറ്റബോധം സൂരജുമായി ബന്ധപ്പെട്ടതിനു ശേഷം തോന്നാതിരുന്നത്."

"ശരിയായിരിക്കാം. ഞാൻ ഒരു കാര്യം കൂടി ചോദിച്ചോട്ടെ?"

'ചോദിക്കൂ' എന്നർത്ഥത്തിൽ അവൾ തല താഴോട്ടിളക്കി.

"നീ നിന്റെ മനസ്സിൽ വിശകലനം ചെയ്തുവെന്ന് പറഞ്ഞ കൂട്ടത്തിൽ ജയകൃഷ്ണനും സൂരജും തമ്മിലുള്ള ഒരു comparison കൂടി mention ചെയ്തിരുന്നു. I mean രണ്ടുപേരുടെയും looks, social status, പൈസ etc."

"ഉവ്വ്. ശരിയാണ്."

"അതിൽ പ്രായത്തിലൊഴികെ എല്ലാറ്റിലും മികച്ചു നിന്നിരുന്നത് ജയകൃഷ്ണനായിരുന്നു. Right?"

"അതെ..."

"നീ രാവിലെ പറഞ്ഞിരുന്നില്ലേ ജയകൃഷ്ണൻ പിന്നീട് ഏതു പെണ്ണിനും ഒരു കുറവും തോന്നിക്കാത്തത്ര എക്സ്പർട്ട് ആയി കഴിഞ്ഞിരുന്നു എന്ന്. സൂരജും അക്കാര്യത്തിൽ എക്സ്പെർട്ട് ആയിരുന്നോ?"

നീന ദീർഘമായൊന്ന് നിശ്വസിച്ചു.

"ഇല്ലല്ലേമ്മേ. ജയേട്ടന്റെ പകുതി വൈദഗ്ധ്യംപോലും ഉണ്ടായിരുന്നില്ല."

ഞാൻ പുരികം ചുളിച്ചു അവളെ നോക്കി.

"സൂരജ് അക്കാര്യത്തിൽ ഇനിയും കുറെ മുന്നോട്ടുപോകാനുണ്ടെന്ന് ഇരുപത്തിരണ്ട് വർഷത്തെ ദാമ്പത്യയന്ത്രം പ്രവർത്തിപ്പിച്ച എനിക്ക് പെട്ടെന്ന് മനസ്സിലായി."

"എന്നിട്ടും നിനക്കെങ്ങനെയാണ് ഇത്ര സംതൃപ്തിയും നിർവൃതിയും കിട്ടിയത്?"

എനിക്ക് മനസ്സിലാവാഞ്ഞിട്ടായിരുന്നില്ല. നീനയുടെ വാക്കുകളിലൂടെ അതറിയാൻ വേണ്ടിയായിരുന്നു.

"ഒരു എക്സ്പർട്ടിന്റെ ഒപ്പമേ സംതൃപ്തി കിട്ടുള്ളുവെങ്കിൽ ഭൂമിയിലെ ഏറ്റവും satisfied ആയ പെണ്ണ് ഞാനെന്നേ ആകുമായിരുന്നു. എനിക്കു വേണ്ടത് എക്സ്പർട്ടിനെയായിരുന്നില്ല. ആവശ്യങ്ങൾ പരസ്പരം

പ്രകടിപ്പിക്കുവാനും ചെയ്തു കൊടുക്കുവാനുമുള്ള സ്വാതന്ത്ര്യവും അടുപ്പവും ആയിരുന്നു. ഞാൻ പ്രണയിക്കുന്ന പുരുഷൻ എനിക്ക് ഇഷ്ടമുള്ള സമയത്ത്, സ്വയം സമർപ്പിച്ച എന്റെ ശരീരത്തെ മോഹിച്ച്, താലോലിച്ച്, സ്നേഹിച്ച്, കീഴടക്കുന്നതിനേക്കാൾ വലിയ ഓർഗാസം എന്നിലെ പെണ്ണിന് എപ്പോൾ എവിടെ കിട്ടും?"

നീന എന്നെ ചോദ്യഭാവത്തിൽ നോക്കി. എനിക്കുത്തരമില്ലായിരുന്നു.

"ഞാൻ മറ്റൊന്നുകൂടി പറയട്ടെ. I am sorry to say such a language. പക്ഷേ പറയാതെ വയ്യ."

ഞാനവളെ ആകാംക്ഷയോടെ ഉറ്റുനോക്കി.

"എട്ടിഞ്ച് നീളവും ഉലക്കേടെ വണ്ണവുമുണ്ടെങ്കിലേ പല പെണ്ണുങ്ങൾക്കും കഴപ്പ് മാറൂ" എന്ന് ചിന്തിച്ചു നടക്കുന്ന ചില മനുഷ്യരൂപങ്ങളോട് എനിക്കു പുച്ഛവും അതേസമയം സഹതാപവും തോന്നി."

ഞാൻ ചെറുതായൊന്നു ഞെട്ടിയെങ്കിലും അതിന്റെ വിശദീകരണം എനിക്ക് കേൾക്കണമായിരുന്നു. കാരണം പുച്ഛം എന്തുകൊണ്ടാവാം എന്നെനിക്കു മനസ്സിലായി. പക്ഷേ സഹതാപം?

'അവരുടെ ധാരണകളെല്ലാം എത്ര തെറ്റാണെന്നും എന്നിട്ടും അവർ എന്തറിഞ്ഞിട്ടാണ് അതൊക്കെ പറഞ്ഞു നടക്കുന്നതെന്നും ആലോചിച്ചപ്പോൾ, സ്വന്തം അമ്മയും പെങ്ങളും ഭാര്യയും മകളും ഒഴികെ ഈ ലോകത്തുള്ള ഒട്ടുമിക്ക പെണ്ണുങ്ങളും പോക്കുകേസാണെന്ന് ചിന്തിച്ചു നടക്കുന്ന ആ സദാചാരവാദികളോട് പുച്ഛം തോന്നി. അതിനൊപ്പം തന്നെ അവരൊന്നും ജീവിതത്തിലൊരിക്കലും ഒന്ന് പ്രണയിച്ചിട്ടില്ലാത്തവരും ഒരു പെണ്ണിന്റെ മനസ്സ് അറിയാനോ ആത്മാർത്ഥ സ്നേഹം അനുഭവിക്കാനോ ഒരവസരം കിട്ടാത്തവരും കൂടിയാണല്ലോ എന്നാലോചിച്ചപ്പോൾ സഹതാപവും തോന്നി. ഒരിക്കലെങ്കിലും ആരെയെങ്കിലും പ്രണയിച്ചിട്ടുള്ള ഒരു ആണും പെണ്ണും ഒരിക്കലും ഇത്തരം ഇഞ്ചുകണക്കിന്റെ വിഡ്ഢിത്തം പറഞ്ഞു നടക്കില്ല, സദാചാരവാദികൾ ചമഞ്ഞ് പ്രേമിക്കുന്നവരെ നാണം കെടുത്തുന്നതിൽ സന്തോഷം കണ്ടെത്തില്ല, പ്രേമത്തിൽ പെടുന്ന കൗമാരക്കാരായ മക്കളെ തല്ലുകയോ വിദ്യാർത്ഥികളെ ശിക്ഷിക്കുകയോ ചെയ്യില്ല."

"നീ പറഞ്ഞത് ശരിയാണ് നീനാ സത്യത്തിൽ പലരും പ്രേമബന്ധങ്ങളിൽ വീഴാത്തത്, അവർ വിശ്വസിക്കുന്നതുപോലെ, എല്ലായ്പോഴും അവരുടെ സെൽഫ് കൺട്രോൾ കൊണ്ടോ സദാചാരം കൊണ്ടോ ഒന്നുമല്ല. അവർക്ക് അതിനുള്ള സാഹചര്യങ്ങളും ചേരുന്ന പങ്കാളിയും ഒത്തുവരാത്തതുകൊണ്ടും കൂടിയാണ്."

കോളിംഗ് ബെൽ തുടർച്ചയായി രണ്ടു തവണ ശബ്ദിക്കുന്നത് കേട്ട പ്പോഴാണ് ഞങ്ങൾ വീണ്ടും ചുറ്റുപാടിലേക്ക് തിരിച്ചുവന്നത്. ആരാ ണാവോ ഈ നേരത്ത്? ആ ഫ്ളോ പോയി. ഫോൺ ഞങ്ങൾ സൈലന്റി ലാക്കി വെച്ചിരുന്നു.

ഞാനും നീനയും കൂടി താഴെ ചെന്ന് നോക്കിയപ്പോൾ വടക്കേലെ ഭാനുമതിയാണ്. അവളെപ്പറ്റി ഇന്നു രാവിലെ കൂടി നീന പറഞ്ഞതല്ലേ യുള്ളൂ എന്നോർത്തു. ഞങ്ങൾ രണ്ടുപേരും സന്തോഷത്തോടെ ഭാനു മതിയെ സ്വീകരിച്ചു. ഭാനുമതിയുടെ ഒട്ടിച്ചു വെച്ച ചുവന്ന പൊട്ടിന് പഴയ വട്ടമില്ലായിരുന്നു. ശബ്ദമുണ്ടാക്കാൻ സാധിക്കാതെ ഒറ്റപ്പെട്ട ഓരോ സ്വർണ്ണവളകൾ രണ്ടു കയ്യിലും കിടന്നിരുന്നു. ഞാൻ നാട്ടിൽ വന്നിട്ടുണ്ട് എന്നറിഞ്ഞു ഭർത്താവിനോടൊപ്പം താമസിക്കുന്നിടത്തു നിന്നും എന്നെ കാണാൻ വന്നതാണ്. നീനയെക്കൂടി കണ്ടപ്പോൾ അവൾക്ക് കൂടുതൽ സന്തോഷമായി.

ഭാനുമതി, മകളുടെ കല്യാണം ഉറപ്പിച്ചതിന്റെ ആഹ്ലാദത്തിലായിരുന്നു. സമയം നാലുമണി ആയിരുന്നതിനാൽ ചായ കൊടുക്കാതെ വിടാൻ പറ്റില്ല. നീന ചായയുണ്ടാക്കി, കഴിക്കാൻ ചിപ്സും മുറുക്കും ആയി വന്നു. കല്യാണച്ചെക്കന്റെ കാര്യങ്ങളും സ്വന്തം മകന്റെ ജോലിക്കാര്യങ്ങളും ഭർത്താവിന്റെ അസുഖങ്ങളും ഒക്കെയായി ചോദിച്ചും പറഞ്ഞും അഞ്ചര വരെ ഇരുന്നു. ഭാനുമതിയുമായി സംസാരിക്കാനും വിശേഷങ്ങൾ കേൾ ക്കാനും ഇഷ്ടമുള്ള കാര്യങ്ങളായിരുന്നെങ്കിലും നീനയുടെ ബാക്കി കഥ പെട്ടെന്ന് അറിയാനുള്ള ഒരു അവസരം നഷ്ടമായതിൽ ചെറിയൊരു വിഷമം തോന്നി.

ഭാനുമതി യാത്ര പറഞ്ഞിറങ്ങുന്ന സമയത്താണ് ദാസേട്ടൻ കയറി വന്നത്. ദൈവമേ, ഇനി ഒന്നിനും സമയം ഉണ്ടാകില്ല. ദാസേട്ടന് ചായ കൊടുത്തു കഴിഞ്ഞതിനുശേഷമാണ് ഞാനും നീനയും ഇന്ന് ഉച്ച ഭക്ഷണം കഴിച്ചിട്ടില്ല എന്നുതന്നെ ഓർത്തത്. അപ്പോഴേക്കും ചേച്ചിയും ലീലേടത്തിയും അഭിഷേകും തിരിച്ചെത്തി. പിന്നെ കളമശ്ശേരിയിൽ പോയ തിന്റെ വിശേഷങ്ങൾ പങ്കുവെയ്ക്കലായി.

അത്താഴത്തിനു മുൻപ് നീന മക്കളോട് ഫോണിൽ സംസാരിച്ചു കൊണ്ടിരുന്ന സമയത്താണ്, ടിവി റൂമിൽ വെച്ച് ചേച്ചി ലീലേടത്തി കാണാതെ എന്നോട് 'എന്തായി' എന്ന് കൈ കൊണ്ട് ആംഗ്യം കാണിച്ചു ചോദിച്ചത്. അടുക്കളയിലേക്കു വരാൻ ഞാൻ കണ്ണുകൊണ്ട് ആവശ്യ പ്പെട്ടു. സീരിയലിൽ മുഴുകിയിരുന്ന ലീലേടത്തിയുടെ ശ്രദ്ധയിൽപ്പെടാതെ ഞങ്ങൾ, വെവ്വേറെ, അടുക്കളയിൽ എത്തി.

"എന്തായി? സംസാരിച്ചോ?" വാതിൽക്കൽ ഒരു കണ്ണുവെച്ച് ചേച്ചി ചോദിച്ചു.

"കുറെയൊക്കെ."

"എന്നിട്ട്?"

"ഏയ് ഒന്നുമില്ലെന്നേ... നമ്മൾ പേടിക്കുന്നപോലെയൊന്നും ഉണ്ടായിട്ടില്ല."

"അപ്പോൾ ഞാൻ കണ്ടതോ?"

"അതോ?"

അത് വേറെ എന്തൊക്കെയോ ആണ്. എന്തായാലും കുറച്ചുകൂടെ സംസാരിക്കാനുണ്ട്. ഇനിയിപ്പോ രാത്രി ഞങ്ങൾ ഒരുമിച്ച് കിടക്കുന്ന നേരത്തേ വല്ലതും മിണ്ടാൻ പറ്റുള്ളൂ.

"ശരി. ഇന്നുതന്നെ നീയെല്ലാം ശരിയാക്കണം."

ഞാൻ തലയാട്ടി.

എന്റെ മറുപടിക്ക് കാത്തുനിൽക്കാതെ ചേച്ചി വേഗം ടിവി റൂമിലേക്ക് തിരിച്ചു പോയി.

ചേച്ചി കണ്ടു എന്നു പറയുന്നത് ഒരു ഡയറിയുടെയോ നോട്ട്ബുക്കിന്റേയോ ഒരു പേജിനെപ്പറ്റിയാണ്. ചുരിദാർ ബോട്ടം കുളിമുറിയിലേക്ക് എടുക്കാൻ മറന്നപ്പോൾ, അവളുടെ സ്യൂട്ട്കേസിൽ നിന്നും അതെടുത്തു കൊടുക്കാൻ ചേച്ചി പെട്ടി തുറന്നപ്പോഴാണ് ആ പേജ് കയ്യിൽ കിട്ടിയത്. അതിൽ എന്തോ സംശയാസ്പദമായ രീതിയിൽ അവളുടെ കയ്യക്ഷരത്തിൽ എഴുതിയിരുന്നു എന്നാണ് പറയുന്നത്.

എന്തായാലും രാത്രി കിടക്കേണ്ട നേരമാവാൻ ഞാൻ കാത്തിരുന്നു. മുകളിലെ മുറിയിൽ ഞാനും നീനയും എത്തി കതകടച്ചതും ഞാൻ നീനയുടെ കഥയുടെ മുത്തുകൾ കോർക്കാനുള്ള രസച്ചരടുമായി തയ്യാറായിയിരുന്നു.

# വിരഹം

**ലൈറ്റ്** അണയ്ക്കാതെ ഞങ്ങൾ കട്ടിലിന്റെ തലഭാഗത്തും കാൽഭാഗത്തുമായി മുഖാമുഖം ഇരുന്നു. പഴയ മോഡൽ കട്ടിലായതുകൊണ്ട് ഹെഡ് ബോർഡും ഫുട്ബോർഡും ചാരി ഇരിക്കാൻ പാകത്തിൽ നല്ല ഉയരത്തിലായിരുന്നു.

"നിനക്കറിയാമോ എന്റേതടക്കം ഒരുപാട് ദമ്പതികളുടെ ആദ്യരാത്രികളോ തുടർന്നുള്ള പുതുരാത്രികളോ അരങ്ങേറിയ കട്ടിലാണിത്."

"അറിയാം എളേമ്മേ. കല്യാണം കഴിഞ്ഞതിനു പിന്നാലെയുള്ള രാത്രികളിലൊന്നിൽ ഞങ്ങളും കിടന്നിട്ടുണ്ടിതിൽ."

"ഇപ്പോൾ ഈ മുറിയിൽ മാത്രമേ പഴയ ഫർണിച്ചറുള്ളൂ. ഇതെങ്കിലും ഓർമ്മയ്ക്കായി കിടക്കട്ടേന്ന് എന്റെ നിർബന്ധമായിരുന്നു. അമ്മയുടെയും കുട്ടിക്കാലത്തെയും ഒക്കെ സുഖമുള്ള ഓർമ്മകൾ അങ്ങനെയെങ്കിലും നിലനിർത്താൻ."

"മനസ്സിന്റെ ഏതെങ്കിലുമൊരു കോണിൽ കുറെ നല്ല ഓർമ്മകൾ എപ്പോഴും സൂക്ഷിച്ചു വയ്ക്കുന്നതുപോലെ. നമ്മൾക്കു വേണ്ടി മാത്രം ഇടയ്ക്കിടെ പൊടിതട്ടി നോക്കി അങ്ങനെയൊരു കാലമുണ്ടായിരുന്നു എന്നാശ്വസിക്കാമല്ലോ."

ഒരു തുടക്കത്തിനു കാത്തുനിൽക്കുകയായിരുന്ന ഞാൻ ചോദിച്ചു.

"അന്നത്തേതിനുശേഷം ജയകൃഷ്ണനുമായി പിന്നെ എങ്ങനെയായിരുന്നു?"

"ജയേട്ടൻ ജനുവരിയിൽ വന്നു. സൂരജിനെ മനസ്സിൽ നിന്നും മാറ്റിവെച്ച് ജയേട്ടനുമായി രാത്രിയിലെ നാടകം എളുപ്പമായിരുന്നില്ല. പക്ഷേ എല്ലാവരുടെയും തുടർന്നുള്ള ജീവിതത്തിന് അത് അനിവാര്യമായിരുന്നു. എന്റെ അസാന്നിദ്ധ്യത്തിൽ ജയേട്ടന്റെ ശരീരം പിടിച്ചുനിന്നിട്ടുണ്ടാകുമോ എന്ന് ഞാൻ സംശയിച്ചു. പിടിച്ചു നിന്നിട്ടുണ്ടെങ്കിൽ അത് എന്നോടുള്ള സ്നേഹം കൊണ്ടല്ല, മറിച്ച് എന്നോടൊപ്പം തോന്നുന്ന മേൽക്കോയ്മയും

ആത്മവിശ്വാസവും മറ്റൊരു പെണ്ണിന്റെ സാന്നിദ്ധ്യത്തിൽ കിട്ടില്ലെന്ന് ജയേട്ടനും നല്ല ബോധ്യമുള്ളതുകൊണ്ടാണെന്ന് എനിക്കറിയാമായിരുന്നു. പിടിച്ചു നിൽക്കാതെ വേറൊരു പിന്താങ്ങിനുവേണ്ടി പോയിരുന്നെങ്കിലും എനിക്ക് വിഷമമൊന്നും തോന്നുമായിരുന്നില്ല."

"അതെന്താ?"

"ജയേട്ടനുമായി സെക്സ് ചെയ്യാനുള്ള എന്റെ അനിഷ്ടം എന്റെ മാത്രം പ്രശ്നമാണ്. എന്റെ അനിഷ്ടങ്ങൾ മറ്റൊരാളുടെ ഏതൊരു കാര്യത്തിലുമുള്ള അവകാശലംഘനമാവരുതെന്ന് എനിക്ക് നിർബന്ധമുണ്ടായിരുന്നു."

"സൂരജോ?"

"തിരക്കുകൾ കൊണ്ടും ദൂരെയായതുകൊണ്ടും ഇടയ്ക്കിടെ കാണാനൊന്നും പറ്റുമായിരുന്നില്ല. ചില മാസങ്ങളിൽ ഹൈദരാബാദിൽ വരുമ്പോൾ എന്റെ ഭാഗത്തായിരിക്കും അസൗകര്യം. എന്നാലും അടുത്ത ഒരു വർഷം നാലുമാസത്തിനുള്ളിൽ ഏഴോ എട്ടോ തവണ ഞങ്ങൾ മീറ്റ് ചെയ്തു."

"With sex?"

"Yes. with lot of love too."

ജയേട്ടൻ ചെയ്യുമ്പോൾ ഒന്നും തോന്നാതിരുന്ന പലകാര്യങ്ങളും സൂരജ് എന്നെ ചെയ്യണമെന്ന് ഞാൻ ആഗ്രഹിക്കുകയും, ചിലതെല്ലാം ആവശ്യപ്പെടുകയും ചെയ്തപ്പോൾ ആസ്വദിക്കുകയും ചെയ്തു. ഒരേ കാര്യം തന്നെ നമുക്കിഷ്ടപ്പെട്ടയാൾ ചെയ്യുമ്പോൾ അതെത്ര സ്വീകാര്യമാകുന്നു എന്ന് ഞാൻ മനസ്സിലാക്കി."

"സൂരജിനെന്ത് തോന്നിയെന്നു പറഞ്ഞോ?"

"Sexually and emotionally he was so attached to me. പ്രത്യേകിച്ച് emotionally കൂടുതൽ ഡിമാൻഡിങ്ങ് ആയിരുന്നു.

മെസ്സേജുകളിലൂടെയും ഇടയ്ക്കുള്ള കോളുകളിലൂടെയും ഞാൻ സൂരജിനെ കെയർ ചെയ്തുകൊണ്ടിരിക്കുന്നത് വലിയ സന്തോഷമായിരുന്നു. സുഖമില്ലാതിരിക്കുകയോ യാത്ര ചെയ്യുകയോ ഒക്കെ ഉള്ള സമയത്ത് എങ്ങനെയുണ്ടെന്നും എന്തായെന്നും എവിടെയെത്തിയെന്നുമൊക്കെ ചോദിച്ചില്ലെങ്കിൽ വലിയ വിഷമമമായിരുന്നു. അതുപോലെതന്നെ എത്ര തിരക്കുണ്ടെങ്കിലും എന്റെ കാര്യങ്ങളും ശരിയല്ലേയെന്നു ചോദിച്ചുറപ്പാക്കും."

"ജയകൃഷ്ണന്റെ കാര്യത്തിലപ്പോൾ നിന്റെ ശ്രദ്ധ കുറഞ്ഞില്ലേ?"

"ഒരിക്കലുമില്ല. ഞാൻ മുൻപ് പറഞ്ഞതുപോലെ തന്നെ എന്റെ ഫാമിലി മെമ്പർ എന്ന നിലയിലുള്ള എല്ലാ സ്നേഹവും ശ്രദ്ധയും ഞാൻ

ജയേട്ടനും കൊടുത്തുകൊണ്ടിരുന്നു. എന്റെ മക്കൾക്കോ എന്റെ സ്റ്റുഡൻസിനോ എന്റെ ജോലിയിലോ ഒന്നിലും സൂരജുമായിട്ടുള്ള ബന്ധം ഒരു കുറവും കൊണ്ടുവന്നില്ല. സത്യത്തിൽ പുതിയ ബന്ധം എന്നെ എല്ലാം മെന്റലി ബാലൻസ് ചെയ്യാൻ സഹായിച്ചു."

"എത്രകാലം അങ്ങനെ പോയി?"

"ഞങ്ങൾ ആദ്യമായി ഒന്നായതിന്റെ രണ്ടു മൂന്നു മാസങ്ങൾക്കുള്ളിൽ തന്നെ സൂരജിനു വേണ്ടി വീട്ടിൽ കല്യാണാലോചന തുടങ്ങിയിരുന്നു. സൂരജ് ഒന്നും എന്നിൽനിന്നും മറച്ചു വെച്ചിരുന്നില്ല. ചെറിയൊരു വിഷമം മനസ്സിൽ തോന്നിയെങ്കിലും സൂരജ് ഒരു കല്യാണം കഴിച്ച് ഒരു നാൾ എന്നിൽനിന്നും പോകുമെന്ന സത്യം എന്തായാലും അഭിമുഖീകരിക്കേണ്ടി വരും എന്നറിയാവുന്നതുകൊണ്ട് ഞാൻ സൂരജിനെയും വീട്ടുകാരെയും പിന്തുണച്ചു.

സൂരജിനു കിട്ടുന്ന പെൺകുട്ടികളുടെ ഫോട്ടോകളെല്ലാം എനിക്കും അയച്ചു തരും. കണ്ടിട്ട് എന്ത് സ്വഭാവക്കാരി ആയിരിക്കുമെന്ന് തോന്നുന്നുവെന്ന് പറയാൻ എന്നോട് ആവശ്യപ്പെടും. ഏകദേശം ഒരു വർഷം കഴിയാറായപ്പോഴാണ് അഹമ്മദാബാദിൽ നിന്നുള്ള ഒരു പെൺകുട്ടിയുടെ alliance വന്നത്. സൂരജ് എനിക്ക് ഫോട്ടോ അയച്ചു തന്നു. എന്തോ ആ കുട്ടി തന്നെയായിരിക്കും ഭാര്യയായി വരുന്നത് എന്ന് എനിക്ക് ഫോട്ടോ കണ്ടപ്പോൾ തോന്നി. അതുറപ്പിക്കുകയും ചെയ്തു."

"നിനക്ക് വിഷമമായില്ലേ?"

"തീർച്ചയായും. അതായിരുന്നു എനിക്ക് ആദ്യമായി കിട്ടിയ ഒരു മുറിവ്. സൂരജ് എല്ലാം സമയാസമയങ്ങളിൽ എന്നോട് പറഞ്ഞിരുന്നെങ്കിലും എനിക്ക് അതൊരു വേദനിപ്പിക്കുന്ന മുറിവ് തന്നെയായിരുന്നു. ആരു തന്നെ ജീവിതപങ്കാളിയായി വന്നാലും ഞാൻ എന്നും ഒപ്പമുണ്ടായിരിക്കുമെന്ന് സൂരജ് പറഞ്ഞു. പക്ഷേ അങ്ങനെയൊന്ന് നടക്കുന്ന കാര്യമല്ലെന്നും നടക്കുമെങ്കിൽ തന്നെ എനിക്കതിന് ആഗ്രഹമില്ലെന്നും ഞാൻ പറഞ്ഞു. കാരണം ആദർശിന് ഐഐടിയോ വേറെ നല്ല കോളേജിലോ കിട്ടുകയാണെങ്കിൽ അതോടുകൂടി എനിക്ക് ഹൈദരാബാദ് വിട്ടേ മതിയാകൂ. ഇനി ഹൈദരാബാദ് വിട്ടുപോകുന്നില്ലെങ്കിലും എക്കാലത്തും ഒരു രഹസ്യബന്ധം തുടരാൻ എനിക്ക് താത്പര്യമില്ലായിരുന്നു."

"അതെന്താ?"

"ഒന്നാമത്തെ കാരണം അതിലെ റിസ്ക് തന്നെ. മെസ്സേജിങ്ങ് തുടങ്ങിയ നാൾ മുതൽ ഇന്നുവരെ മൂന്നാമതൊരാൾ ഈ ബന്ധത്തെപ്പറ്റി അറിഞ്ഞിരുന്നില്ല. അത് വിചാരിച്ച് എന്നും അങ്ങനെ തന്നെയാകും എന്ന് കരുതുന്നത് ബുദ്ധിയല്ല. ഞാനായിട്ട് തന്നെ അത് നല്ല രീതിയിൽ

നിർത്തുന്നതാണ് നല്ലതെന്ന് തോന്നി. തകർന്നുതുടങ്ങിയ മാനസികാവസ്ഥയിൽ എന്നെ ഉണർത്തി കൊണ്ടുവരാൻ, എനിക്ക് അതുവരെ കിട്ടാതിരുന്ന mental and physical bliss തരാൻ വേണ്ടി ഈശ്വരനായി എന്റെ ജീവിതത്തിലേക്ക് കുറച്ചുകാലത്തേക്ക് വിട്ടതാണ് സൂരജിനെ. ഞാൻ ആ ഭാഗ്യം ശരിക്കും അനുഭവിച്ചു. അങ്ങനെ ഒരു അവസരം തന്നതിനുള്ള നന്ദി എന്റെ പ്രാർത്ഥനകളിൽ എപ്പോഴും നിറഞ്ഞുനിന്നു. ആ നല്ല ഓർമ്മകൾ മാത്രം മതി ഞാൻ മറ്റുള്ള പലരേക്കാളും ഭാഗ്യം ചെയ്തവളാണ് എന്ന് മനസ്സിലാക്കാനും പിന്നെയുള്ള ജീവിതം മുന്നോട്ടു കൊണ്ടുപോകാനും എന്നു തോന്നി. അതുകൊണ്ട് വിവാഹത്തോടുകൂടി എല്ലാം നിർത്താം എന്ന് ഞാൻ സൂരജിനോട് പറഞ്ഞു."

"സൂരജെന്തു പറഞ്ഞു?"

"അതെല്ലാം പിന്നെ തീരുമാനിക്കാമെന്നും അതിനെക്കുറിച്ച് സംസാരിക്കുകയേ വേണ്ടെന്നും പറഞ്ഞു. നയനയുമായി സംസാരിച്ചു തുടങ്ങുന്നതോടുകൂടി സൂരജ് മാറാതിരിക്കില്ലെന്ന് ഞാൻ വിചാരിച്ചു. അതേസമയം തന്നെ അവർ ഫോണിൽ സംസാരിച്ച് കൂടുതൽ അടുക്കുമല്ലോ എന്നാലോചിക്കുന്നത് പോലും എന്റെ മനസ്സിലെ ഭാരം കൂട്ടി. എന്നെ വിഷമിപ്പിക്കേണ്ടെന്ന് കരുതിയാകാം വല്ലപ്പോഴും മാത്രമേ സൂരജ് നയനയെക്കുറിച്ചെന്നോട് പറഞ്ഞിരുന്നുള്ളൂ. എങ്കിലും ആ പേര് കേൾക്കുന്നതേ എനിക്ക് വിഷമമായിരുന്നു.

സൂരജാവട്ടെ, എന്നോട് പറയാറുള്ളതുപോലെതന്നെ നയനയുമായി സംസാരിച്ച് തുടങ്ങിയിട്ടും എന്നോടുള്ള മെസ്സേജിങ്ങിലോ സംസാരത്തിലോ സൂരജ് ഒരു കുറവും വരുത്തിയില്ല. കല്യാണദിവസം അടുക്കാറായപ്പോഴും നയനയെക്കാൾ കൂടുതലായി സൂരജ് എന്നെ സ്നേഹിച്ചുകൊണ്ടിരുന്നു. നയനയെപ്പറ്റി സൂരജ് തനിക്ക് ഇഷ്ടപ്പെടാത്തതെന്തെങ്കിലും പറയുമ്പോൾ അതെല്ലാം കല്യാണം കഴിഞ്ഞാൽ ശരിയാകുമെന്നൊക്കെ ഞാൻ പറയുമായിരുന്നെങ്കിലും മനസ്സിലെവിടെയോ ഒരു ചെറിയ സുഖം കിട്ടിയിരുന്നു. മറ്റൊന്നുമല്ല സൂരജിന് എന്നേക്കാൾ കൂടുതലായി ആരുടെയും സ്നേഹം കിട്ടാനും കൊടുക്കാനും പാടില്ലെന്ന ഒരു അസൂയയും possessivenessഉം."

"കല്യാണത്തിന് മുൻപായി കണ്ടില്ലേ?"

"കണ്ടു, കല്യാണത്തിന്റെ വെറും അഞ്ചു ദിവസം മുമ്പ്. അന്നൊരു ദിവസം മുഴുവൻ ഞങ്ങൾ ഒരുമിച്ച് കഴിഞ്ഞു. പരസ്പരം മത്സരിച്ച് സ്നേഹിച്ചു. ജീവിതം മുഴുവൻ കാത്തുസൂക്ഷിക്കാനായി ഒരുപാട് മനോഹര നിമിഷങ്ങൾ സൃഷ്ടിച്ചുകൊണ്ടാണ് ഞങ്ങൾ പിരിഞ്ഞത്. കല്യാണ

ദിവസം അടുക്കുംതോറും എനിക്ക് വിഷമമാകുമോ എന്ന പേടിയായിരുന്നു സൂരജിന്. അതുകൊണ്ട് കല്യാണത്തിന് രണ്ടു ദിവസം മുൻപായി ഞാൻ സൂരജിന് ഒരു മെസ്സേജ് അയച്ചു. എന്നെക്കുറിച്ചാലോചിച്ച് വിഷമിക്കേണ്ടെന്നും കുറച്ചു നാളുകൾക്ക് വേണ്ടിയാണെങ്കിലും സൂരജിനെ കിട്ടിയതിൽ ഞാൻ ഹാപ്പി ആണെന്നും എഴുതി വിട്ടു. കൂടുതൽ അത്യാഗ്രഹങ്ങളൊന്നുമില്ലാതെ മനസ്സുകൊണ്ടും ശരീരം കൊണ്ടും സൂരജിനെ നയനയ്ക്കു വിട്ടുകൊടുത്തേ മതിയാവൂ എന്നെനിക്കു ബോധ്യമുണ്ടെന്നും സൂരജ് എനിക്ക് തന്ന സുഖമുള്ള ഓർമ്മകൾ മാത്രം മതി കഴിയാനെന്നും പറഞ്ഞു സമാധാനിപ്പിച്ചു."

"എന്നിട്ട്?"

"എത്ര പിന്നോട്ടു പോയാലും പൂർവാധികം ശക്തിയോടെ തിരിച്ചു മുന്നോട്ടു വരുന്ന തിരമാലകളെപോലെയാണ് മനസ്സ്. വേണ്ടെന്ന് വെക്കുന്ന കാര്യം തന്നെ നമ്മളെക്കൊണ്ട് വീണ്ടും ചിന്തിപ്പിക്കും. അറിഞ്ഞുകൊണ്ടുതന്നെ അനാവശ്യമായി ദുഃഖിക്കും. ഹൈദരാബാദ് വിടാനുള്ള തീരുമാനം ഏറെക്കുറെ എടുത്തിരുന്നതിനാൽ മാർച്ച് 31ന് ജോലി നിർത്തുന്ന വിധത്തിൽ ഞാൻ രാജിക്കത്ത് കൊടുത്തിരുന്നു.

മാർച്ച് അവസാന നാളുകളിലൊന്നിലായിരുന്നു സൂരജിന്റെ കല്യാണം. സ്കൂളിലെ അവസാന ദിവസങ്ങളിലെ തിരക്കിനിടയിൽ രാത്രി വരെ അധികമൊന്നും ചിന്തിക്കാനെനിക്ക് സമയമുണ്ടായിരുന്നില്ല. എന്നാൽ കല്യാണ ദിവസം അവരുടെ ആദ്യരാത്രിയെക്കുറിച്ചോർത്ത് ഞാൻ വളരെ അസ്വസ്ഥയായി. അവർ എന്തെല്ലാം പരസ്പരം ചെയ്തിരിക്കാം എന്ന് സങ്കല്പിച്ച് വിഷമിച്ചുകൊണ്ടേയിരുന്നു. എന്റെ സ്ഥാനത്ത് സൂരജ് നയനയെ സ്നേഹിക്കുന്നതും ഞാൻ കൊടുത്ത സ്നേഹം നയന സൂരജിന് കൊടുക്കുന്നതും ആലോചിക്കാനേ പറ്റുന്നുണ്ടായിരുന്നില്ല. അഞ്ചു ദിവസത്തിനുള്ളിൽ മറ്റൊരാൾക്ക് കൈമാറാവുന്ന കളിപ്പാട്ടമായിരുന്നില്ല സൂരജെനിക്ക്. ആ സൂരജാണിപ്പോൾ നയനക്കൊപ്പം...

മൂന്നാം ദിവസം തന്നെ അവർ അഹമ്മദാബാദിൽ നിന്നും തിരിച്ചു വിജയവാഡയിൽ എത്തി. അന്നുതന്നെ സൂരജ് എന്നെ ഫോൺ ചെയ്തു. അതേ സ്നേഹത്തോടെ, അതേ കരുതലോടെ, എനിക്ക് സൂരജിനെ കെട്ടിപ്പിടിച്ചൊന്നു നില്ക്കാൻ കൊതി തോന്നി. ഇനി അതൊന്നും പറയുന്നത് ശരിയല്ലല്ലോ എന്നോർത്ത് ഞാൻ അടക്കിപ്പിടിച്ചു. എന്തുകൊണ്ട് എന്നെ മുമ്പ് വിളിച്ചില്ലെന്നോ ഇനി വിളിക്കണമെന്നോ വിളിക്കേണ്ടെന്നോ ഞാൻ പറഞ്ഞില്ല. കോൾ ചെയ്യാൻ പറ്റാത്തതുകൊണ്ടാണ് അല്ലാതെ എന്നെ ഓർക്കാത്തതുകൊണ്ടല്ല വിളിക്കാതിരുന്നത് എന്നു പറഞ്ഞു. ആരോ അടുത്തുവന്നതിനാൽ സൂരജിന് പെട്ടെന്ന് സംസാരം നിർത്തേണ്ടി വന്നു.

ഞാൻ വല്യ കാര്യത്തിൽ, ഇനിയുള്ള കാലം ഓർമ്മകൾ മാത്രം മതിയെന്ന് പറഞ്ഞ് സൂരജിനയച്ച മെസ്സേജ് പോലെയല്ല കാര്യങ്ങൾ എന്നെനിക്ക് മനസ്സിലായി. അതേ ഓർമ്മകൾ തന്നെ എന്നെ വേട്ടയാടി വീഴ്ത്തി. ഏപ്രിൽ ഒന്നു തൊട്ട് ജോലിക്കു പോവാതെ വീട്ടിൽ ഇരിക്കാൻ തുടങ്ങിയപ്പോൾ സൂരജിനെക്കുറിച്ചോർത്ത് സ്വയം പീഡനം ആരംഭിച്ചു. ഫോൺ കോളുകൾ കുറവായിരുന്നെങ്കിലും മെസ്സേജുകളിലൂടെ രണ്ടുനേരം വെച്ചെങ്കിലും കിട്ടിക്കൊണ്ടിരുന്ന ആ സ്നേഹവും ശ്രദ്ധയും പെട്ടെന്നില്ലാതായത് എന്നെ പിടിച്ചുലച്ചു. ഒരു കാര്യത്തിലും ശ്രദ്ധിക്കാൻ പറ്റാതെയായി. ആരോടും സംസാരിക്കണമെന്നില്ലാതെയായി. ഒരിക്കൽ മനസ്സിനൊപ്പം ഞങ്ങളുടെ ശരീരവും പ്രണയച്ചൂടിന്റെ പരമോന്നതിയിൽ എത്തിയ ഒരു സമയത്ത്, എന്റെ കണ്ണുകളിൽ നോക്കി തന്റെ സ്നേഹവും സുഖവും ഉരുവിട്ടുകൊണ്ടിരുന്ന സൂരജിന്റെ മുഖം ചുംബനങ്ങൾകൊണ്ട് മൂടി ഞാൻ പറഞ്ഞതോർത്തു. "You are mine, you are made for me."

സൂരജ് തിരുത്തി.

"No, we are made for each other- tailor made."

രണ്ടു ദിവസം കഴിഞ്ഞപ്പോൾ സൂരജിന്റെ മെസ്സേജ് വന്നു. എന്നെക്കുറിച്ചോർക്കാത്ത സമയമില്ലെന്നും നയനയുടെ ഒപ്പമിരിക്കുമ്പോൾ പോലും ഞാൻ മനസ്സിൽനിന്നും പോകുന്നില്ലെന്നും പറഞ്ഞു. കുറച്ചൊരാശ്വാസം തോന്നി. സമയം കിട്ടുമെങ്കിൽ ഒന്ന് വിളിക്കാൻ ആവശ്യപ്പെട്ടു ഞാൻ. എനിക്ക് പ്രശ്നമൊന്നുമില്ലെന്നും എന്റെ ഈ ചെറിയ വിഷമം തന്നെ വളരെ താമസിയാതെ ശരിയാകും എന്നുമൊക്കെ വളരെ കോൺഫിഡന്റ് ആയി പറഞ്ഞു ഫലിപ്പിക്കാനായിരുന്നു എന്റെ പ്ലാൻ.

പക്ഷേ ഫോൺ ചെയ്തപ്പോൾ, സൂരജിന്റെ 'നീനാ' എന്നുള്ള പതിവു വിളി കേട്ടപ്പോൾതന്നെ എനിക്ക് സഹിക്കാനായില്ല. കൂട്ടത്തിൽ നയനയുടെ ഒപ്പം എവിടെയോ ഫോട്ടോഷൂട്ടിന് പോയ കാര്യം സൂരജ് പറഞ്ഞു. അതോടു കൂടി നിയന്ത്രണംവിട്ട ഞാൻ പറഞ്ഞു വന്നപ്പോൾ, "ഇനി എന്നെ ആലോചിക്കേണ്ട ആവശ്യമെന്താണ്, എല്ലാ ആവശ്യങ്ങളും നടത്തിത്തരാൻ വേറെ ആളെ കിട്ടിയില്ലേ' എന്നായിപ്പോയി. അതിനു പിന്നാലെ വന്ന എന്റെ കരച്ചിലിന്റെ ശബ്ദം സൂരജ് കേൾക്കാതിരിക്കാൻ പ്രത്യേകം ശ്രദ്ധിച്ചു. എന്നാൽ എന്റെ ശബ്ദം കേൾക്കാത്തതുകൊണ്ട് സൂരജ് നീനാ..നീനാ, my love... എന്നെല്ലാം സങ്കടത്തോടെ വിളിച്ചുകൊണ്ടിരുന്നു. വിളി കേട്ടാൽ പോലും അതിൽ നിന്ന് ഞാൻ കരയുകയാണെന്ന് മനസ്സിലാക്കിയാലോ എന്ന് വിചാരിച്ച് ശബ്ദമുണ്ടാക്കിയില്ല. എങ്കിലും സൂരജിനു മനസ്സിലായി.

"നീനാ എന്റെ ജീവിതത്തിൽ നിനക്കുള്ള സ്ഥാനം വേറൊരാൾക്കും ഏറ്റെടുക്കാൻ സാധിക്കില്ല. നീനാ, നീ കരയുകയാണോ? നീ എന്നെപ്പറ്റി,

നമ്മുടെ ബന്ധത്തെപ്പറ്റി അങ്ങനെയാണോ കരുതിയിരിക്കുന്നത്? നീ എനിക്കു തന്നിട്ടുള്ള സ്നേഹം നയനയ്ക്കൊരിക്കലും എനിക്കു തരാൻ കഴിയില്ല. അതുപോലെ രണ്ടു കൊല്ലത്തിനുള്ളിൽ ഞാൻ നിനക്ക് തന്നിട്ടുള്ള സ്നേഹചുംബനങ്ങളുടെ പകുതിപോലും ഈയൊരായുസ്സിൽ എനിക്ക് നയനയ്ക്കു കൊടുത്തുതീർക്കാൻ പറ്റില്ല. ഞാൻ നിന്നെ സ്നേഹിച്ചതുപോലെ ആരേയും സ്നേഹിച്ചിട്ടില്ല. ഇനി സ്നേഹിക്കാനും കഴിയില്ല."

അതുകേട്ടപ്പോൾ ചങ്ക് പൊട്ടി പോകുന്ന വേദനയോടെ, ഒരു ശബ്ദം പോലും സൂരജിനെ കേൾപ്പിക്കാതിരിക്കാൻ, വായ പൊത്തിപ്പിടിച്ചു ഞാൻ കരഞ്ഞു. സൂരജ് എന്നെ കെട്ടിപ്പിടിച്ച്, നെഞ്ചോട് ചേർത്തു നിർത്തി, ഒന്നുമ്മ വെച്ചിരുന്നെങ്കിൽ എന്ന് ഞാൻ അതിയായി ആശിച്ചു.

ഫോൺ ഡിസ്കണക്ട് ചെയ്തതും അതുവരെ അടക്കിപ്പിടിച്ച എല്ലാം അണപൊട്ടിയൊഴുകി. ഞാൻ ഉറക്കെയുറക്കെ ശബ്ദമുണ്ടാക്കി തേങ്ങി ത്തേങ്ങി കരഞ്ഞു. അങ്ങനെ ചെയ്തില്ലെങ്കിൽ എനിക്കെന്തെങ്കിലും സംഭവിക്കുമെന്നും ആദർശ് വരുന്നതിനു മുമ്പായി എനിക്ക് നോർമലാകാൻ കഴിയില്ലെന്നും തോന്നി."

നീന സംസാരം നിർത്തി. അവൾ അത്രയും പറഞ്ഞതുതന്നെ അവളുടെ തൊണ്ടയിൽ പൊന്തി വന്ന വേദനയുടെ മുഴകളെ അമർത്തി വെച്ചായിരുന്നു എന്ന് അവളുടെ ശബ്ദത്തിൽ നിന്ന് എനിക്ക് മനസ്സിലായി. എന്റെ മനസ്സിലും എന്തിനാണെന്നറിയാത്തൊരു വേദന തോന്നി. അവൾ സ്വയം നോർമലാവാൻ ഞാൻ നിശ്ശബ്ദയായി സമയം കൊടുത്തു.

"പിന്നീടും രണ്ടാഴ്ചയോളം ഞാനാ ഭാരവും ചുമന്നു നടന്നു. രണ്ടുമൂന്ന് ദിവസത്തിലൊരിക്കൽ സൂരജിന്റെ മെസ്സേജ് വരുമായിരുന്നു. അതിൽ കൂടുതലായി ചെയ്യാൻ കഴിയാഞ്ഞിട്ടാണ് എന്നെനിക്കറിയാമായിരുന്നു. മെസ്സേജ് കണ്ടില്ലെങ്കിലും വായിച്ചാലും എനിക്ക് വിഷമമായിരുന്നു. ചുരുക്കിപ്പറഞ്ഞാൽ സൂരജുമായി ബന്ധപ്പെട്ട എന്തു കണ്ടാലും കേട്ടാലും മനസ്സ് വിങ്ങിക്കൊണ്ടേയിരുന്നു.

അതിനൊരു മാറ്റം വേണമെന്നും അല്ലെങ്കിൽ സംഭവിക്കുന്നതൊന്നും ആർക്കും നല്ലതിനാവില്ലെന്നും തോന്നി. അങ്ങനെയാണ് മുമ്പൊരു ഫ്രണ്ട് പറഞ്ഞുകേട്ട ഓർമ്മയിൽ ഹൈദരാബാദിലുള്ള ഒരു വലിയ ആശ്രമത്തിൽ ഞാൻ പോകാൻ തുടങ്ങിയത്. അവിടെ പത്ത് ദിവസത്തെ പകൽ ക്ലാസ്സുകളുടെ ഒരു കോഴ്സിന് ചേർന്നു. യോഗയും പ്രകൃതിയും ആയിരുന്നു പ്രധാന വിഷയങ്ങൾ. കോഴ്സ് കഴിയുന്നതുവരെ പത്തു ദിവസത്തേക്ക് സോഷ്യൽമീഡിയ ഒഴിവാക്കാൻ അവർ അഭ്യർത്ഥിച്ചു. അതൊരു നല്ല അവസരമായെടുത്ത് ഞാൻ വാട്സാപ്പ് ഡീആക്ടിവേറ്റ് ചെയ്തു.

ഞാൻ വളരെ വിഷമത്തിലാണ് എന്ന് സൂരജിനെ അറിയിച്ചിരുന്നില്ല. വളരെ നോർമലായെന്നപോലെയാണ് ഞാൻ മെസ്സേജുകളോടു പ്രതികരിച്ചിരുന്നത്. സൂരജിന് അതാശ്വാസമാവുകയും ചെയ്തു. പക്ഷേ തീരെ കാണാതാകുമ്പോൾ പേടിക്കുകയും വിഷമിക്കുകയും ചെയ്യും എന്നറിയാമായിരുന്നതുകൊണ്ട് പത്തു ദിവസത്തേക്ക് ഞാൻ ഉണ്ടാവില്ലെന്ന് മുൻപേ അറിയിച്ചു. പെട്ടെന്ന് വെട്ടിമാറ്റി ബന്ധം മുറിക്കുന്നത് മനസ്സിനെ കൂടുതൽ മുറിവേൽപ്പിക്കുമെന്ന് അറിയാമായിരുന്നതിനാൽ പതിയെ അകന്നു പോവാനായിരുന്നു എന്റെ തീരുമാനം.

ആ കോഴ്സ് എന്റെ മനസ്സിന് വളരെ ഗുണം ചെയ്തു. കോഴ്സ് പൂർത്തിയാക്കിയതിനു ശേഷവും ദിവസവും ഞാൻ ആശ്രമത്തിൽ പോയിക്കൊണ്ടിരുന്നു. ജീവിതത്തിൽ പിന്നീടെടുത്ത പല തീരുമാനങ്ങൾക്കും അതൊരു പിന്താങ്ങായിരുന്നു.

ആദർശിന് അക്കൊല്ലം BITSൽ സീറ്റ് കിട്ടി. അതെന്റെ ഹൈദരാബാദ് വിടണമെന്ന തീരുമാനത്തിന് ശക്തി തന്നു."

"സൂരജ് ഒന്നും പറഞ്ഞില്ലേ?"

"തീരുമാനം അറിയിച്ചപ്പോൾ തന്നെ, പോവരുതെന്ന് എന്നോട് കുറെ പറഞ്ഞു. ഇടയ്ക്കെങ്കിലും ഒരു പൊതുസ്ഥലത്തോ അകലെ വെച്ചോ എന്നെ കാണാനുള്ള അവസരം ഇല്ലാതാക്കരുത് എന്നും പറഞ്ഞു. സ്വന്തം വീട്ടിൽ നിൽക്കാൻ വേണ്ടി നയന അഹമ്മദാബാദിൽ പോയപ്പോൾ ഞങ്ങൾ തമ്മിൽ കാണാൻ പറ്റുമോന്ന് സൂരജെന്നോട് ചോദിച്ചു. ആദ്യം ആദർശിന്റെ എൻട്രൻസിന്റെ കാരണവും പിന്നാലെ നാട്ടിൽ പോക്കും ദുബായിൽ പോക്കും ഒക്കെയായി അതൊന്നും നടക്കില്ലെന്ന് ഞാൻ പറഞ്ഞു. കാണാൻ ആഗ്രഹമില്ലാഞ്ഞിട്ടല്ല. വീണ്ടും ആ പ്രലോഭനത്തിൽ വീണാൽ പിന്നൊരു തിരിച്ചുപോക്ക് നടക്കില്ലെന്നറിയാം. ഇനിയും കടന്നു പോയ ഘട്ടങ്ങളിലൂടെ വീണ്ടും സഞ്ചരിച്ച് വേദന തിന്നാൻ എനിക്കാഗ്രഹമില്ലായിരുന്നു. എന്നാൽ കാണാനാഗ്രഹമില്ലെന്ന് അറുത്ത് പറഞ്ഞു സൂരജിനെ വിഷമിപ്പിക്കേണ്ട ആവശ്യവുമില്ല. ഞങ്ങൾ കണ്ടാലും കണ്ടില്ലെങ്കിലും എനിക്ക് സൂരജിനോടും സൂരജിന് എന്നോടുമുള്ള സ്നേഹം ഞങ്ങളുടെ മരണം വരെയും ഞങ്ങളുടെ മനസ്സിൽ നിന്നും പോകില്ലെന്നെനിക്കറിയാമായിരുന്നു.

ഹൈദരാബാദ് വിടാനുള്ള തീരുമാനം എളുപ്പമായിരുന്നു. പക്ഷേ അവിടുന്ന് എവിടേക്ക് എന്നുള്ളത് വലിയൊരു ചിന്തയ്ക്ക് കാരണമായി. തിരിച്ച് ജയേട്ടന്റെ അടുത്തേക്ക് എന്നുള്ള തീരുമാനം എന്നെ അസ്വസ്ഥയാക്കി. എന്നാൽ ഇനി ജയേട്ടന്റെയൊപ്പം കഴിയുകയാണെങ്കിൽ വികാരമല്ല വിചാരമാണ് എന്നെ നയിക്കേണ്ടതെന്ന് ഞാൻ തീരുമാനിച്ചുറപ്പിച്ചു."

## വിസ്മൃതി

"ആദർശിന് കോളേജിൽ ചേരേണ്ടതുവരെ ഹൈദരാബാദിൽ തന്നെ താമസിക്കാൻ ഞങ്ങൾ തീരുമാനിച്ചു. അതിനു മുൻപായി ദുബായിൽ പോയിരുന്ന സമയത്ത് ജയേട്ടൻ സന്തോഷത്തോടെ പറഞ്ഞു.

"ഇനി വേണം നമുക്ക് രണ്ടുപേർക്കും മാത്രമായിട്ടൊരു ജീവിതം തുടങ്ങാൻ. ഇനി എനിക്കൊന്നു റിലേക്സ് ചെയ്യണം. I want to enjoy life."

ഈ relaxed lifeഉം, enjoymentഉം ഒക്കെ ജയേട്ടന്റെ മാത്രം അവകാശമാണോ? അവർക്കുമാത്രം ഉണ്ടാകാവുന്ന ആഗ്രഹമാണോ?

എതിർക്കുന്നു എന്ന് തോന്നേണ്ട എന്നു കരുതി ഒന്നും തിരിച്ചു പറഞ്ഞില്ല. ദുബായിൽ ഞങ്ങൾ രണ്ടുപേരും മാത്രമായി ജീവിച്ചു തുടങ്ങുമ്പോൾ വീട്ടിലെ പണികൾ കുറയുമെന്നത് നേരാണ്. പക്ഷേ ജയേട്ടന്റെ സ്വഭാവത്തിലോ പെരുമാറ്റത്തിലോ കാഴ്ചപ്പാടിലോ ഒരു വ്യത്യാസവും വരാൻ പോകുന്നില്ല. പിന്നെനിക്കെങ്ങനെയാണ് ഒരു പുതിയ തുടക്കമാകുന്നത്?

ജയേട്ടന്റെ എക്സൈറ്റ്മെന്റിന്റെ മറ്റൊരു പ്രധാന കാരണം കുട്ടികൾ ഇല്ലെങ്കിൽ ഇനി രാത്രിയാവാൻ വേണ്ടി കാത്തു നിൽക്കണ്ടല്ലോ എന്നുള്ളതാണ്. രാത്രികൾ ഒരു ദിവസത്തിന്റെ അവസാനമാണെന്നു കണക്കാക്കുന്ന ഞാനും അതാണ് ഒരു ദിവസത്തെ തുടക്കം എന്ന പോലെ മുന്നോട്ടു പ്രതീക്ഷിച്ചിരിക്കുന്ന ജയേട്ടനും തമ്മിലുള്ള അകലം കുറച്ചു കുറയും എന്ന് സാധാരണ രീതിയിൽ പ്രതീക്ഷിച്ചിരിക്കാം. പക്ഷേ മനസ്സിലൊന്നുവെച്ച് ജയേട്ടന് വേണ്ടി രാത്രിയും പകലും മറ്റൊരാളായി ജീവിക്കേണ്ട നാടകം ഇരുപത്തിമൂന്ന് വർഷങ്ങൾക്കു ശേഷവും ഇനിയും തുടരണോ എന്ന് സീരിയസ്സായി ഞാൻ ചിന്തിച്ചുതുടങ്ങിയിരുന്നു.

ഹൈദരാബാദിലെ ആശ്രമത്തിൽ നിന്നാണ് ഞാൻ ബാംഗ്ലൂർ നഗരാതിർത്തിയിൽ തുടങ്ങാൻ പോകുന്ന ഒരു റെസിഡൻഷ്യൽ സ്കൂളിനെ

പ്പറ്റി അറിഞ്ഞത്. വിദേശ സഹായത്തോടെ ദരിദ്രരായ കുട്ടികൾക്കു വേണ്ടി യുള്ള ഒരു സംരംഭമായിരുന്നു അത്. സ്റ്റാഫിന് ഒന്നോ രണ്ടോ മൂന്നോ ബെഡ്റൂമുകളുടെ furnished accommodation ആവശ്യമനുസരിച്ച് കൊടു ക്കുന്നുണ്ട് എന്നതായിരുന്നു എന്നെ ആകർഷിച്ച ഒരു ഘടകം. കാരണം ആദർശിനും അർച്ചനയ്ക്കും എന്റെ അടുത്ത് വന്ന് താമസിക്കാനുള്ള സൗകര്യം വേണമല്ലോ. ഞാൻ അതിനുവേണ്ടി ഓൺലൈനിൽ കാര്യ ങ്ങൾ നീക്കി. ആശ്രമം അഡ്മിനിസ്ട്രേറ്റർ എന്നെ പുതിയ സ്കൂളിൽ റെക്കമെൻഡ് ചെയ്യുകയും ചെയ്തു.

തിരിച്ച് ഹൈദരാബാദിലേക്ക് ഞങ്ങൾക്കൊപ്പം ജയേട്ടനും ഉണ്ടായി രുന്നു. ആദർശിന്റെ കൗൺസലിങ്ങും അഡ്മിഷൻ കാര്യങ്ങൾക്കുമായി കൂടെ പോയേ പറ്റൂ എന്ന് ഞാനും പറഞ്ഞു. അവർ പിലാനിയിലേക്ക് പോയ സമയം നോക്കി ഞാൻ ഇന്റർവ്യൂവും മറ്റു ഫോർമാലിറ്റീസും തീർത്തു. അവിടെ ജോലി ചെയ്യാൻ അവസാന തീരുമാനം എടുക്കുക യാണെങ്കിൽ ഒക്ടോബറിൽ വിദ്യാരംഭത്തിനു ശേഷമുള്ള ആദ്യത്തെ തിങ്കളാഴ്ച എന്നോട് ജോലിക്ക് ജോയിൻ ചെയ്തോളാൻ പറഞ്ഞു.

ആദർശ് പോയതോടുകൂടി ഇനി ഹൈദരാബാദിലെ ഫ്ളാറ്റ് വിട്ടു കൊടുക്കാമെന്നും സാധനങ്ങൾ വിൽക്കാമെന്നും ജയേട്ടൻ പറഞ്ഞു.

നവരാത്രി സമയത്ത് അർച്ചനയ്ക്ക് ഒരാഴ്ചത്തെ ഹോളിഡേയ്സ് കിട്ടുമ്പോൾ അവൾക്കൊപ്പം ഒരുമിച്ചു താമസിച്ചതിനു ശേഷം ഫ്ളാറ്റ് കൊടുത്താൽ മതിയെന്നും അതിനുള്ളിൽ സാധനങ്ങൾ വിറ്റു തീർക്കാ മെന്നും ഞാനും പറഞ്ഞു. ജോലിക്ക് പോവുകയാണെങ്കിൽ സാധനങ്ങ ളെല്ലാം ബാംഗ്ലൂരിലേക്ക് ഷിഫ്റ്റ് ചെയ്യാമല്ലോ എന്നായിരുന്നു എന്റെ കണക്കുകൂട്ടൽ. അതിനു മുൻപായി നല്ലൊരു സമയം നോക്കി ജയേട്ട നോട് എല്ലാം തീരുമാനവും അറിയിക്കാനുമുണ്ടായിരുന്നു.

ആദർശിനെ വിട്ട് ജയേട്ടൻ തിരിച്ചുപോകുന്നതിനൊപ്പം ഞാനും ദുബായിലേക്ക് പോയി. ഇനി പേടിച്ച് സകല കാര്യങ്ങളും ചെയ്തു കൊടുത്ത് വെറുതെ സുഖിപ്പിക്കില്ലെന്ന് തീരുമാനിച്ചിരുന്നു. സ്വന്തം കാര്യങ്ങൾ കുറെയൊക്കെ സ്വയം മൂന്നുവർഷം ചെയ്തിട്ടും എന്നെ കണ്ട പ്പോൾ വീണ്ടും പഴയ സ്വഭാവം കാണിക്കാൻ തുടങ്ങി. വീട്ടുകാര്യങ്ങൾ എല്ലാം അവഗണിക്കാൻ തുടങ്ങി. പഴയപോലെ വസ്ത്രങ്ങൾ എടുത്തു തരാൻ എന്നെ വിളിച്ചെങ്കിലും ഞാൻ പോയില്ല."

"നീ എന്തു പറഞ്ഞു?"

"എന്നേക്കാൾ കൂടുതലായി ഇപ്പോൾ ജയേട്ടനല്ലേ ഇവിടത്തെ ഓരോ സാധനങ്ങളും എവിടെയാണെന്നറിയുന്നത്. അതുകൊണ്ട് തനിയെ എടു ത്തോളൂ എന്ന് പറഞ്ഞു."

"ദേഷ്യം വന്നില്ലേ?"

“എന്തൊക്കെയോ പിറുപിറുക്കുന്നതു കേട്ടു. മൈൻഡ് ചെയ്തില്ല. രാത്രിഭക്ഷണത്തിന് ഞാൻ വിളിച്ചപ്പോൾ പ്രതികരിച്ചില്ല. എനിക്ക് ആവശ്യമുള്ളത് കഴിച്ചു ബാക്കി ഫ്രിഡ്ജിലെടുത്ത് വെച്ച് ഞാൻ ടിവി കാണാനോ വായിക്കാനോ തുടങ്ങി. അരമണിക്കൂർ കഴിഞ്ഞപ്പോൾ ഭക്ഷണമെവിടേന്നു ചോദിച്ചു വന്നു . വേണ്ടാത്തതുകൊണ്ടാണ് പ്രതി കരിക്കാതിരുന്നതെന്നു വിചാരിച്ചു ഫ്രിഡ്ജിൽ വെച്ചെന്നും വേണമെങ്കിൽ ചൂടാക്കിത്തരാമെന്നും പറഞ്ഞു. ആരുടെയും സഹായമാവശ്യമില്ലെന്നു പറഞ്ഞ് തനിയെ എടുത്ത് ചൂടാക്കി കഴിച്ചു.”

“അത്രേ ഉണ്ടായുള്ളൂ?”

“അല്ല. നിൽപിലും നടപ്പിലും ഒക്കെ സാധനങ്ങൾ തട്ടിയിട്ടും ശബ്ദ മുണ്ടാക്കിയും നിരാഹാരം കിടന്നും ഉള്ളിലെ പ്രതിഷേധം എന്നെ അറി യിച്ചുകൊണ്ടിരുന്നു. എന്റെ സാധനങ്ങൾ എവിടെ കണ്ടാലും അത് കൈ കൊണ്ടോ കാലുകൊണ്ടോ തട്ടി ദൂരെയെറിഞ്ഞു. പിന്നെയും പലതും ചെയ്ത് എന്നെ പ്രകോപിപ്പിക്കാൻ നോക്കി. യാതൊരു ദേഷ്യമോ ഭാവ വ്യത്യാസമോ പ്രകടിപ്പിക്കാതെ ഞാൻ മൂന്നുനേരം ഭക്ഷണം ഉണ്ടാക്കു കയും വീട്ടിലുള്ളപ്പോൾ കഴിക്കാൻ വിളിക്കുകയും ചെയ്തു. ജയേട്ടൻ അപ്പോഴും പ്രതികരിച്ചില്ല. പിന്നെ പുറത്തുനിന്നും ഭക്ഷണം വാങ്ങി കൊണ്ടുവന്ന് എന്റെ മുൻപിൽ വെച്ച് കഴിക്കാൻ തുടങ്ങി. അന്ന് ചെയ്തു തരാൻ പറ്റില്ല എന്ന് പറഞ്ഞതിന് സോറി പറയുമെന്നും പ്രായശ്ചിത്ത മായി മറ്റു കാര്യങ്ങളെല്ലാം വീണ്ടും ശ്രദ്ധിച്ച് ചെയ്തുകൊടുത്ത് തുടങ്ങും എന്നും ജയേട്ടൻ പ്രതീക്ഷിച്ചു. സോറി പറയുകയോ എന്റെ നയം മാറ്റു കയോ ഞാൻ ചെയ്തില്ല. ജയേട്ടന്റെ വസ്ത്രങ്ങൾ ഞാൻ വാഷിംഗ് മെഷീ നിൽ കഴുകി ഉണക്കി കൊടുത്തു. പക്ഷേ അത് ഇസ്തിരിയിടാൻ പുറത്ത് കൊടുക്കുകയോ തനിയെ ചെയ്യുകയോ എന്താണെങ്കിലും ചെയ്തോട്ടെ എന്ന് കരുതി വിട്ടുകൊടുത്തു.”

“നിനക്ക് എങ്ങനെ അതിനുള്ള ധൈര്യം കിട്ടി?”

“അതിന് പല കാരണങ്ങളും ഉണ്ട്. ഒന്നാമത് എനിക്ക് ജോലിയും കയ്യിലാവശ്യത്തിന് പൈസയും പോവാൻ ഒരിടവും ഉണ്ടെന്ന ആത്മ വിശ്വാസം. രണ്ടാമത്തെ കാര്യം, മുൻപും എനിക്ക് ജോലി ഇല്ലാഞ്ഞിട്ട ല്ലെങ്കിലും എന്റെ മക്കളെ വിട്ടെനിക്കെവിടെയും പോകാൻ കഴിയില്ലായി രുന്നു. ഇപ്പോഴവർക്കെന്നെ ഫിസിക്കലി അത്ര ആവശ്യമില്ല. അവർ അവ രുടേതായ ദിശകളിൽ പോയിക്കൊണ്ടിരിക്കുകയാണ്. അവർക്കിനിയെന്റെ മാനസികമായ സപ്പോർട്ട് മാത്രം മതി. അതെനിക്ക് എവിടെനിന്നു വേണ മെങ്കിലും കൊടുക്കാവുന്നതേയുള്ളൂ.

മൂന്നാമതായി, പണ്ടൊക്കെ ഞാൻ വിചാരിച്ചിരുന്നത് എനിക്കെന്തൊ ക്കേയോ പ്രശ്നങ്ങളും കുറവുകളും ഉണ്ടെന്നായിരുന്നു. ആ കുറ്റബോധ ത്തിലും അപകർഷതാബോധത്തിലും കുറേ വിട്ടുവീഴ്ചകൾ ചെയ്തു.

Intellectually, physically, mentally and sexually എനിക്ക് independent ആവാൻ കഴിയുമെന്ന് ഹൈദരാബാദ് വാസം എനിക്കു തെളിയിച്ചു തന്നു. ഇനി എന്തിനാണ് ഞാനിങ്ങനെ സ്വയം കൊന്ന് ജീവിക്കുന്നത്? ഭർത്താവെന്ന സ്ഥാനത്തെയല്ല, ഒരു വ്യക്തിയെയാണ് ആദരിക്കേണ്ടതും സ്നേഹത്തോടെ കൂടെ നിർത്തേണ്ടതും എന്ന് ഞാൻ തിരിച്ചറിഞ്ഞു. അതും അയാൾ അതർഹിക്കുന്നുണ്ടെങ്കിൽ മാത്രം. ഒരാണോ പെണ്ണോ ഒരു ബന്ധത്തിന്റെ പേരിലും ഭയം കാരണം അടിമപ്പെട്ടു ജീവിക്കേണ്ട ആവശ്യമില്ല. നമ്മൾ അവരുടെ സ്നേഹത്തിനാണ് അടിമപ്പെടേണ്ടത്."

"ജയകൃഷ്ണന്റെ മറ്റാവശ്യങ്ങളോ?"

"ഒരാഴ്ച മുഴുവൻ പ്രതിഷേധിച്ചിട്ടും എനിക്ക് മാറ്റമൊന്നും കാണാതായപ്പോൾ പിന്നെ ദേഷ്യപ്പെടുന്നത് നിർത്തി. പിന്നീട് എന്നോട് കുറച്ചു ശ്രദ്ധയോടെ മാത്രം കാര്യങ്ങൾ ആവശ്യപ്പെടാൻ തുടങ്ങി. ജീവിതത്തിൽ ആദ്യമായി എന്റെ പ്രതികരണത്തെ മാനിച്ച് പെരുമാറ്റത്തിൽ സ്വയം നിയന്ത്രണം കാണിക്കാൻ തുടങ്ങി. കാര്യത്തിന്റെ ആവശ്യവും എന്നോട് പറയുന്ന വിധവുമനുസരിച്ച് ഞാനത് ചെയ്തു കൊടുക്കുകയോ നിരാകരിക്കുകയോ ചെയ്തു. ഇരുപത്തിമൂന്നു കൊല്ലം ജയേട്ടന്റെ പ്രതികരണത്തെ പേടിച്ച് ഓരോ വാക്കിലും നോക്കിലും നടപ്പിലും മറ്റൊരാൾക്കായി, മറ്റൊരാളായി ജീവിച്ച ഞാൻ, ജയേട്ടൻ എനിക്ക് വേണ്ടി സ്വന്തം വാക്കുകളെയും പ്രവർത്തികളെയും നിയന്ത്രിച്ച്, സൂക്ഷിച്ച് പെരുമാറുന്നത് ഉള്ളിൽ ഒരു പുഞ്ചിരിയോടെ വീക്ഷിച്ചു. പിന്നെയും നാലഞ്ചു ദിവസങ്ങൾ കഴിഞ്ഞപ്പോൾ ഒരു ദിവസം എന്നോട് വളരെ നന്നായി പെരുമാറുകയും സെക്സ് ചെയ്യാൻ താത്പര്യം ഉണ്ടെന്നതിന്റെ സൂചനകൾ തരുകയും ചെയ്തു."

"നീ സഹകരിച്ചോ?"

"സഹകരിച്ചു. കാരണം ജയേട്ടന്റെ തെറ്റുകൾ മനസ്സിലാക്കി കൊടുക്കുകയായിരുന്നു എന്റെ ഉദ്ദേശ്യം. അല്ലാതെ വഴക്കുകൂടി പെട്ടെന്നൊരു തീരുമാനമെടുത്തു വിട്ടുപോവുകയായിരുന്നില്ല. എന്നാൽ മനസ്സിലാക്കി കൊടുത്തതിന് ശേഷവും തുടർന്നതേ സ്വഭാവം കാണിച്ചാൽ വേണ്ടി വന്നാൽ എന്നന്നേക്കുമായി വിട്ടുപോകാൻ തന്നെ ഞാൻ തീരുമാനിച്ചേനേ. സഹകരിച്ചതിലൂടെ ഞാൻ ഉദ്ദേശിച്ചത് എന്നെ മനസ്സിലാക്കുകയും എന്റെ വ്യക്തിത്വത്തെ ബഹുമാനിക്കുകയും ചെയ്താൽ ജയേട്ടനും എന്നിൽ നിന്നത് തിരിച്ചുകിട്ടുമെന്ന ബോധ്യപ്പെടുത്തലായിരുന്നു. അതിനുശേഷം ഞാൻ എനിക്കൊരു കാര്യം പറയാനുണ്ടെന്ന് പറഞ്ഞു. പുതിയ ജോലിയെപ്പറ്റി സൂചിപ്പിച്ചു.

ഇനി അതിന്റെ ആവശ്യമെന്താണെന്നും വേണമെങ്കിൽ ദുബായിൽ ജോലി ചെയ്താൽ പോരെയെന്നും ചോദിച്ചു. എനിക്കൊരു ചേഞ്ച് ആവശ്യമുണ്ടെന്നും Unprivileged കുട്ടികളെ പഠിപ്പിക്കുമ്പോൾ കൂടുതൽ

satisfaction കിട്ടുമെന്നും ആശ്രമത്തിൽ നിന്ന് എന്നെ റെക്കമെൻഡ് ചെയ്തത് എന്നിലുള്ള വിശ്വാസംകൊണ്ടാണെന്നും പറഞ്ഞു. ജയേട്ടനിൽ നിന്നും മാറി താമസിക്കുകയാണ് പ്രധാന ഉദ്ദേശ്യം എന്ന സത്യം പറഞ്ഞു വേദനിപ്പിക്കാൻ തോന്നിയില്ല. ഒരു വർഷമെങ്കിലും ചെയ്തു നോക്കട്ടെ യെന്നും അതിനിടയിൽ മക്കൾക്കോ ജയേട്ടനോ എന്നെ വന്ന് കാണു കയോ ഒപ്പം താമസിക്കുകയോ ചെയ്യാനുള്ള സൗകര്യവും ഉണ്ടെന്നുള്ള സത്യവും പറഞ്ഞു."

"എന്തായിരുന്നു പ്രതികരണം?"

"ഞാൻ മാറിയിട്ടുണ്ടെന്ന് തോന്നിയതിനാൽ എന്നോട് കൂടുതൽ പറഞ്ഞിട്ടു കാര്യമില്ലെന്ന് തോന്നിക്കാണും. മാത്രമല്ല ജയേട്ടൻ എന്നെ കുറച്ചുകൂടെ ആദരവോടെ ട്രീറ്റ് ചെയ്യാനും തുടങ്ങിയിരുന്നു. ശരി നമുക്ക് ആലോചിക്കാം എന്ന് പറഞ്ഞു. എനിക്ക് ആലോചിക്കാനൊന്നും ബാക്കി യുണ്ടായിരുന്നില്ല."

"ജയകൃഷ്ണൻ സ്വയം സ്വഭാവം മാറ്റിയിരുന്നെങ്കിലോ?"

"മാറിയാലും എനിക്കുവേണ്ടി ഒരു വർഷമെങ്കിലും കാത്തിരിക്കുന്ന താണ് നല്ലതെന്ന് തോന്നി. എന്റെ തീരുമാനം മാറ്റുമെന്ന് അവസാന നിമിഷം വരെയും ജയേട്ടൻ പ്രതീക്ഷിച്ചു. ഞാനത് ക്യാൻസൽ ചെയ്താൽ ഞാൻ വെറുതെ ഓലപ്പാമ്പു കാണിച്ച് പേടിപ്പിച്ചതാണെന്നു ജയേട്ടൻ വിചാരിക്കുകയും വീണ്ടും പഴയതുപോലെ ആവുകയും ചെയ്യും. എന്നോട് നന്നായി പെരുമാറിയാൽ മാത്രമേ ഞാൻ ജയേട്ടന്റെയൊപ്പം താമസിക്കുകയുള്ളൂ എന്നും അല്ലെങ്കിൽ എനിക്ക് മറ്റു ഓപ്ഷൻസ് ജീവിതത്തിലുണ്ടെന്നും ജയേട്ടൻ അറിഞ്ഞിരിക്കേണ്ടത് അത്യാവശ്യമാ യിരുന്നു."

"ഇനി നവരാത്രി തുടങ്ങാൻ അഞ്ചു ദിവസങ്ങളല്ലേയുള്ളൂ. നീ പോകാൻ തന്നെ തീരുമാനിച്ചോ?"

"അതെ എളേമ്മേ. അതുകൊണ്ടാണ് ഒരാഴ്ച മുൻപേ തന്നെ ജയേട്ട നോട് യാത്ര പറഞ്ഞു ഇവിടെ എത്തിയത്. നാട്ടിൽ എല്ലാവരുടെയും കൂടെ താമസിക്കണമെന്ന് വലിയ ആഗ്രഹമുണ്ടായിരുന്നു. ഇനി ഹൈദരാ ബാദിലേക്ക് പോകണം. അർച്ചന ഒരാഴ്ച എന്നോടൊപ്പം ഉണ്ടാകും. അതു കഴിഞ്ഞാൽ Packers and Movers വരും സാധനങ്ങൾ ബാംഗ്ലൂരിലേക്ക് ഷിഫ്റ്റ് ചെയ്യാൻ."

"മക്കളുടെ അഭിപ്രായമെന്താണ്?"

"അമ്മ അച്ഛനെയും എല്ലാവരെയും വിട്ടുപോവുകയാണോ എന്ന് ആദർശ് കുറച്ചു വിഷമത്തിലെന്നോട് ചോദിച്ചു. അല്ലെന്നും അവർക്കെല്ലാ വർക്കും എന്റൊപ്പം എപ്പോൾ വേണമെങ്കിലും വന്നു നിൽക്കാൻ

സൗകര്യമുള്ള ഒരു വീടെനിക്ക് കിട്ടും എന്നും പറഞ്ഞപ്പോൾ അവൻ പിന്നെ ഹാപ്പിയായി. അർച്ചനയ്ക്കു പറയാതെ തന്നെ മനസ്സിലായി ഞാൻ എന്തുകൊണ്ടാണ് മാറിത്താമസിക്കുന്നതെന്ന്. അമ്മ റൈറ്റ് ഡിസിഷൻ റൈറ്റ് ടൈമിലാണ് എടുത്തതെന്ന് പറഞ്ഞു. അവൾ കാത്തിരിക്കുകയാണ് ഞാൻ ഹൈദരാബാദിലെത്താൻ. എന്നോട് എന്തൊക്കെയോ പറയാനുണ്ടെന്ന് പറഞ്ഞു."

"ഇപ്പോഴും സൂരജുമായി കോൺടാക്ട് ഉണ്ടോ? പുതിയ ജോലിയെപ്പറ്റി പറഞ്ഞോ?"

"ഏതാണ്ട് ഒരു മാസത്തോളം ജയേട്ടൻ ഒപ്പം ഉണ്ടായിരുന്നതുകൊണ്ടും സൂരജും ഒറ്റയ്ക്കല്ലായിരുന്നതുകൊണ്ടും തീരെ കോൺടാക്ടുണ്ടായിരുന്നില്ല. പതുക്കെ പതുക്കെ ആ ബന്ധത്തിൽ നിന്നും പിന്മാറലായിരുന്നല്ലോ ലക്ഷ്യവും. ഇവിടെ നാട്ടിൽ എത്തിയതിനുശേഷം ലൊക്കേഷൻ അറിഞ്ഞിട്ടോ എന്തോ, എവിടെയുണ്ട് എങ്ങനെയുണ്ടെന്നൊക്കെ ചോദിച്ചു മെസ്സേജ് വന്നു. ജോലിക്കാര്യം പറഞ്ഞപ്പോൾ കാണാൻ സാധിച്ചില്ലെങ്കിലും ബാംഗ്ലൂരിൽ ആയിരിക്കുമെന്ന് കേൾക്കുന്നതിൽ തന്നെ ഒരു സന്തോഷവും ആശ്വാസവും തോന്നുന്നു എന്നു പറഞ്ഞു."

"ബാംഗ്ലൂരിൽ പോകുന്നതിനു മുൻപ് നീ സൂരജിനെ കാണുമോ?"

"കാണണമെന്നില്ല. കാണാൻ വിചാരിച്ചാലും പറ്റുകയുമില്ല. അതൊരു blessing in disguise ആയിരിക്കാം. കല്യാണം കഴിഞ്ഞ് ആദ്യത്തെ ഗർബ (നവരാത്രി ഡാൻസും ആഘോഷങ്ങളും) ആയതുകൊണ്ട് ഭാര്യവീട്ടുകാരുടേയും നയനയുടെയും നിർബന്ധപ്രകാരം സൂരജ് അഹമ്മദാബാദിൽ ആയിരിക്കും. സൂരജ് തിരിച്ചെത്തുമ്പോഴേക്കും ഹൈദരാബാദ് വിടാണാനെന്റെ പ്ലാൻ."

ഞാൻ ഒന്നും മിണ്ടാതെ കുറച്ചുനേരം ആലോചിച്ചിരുന്നു. പിന്നെ ചോദിച്ചു.

"നിന്റെ ഫോണിൽ സൂരജിന്റെ വല്ല മെസ്സേജും കിടക്കുന്നുണ്ടോ? എനിക്കൊന്നു കാണാൻ."

"ഉണ്ടാവും."

നീന ഫോണെടുത്ത് വാട്സാപ്പിൽ സൂരജിന്റെ മെസ്സേജസ് തുറന്നു കാണിച്ചു. മുൻപുള്ളതെല്ലാം ഡിലീറ്റ് ചെയ്തിരിക്കുന്നു. അവസാനത്തെ അഞ്ചാറു വരികൾ ഞാൻ വായിച്ചു.

"In that case, when will I be able to see you, Neena?"

"I don't know Suraj. I don't think it will be possible."

“Everything will be possible, Neena. I just want to see you once atleast. I’m waiting for that day.”

“Hmm”

“Neena, I can’t leave you like that... Love you Neena.”

“Bye Suraj.”

“Bye Neena.. Take care.”

വായിച്ച് ഫോൺ തിരികെ കൊടുക്കുമ്പോൾ മനസ്സിലെവിടെയോ ഒരു നീറ്റൽ തോന്നി. ചില ബന്ധങ്ങൾ അങ്ങനെയായിരിക്കാം. ഒരുമിച്ചു ചേരാതിരിക്കുമ്പോഴാണ് അത് അനശ്വരമാകുന്നത്. നോവുള്ള സുഖമാകുന്നത്. മധുരമുള്ള ഓർമ്മകളാകുന്നത്.

“എല്ലാവരിൽ നിന്നും വേറിട്ട്, പ്രത്യേകിച്ച് നിന്റെ മക്കളിൽ നിന്നും നീ ആദ്യമായാണ് മാറിത്താമസിക്കാൻ പോകുന്നത്. അതത്ര എളുപ്പമാകുമോ?”

“എളുപ്പമാവില്ലെന്നറിയാം. മെല്ലെ ശരിയായിക്കോളും. തീരെ സാധിക്കുന്നില്ലെങ്കിൽ വേറെ ഓപ്ഷൻസ് ഉണ്ടല്ലോ. നമ്മുടെ മക്കളെ വളർത്തി ഒരു കരയ്ക്കടുപ്പിച്ചാൽ പിന്നെ അവരെ കൂടുതൽ സംരക്ഷിക്കാനും അവർക്ക് ആവശ്യമില്ലാത്ത ഉപദേശങ്ങളുംകൊണ്ട് പിന്നാലെ പോകാതിരിക്കുന്നതുമാണ് ഉത്തമം. അവർക്കും തെറ്റുപറ്റാം. പക്ഷേ അവർ സ്വയം തിരുത്തട്ടെ. സ്വയം തിരുത്താനുള്ള സന്നദ്ധതയാണ് ഞാൻ അവർക്ക് പഠിപ്പിച്ചുകൊടുത്തിട്ടുള്ള ആദ്യപാഠം. അല്ലാതെ ഒരു തെറ്റും വരുത്താത്ത പെർഫെക്റ്റ് മനുഷ്യനാവാനുള്ള, സാധിക്കാത്ത മായാജാലത്തിന്റെ പിന്നാലെ പോയി, ജീവിക്കാൻ മറക്കാനല്ല.”

ഞാൻ ചുമരിലെ ക്ലോക്കിലേക്ക് നോക്കി.

“നേരം കുറെയായി. അതിനു മുമ്പ് ഒരു കാര്യം കൂടി ചോദിക്കട്ടെ?”

“ങ്ഊം.”

“നീ ഇപ്പോഴും സെക്സ് വെറുക്കുന്നുണ്ടോ?”

ആദ്യം ഒന്നും മിണ്ടാതെ അവൾ കയ്യിലുള്ള മൊബൈൽഫോൺ വെറുതെ തിരിച്ചുകൊണ്ടിരുന്നു പിന്നെ പറഞ്ഞു.

“ഇടയ്ക്കൊന്ന് മഴ കിട്ടി എന്ന് വിചാരിച്ച് നമ്മൾ ചൂടിനെ ഇഷ്ടപ്പെടാറുണ്ടോ?”

അവൾ ഉദ്ദേശിച്ചത് തന്നെയാണോ ഞാൻ മനസ്സിലാക്കിയത് എന്ന ആശയക്കുഴപ്പത്തിൽ ഇരിക്കുന്ന എന്റെ മുഖഭാവം കണ്ട് നീന ഉറക്കെ ചിരിച്ചു.

“ഞാൻ മുൻപത്തേതിൽ നിന്നും വളരെ മെച്ചപ്പെട്ടിരിക്കുന്നു എളേമ്മേ. Atleast അത് വെറുക്കപ്പെടേണ്ട ഒന്നല്ല എന്നും സാഹചര്യമനുസരിച്ച്, ആൾക്കനുസരിച്ച്, ഇഷ്ടപ്പെടാവുന്ന ഒരു കാര്യമാണ് എന്നെങ്കിലും എനിക്കു മനസ്സിലാക്കാൻ സാധിച്ചല്ലോ.”

അവളുടെ ചിരി കണ്ട് ഞാനും സന്തോഷത്തോടെ പുഞ്ചിരിച്ചു.

നീന മടിയിലുണ്ടായിരുന്ന തലയണ എടുത്ത് അതിന്റെ സ്ഥാനത്തു വെച്ച് മലർന്നുകിടന്നു. മരത്തിന്റെ തട്ടിട്ട സീലിങ്ങിൽ നോക്കി ഒരു ചാരിതാർത്ഥ്യം കിട്ടിയ ഭാവത്തിൽ അവൾ പറഞ്ഞു.

“എനിക്ക് എന്തെന്നില്ലാത്ത ഒരു സന്തോഷം തോന്നുന്നു. ഒരു ഭാരം ഇറക്കിവെച്ചപോലെ. എനിക്കിന്ന് നന്നായൊന്നുറങ്ങണം. എന്റെ ഇതു വരെയുള്ള ജീവിതത്തിലെ എല്ലാം മറന്ന് ഒരു പുതിയ തുടക്കത്തിനു മുന്നോടിയായി മനസ്സിനേയും ശരീരത്തിനേയും റിഫ്രെഷ് ചെയ്യാനുള്ള ഒരു ഉറക്കം.”

“ഉറങ്ങിക്കോളൂ. നിനക്കുവേണ്ടി ഞാനും ഇന്ന് കുറെ സന്തോഷിക്കുന്നു.”

അവൾക്കടുത്തൊരു തലയണ വെച്ച് ഞാനും മലർന്നുകിടന്നു. മീതെയുള്ള തട്ടിന്റെ നടുവിലായുള്ള കൊത്തുപണികൾ പോലെ തന്നെ സുന്ദരമായി തോന്നി തട്ടിന്റെ അറ്റത്തായി കണ്ട മണ്ണിന്റെ നിറമുള്ള വേട്ടാളൻ കൂടും. രണ്ടുദിവസത്തിനുശേഷം എല്ലാവരും തന്റെ കൂടുകളിലേക്കും വീടുകളിലേക്കും പോവും. നീനയെപ്പറ്റി ഒരു ചിന്തയും വേണ്ടെന്ന് ചേച്ചിയോട് പറയണം. ‘അന്യരാ’രും അവളുടെ ജീവിതത്തിലേക്ക് വന്നിട്ടില്ല. വേണ്ടപ്പെട്ടവരെ മാത്രമേ അവളുടെ യാത്രയിൽ അവൾ കൂടെ കൂട്ടിയിട്ടുള്ളൂ.. അവൾ യാത്ര തുടരട്ടെ, ചേച്ചീ. എല്ലാവർക്കും ഒരു ദിവസം സ്വന്തം യാത്ര നിർത്തേണ്ട ആ ദിവസം വരെയും.

■

## നന്ദി

**'ഒ**രു കുടുംബിനിയുടെ കുമ്പസാരം' എന്ന പേരിൽ, ഫേസ്ബുക്കിൽ പോസ്റ്റ് ചെയ്ത ആദ്യനാളുകൾ തൊട്ടേ ഓരോ അദ്ധ്യായങ്ങളും കാത്തിരുന്ന് വായിച്ച്, തുടർച്ചയായി കമന്റുകളിലൂടെ പിന്തുണയും പ്രോത്സാഹനവും നൽകിയ ശ്രീമതി സരസ്വതി ജയരാജ്, ശ്രീ. ശശിധരൻ കെ. നായർ, ശ്രീ. അഖിൽ കൃഷ്ണൻ എന്നിവരെയും വൈകിയാണ് വായിച്ചതെങ്കിലും അന്നുതൊട്ടേ ഈ എഴുത്തിനെ ഇഷ്ടപ്പെട്ട്, കഴിയുന്നത്ര ആളുകളിലേക്കെത്തിക്കാൻ ആഗ്രഹിക്കുകയും അതിനുവേണ്ടി ശ്രമിക്കുകയും ചെയ്ത ശ്രീ. യൂസഫ് യൗസി എന്നിവരെയും മുഴുവൻ കഥ പോസ്റ്റ് ചെയ്തതിനുശേഷം ലൈക്കുകളിലൂടെയും കമന്റുകളിലൂടെയും എനിക്കൊപ്പം നിന്ന് പ്രോത്സാഹനം നൽകിയ മറ്റു വായനക്കാരെയും നന്ദിയോടെ സ്മരിക്കുന്നു.

എന്റെ എല്ലാ ആശകൾക്കും ആശയങ്ങൾക്കും ആവേശങ്ങൾക്കും എന്നും എക്കാലത്തും എന്റെ കൂടെ നിന്നിട്ടുള്ള ഭർത്താവിനും സ്നേഹത്തോടെ...

**നിരഞ്ജന മനോമോഹൻ**

www.ingramcontent.com/pod-product-compliance
Lightning Source LLC
LaVergne TN
LVHW040751051026
849519LV00007BA/2520
* 9 7 8 9 3 9 0 4 2 9 6 1 5 *